आपल्या स्नेहीजनांना पुस्तके भेट द्या

AF653575

'मैं हूँ भारतीय' या हिंदी पुस्तकाचा अनुवाद

मी भारतीय

पुरातन वारशाला नवसंजीवन देणाऱ्या अवलियाची आत्मकथा

के. के. मुहम्मद

अनुवाद
डॉ. सुलभा कोरे

मेहता पब्लिशिंग हाऊस

All rights reserved along with e-books & layout. No part of this publication may be reproduced, stored in a retrieval system or transmitted, in any form or by any means, without the prior written consent of the Publisher and the licence holder.

Please contact us at **Mehta Publishing House,** Pune 411030.
✆ +91 020-24476924 / 24460313 / Mob. No. 9545000513
Email : production@mehtapublishinghouse.com
Website : www.mehtapublishinghouse.com

- *या पुस्तकातील लेखकाची मते, घटना, वर्णने ही त्या लेखकाची असून त्याच्याशी प्रकाशक सहमत असतीलच असे नाही.*

MEIN HOON BHARTIYA by K. K. MUHAMMED

© Karingamannu Kuzhiyil Muhammed

Translated into Marathi Language by Dr. Sulabha Kore

मी भारतीय / अनुवादित आत्मकथन

अनुवाद : डॉ. सुलभा कोरे
Email : author@mehtapublishinghouse.com
मराठी अनुवादाचे व प्रकाशनाचे हक्क : मेहता पब्लिशिंग हाऊस, पुणे.
प्रकाशक : सुनील अनिल मेहता, मेहता पब्लिशिंग हाऊस,
१९४१, सदाशिव पेठ, माडीवाले कॉलनी, पुणे – ३०.
मुद्रक : ट्रिनिटी ॲकॅडमी फॉर कॉर्पोरेट ट्रेनिंग लिमिटेड
मुखपृष्ठ : मेहता पब्लिशिंग हाऊस
प्रथमावृत्ती : ऑगस्ट, २०२१
किंमत : ₹ २३०
P Book ISBN 9789391151638
E Book ISBN 9789391151645
E Books available on : amazonkindle Apple Books Google Play Books

---

* पायरेटेड पुस्तकांची खरेदी-विक्री हा कायद्याने गुन्हा आहे आणि अशा गुन्ह्याविरोधात कायदेशीर कारवाई होऊ शकते.

भूमिका

माझे मित्र के. के. मुहम्मद हे भारतातील प्रसिद्ध पुरातत्त्व शास्त्रज्ञांपैकी एक आहेत. ते केरळमध्ये राहतात, विशेष म्हणजे माझ्या कालिकत जिल्ह्यातच राहतात, याचा मला सार्थ अभिमान आहे. आमची मैत्री फार जुनी म्हणजे पन्नास वर्षांपासूनची आहे. पुरातत्त्व शास्त्रासारख्या वैज्ञानिक शाखेचे सैद्धांतिक, व्यावहारिक आणि सृजनशील ज्ञान मिळविणे, ही अतिशय दुर्लभ गोष्ट आहे. एवढंच कशाला, पण ते ज्ञान नाटकीयरीत्या राष्ट्रसेवेसाठी उपयोगात आणणे ही फारच महत्त्वाची गोष्ट आहे.

मला सांगताना अजिबात संकोच वाटत नाही, की बुद्धीव्यतिरिक्त धैर्य, इमानदारी, साहस, सेवा, तत्परता इत्यादी अनेक गुण असलेल्या व संख्येने फार कमी असणाऱ्या लोकांपैकी मुहम्मद हे एक आहेत.

तसं पाहिलं तर केरळातील कालिकत जिल्ह्यातील अतिशय दूरस्थ गावातील एका रूढीवादी मुसलमान कुटुंबात जन्माला येणे, ही गोष्ट आयुष्यातील फार मोठं यश मिळविण्यासाठी अडचण ठरली असती; पण मुहम्मद यांनी मात्र सर्व प्रकारच्या विपरीत परिस्थितीला तोंड देऊन अयोग्यतेचं सगळ्यात मोठ्या योग्यतेत परिवर्तन करण्याची क्षमता प्राप्त केली.

एके काळी समाजाला धार्मिक मैत्रीचे धडे देणारा केरळ आज मात्र धार्मिक दहशतवादाचे केंद्र बनला आहे. नाहीतर मुहम्मदसारख्या प्रसिद्ध पुरातत्त्व वैज्ञानिकाच्या ज्ञानाचा उपयोग इथल्या विश्वविद्यालयाने योग्य रीतीने करून घेतला असता.

मुहम्मद आणि अलिगढमधील त्यांचं काम अन् तिथल्या काही घटनांच्या बाबतीत मी अगोदरच ऐकून होतो. ऐंशीच्या दशकात त्यांच्याशी माझा प्रत्यक्ष संपर्क झाला. त्यावेळी मी भारतीय इतिहास शोध परिषदेचा अतिशय सक्रिय कार्यकर्ता होतो. बोधगयेत पार पडलेल्या परिषदेच्या वार्षिक संमेलनाच्या अनुषंगाने

अलिगढ विश्व विद्यालयातील इतिहासाचे प्रोफेसर इरफान हबीब यांच्यावर केलेल्या आरोपांमुळे अलिगढ मुस्लीम विश्व विद्यालयाचे पुरातत्त्ववेत्ता मुहम्मद प्रकाशात आले. मी, प्रोफेसर एम. पी. श्रीधरन आणि इतर मित्रांनी एकत्र येऊन मुहम्मद यांना भेटून त्यांना या कामापासून परावृत्त करण्याचा प्रयत्न केला; पण तो प्रयत्न प्रोफेसर इरफान हबीब आणि त्यांच्या साम्यवादी गटाच्या प्रेमापोटी अजिबात नव्हता. त्यांच्याबद्दल आमचंही मत फारसं चांगलं नव्हतं; पण मुहम्मद यांच्या कामामुळे संपूर्ण संमेलनाची वाट लागेल या गोष्टीची आम्हाला भीती होती. भारतीय इतिहासकारांची स्वयंसेवी संघटना, इतिहास परिषद ही भिन्न भिन्न मते असणाऱ्या विद्वान लोकांचे सामान्य व्यासपीठ आहे. प्रोफेसरवर केले गेलेले आरोप हे त्यांच्या विश्व विद्यालय स्तरावरच सोडविले गेले पाहिजेत, त्यासाठी इतिहास परिषदेचे व्यासपीठ वापरणे योग्य नाही, असं आमचं प्रामाणिक मत होतं. शेवटी मुहम्मदना शांत करण्याचे आमचे प्रयत्न यशस्वी झाले; पण मुहम्मदनी जे आरोप प्रोफेसर हबीब आणि अलिगढच्या साम्यवादी गटाच्या बाबतीत केले होते, तशाच प्रकारचे आरोप इतर लोकांनीही त्या लोकांच्या विरोधात केले आहेत. त्यामुळे संकुचित राजकारण, व्यक्तिगत भेदभाव अन् फसवणुकीने त्यांनी फक्त इतिहासच नव्हे तर संस्कृती व जनजीवनच विषारी करून टाकले आहे.

प्रोफेसर इरफान हबीब अतिशय बुद्धिमान आणि प्रयत्नशील व्यक्ती आहेत; पण ते षड्यंत्र करण्याच्या बाबतीतही फारच वाकबगार आहेत. त्यांचे गटवाले साम, दाम, दंड, भेद या सर्व गोष्टींचा प्रयोग करतील, आपल्या विरोधकांना ते सांप्रदायिक व हिंदुत्ववादी म्हणूनही रंगवतील. प्रोफेसर इरफान मुस्लीम संप्रदायवादी नाहीत आणि धार्मिक विश्वास असणारेही नाहीत; पण त्यांचे अनुयायी मात्र मुस्लीम संप्रदायवादाच्या विजयासाठी दिवस-रात्र इतिहास परिषदेत आणि परिषदेच्या बाहेरही प्रयत्न करीत असायचे. बाबरी मशिदीची समस्या सांप्रदायिक समस्या म्हणून वाढविण्यात हिंदुत्ववाद्यांची बुद्धिहीनता आणि साम्यवाद्यांचे षड्यंत्र कारणीभूत ठरले. अलिगढचं राजकीय षड्यंत्र आपल्या आठवणींच्या माध्यमातून लोकांसमोर आणण्याचं फार मोठं काम मुहम्मद यांनी केलं आणि त्यांचं हे कार्य निश्चितच प्रशंसनीय आहे. नवीन पिढीच्या इतिहासकारांसाठी आणि पुरातत्त्व शास्त्रज्ञांसाठी हे एक उत्कृष्ट उदाहरण आहे.

आपल्या प्राथमिक वर्गातील शिक्षक आणि ग्रामीण ग्रंथालयांचे आभार मानत मुहम्मद आपलं आत्मकथन लिहिण्यास सुरुवात करतात. हाच त्यांच्या जीवनविजयाचा आधार आहे. आपल्या बुद्धीने अनेक लोक यश मिळवू शकतात. बुद्धीबरोबरच धैर्य, प्रामाणिकपणा, साहस, सार्वजनिक सेवेची भावना इत्यादी

गुणांमुळे प्रत्यक्ष जीवनात विजय आणि प्रगती करणे शक्य होते. आज भारतात हे गुण एकत्र मिळणं तसं सोपं नाहीये. आणि इथेच मुहम्मद इतरांपेक्षा वेगळे आहेत. आपल्या आत्मचरित्रात त्यांनी घटनांचे सरळ सरळ वर्णन करण्याच्या परंपरेपेक्षा पुरातत्त्व क्षेत्राच्या अतिशय महत्त्वपूर्ण विजयाचा झेंडा फडकविला. मध्यकालीन भारतीय इतिहासात त्यांनी क्रांती घडवून आणली आहे.

सम्राट अकबराच्या धार्मिक मैत्रीचे संगमस्थळ म्हणजे इबादतखान्याचा शोध. हा भारतीय इतिहासातील पहिला मैलाचा दगड आहे. भारतीय इतिहासातील हे एक भावनात्मक मर्मस्थान आहे. या शोधासाठी कठोर परिश्रम, विशिष्ट विश्लेषण क्षमता, विषयाचे सखोल ज्ञान, समर्पणाची भावना, इतिहासाबद्दल प्रेम, अनेक ठिकाणांहून प्राप्त झालेल्या अशाच वस्तूंचे स्मरण इत्यादी अनेक गोष्टी त्या शोधासाठी त्यांना फायदेशीर ठरल्या. सर्वांत महत्त्वाची गोष्ट म्हणजे युक्ती आणि नशिबाने त्यांना त्यांचे ध्येय गाठून दिले आणि त्यातही महत्त्वाची गोष्ट म्हणजे त्यांनी मुघल भारतातील पहिल्या ख्रिस्ती चर्चचाही शोध लावला. प्रोफेसर इरफान हबीब यांनी मात्र आपल्या शिष्याच्या किंवा माजी विद्यार्थ्याच्या या असामान्य विजयाचं कौतुक करण्याऐवजी शिष्याची ही देणगी दफन करण्याच षड्यंत्र रचलं. प्रोफेसरांना ओळखणारे लोक ही गोष्ट सहज समजू शकतात. आपल्या गटाच्या बाहेरील सर्व लोकांशी प्रोफेसर असेच वागले आहेत. माखनलाल सारख्या प्रोफेसरच्या चाहत्यांनी त्यांच्या या कारनाम्यांच्या बाबतीत त्यांना नेहमीच प्रोत्साहन दिलं. मुहम्मद यांनी आपल्या पुस्तकात माखनलाल, जे.पी. जोशी, रामचंद्र गौड़ यांसारख्या लोकांचा उल्लेख केला आहे, ज्यांच्याशी माझा परिचय आहे. मुहम्मद यांनी त्यांच्याबद्दल जे काही म्हटलं आहे, त्यात पूर्वग्रहदूषित किंवा असामान्य असं काहीही नाही.

गोव्यात कुंजाली मरक्कार यांची हत्या करण्यात आलेली जागा स्वच्छ करून जतन करण्यात आली. बॉन जिझस चर्चही जतन करण्यात आले. भारतीय पुरातत्त्व सर्वेक्षणच्या अंतर्गत असलेली काही चर्चेस प्रार्थनेसाठी खुली करण्यात यावीत, अशी मागणी करण्यात आली; पण त्याला कायदेशीर परवानगी नाही म्हणून मुहम्मद यांनी ती मागणी रद्द केली. मुहम्मद यांचे संतुलित विचार आणि निःपक्षपाती भूमिका इथे दिसून येते. आपल्या चांगल्या वर्तणुकीने आणि संवेदनशील स्वभावमुळे छत्तीसगढमधील आदिवासी आणि नक्षलवाद्यांना आपल्या बाजूने आणण्यात मुहम्मद बऱ्याच प्रमाणात यशस्वी झाले.

त्यांचा विविध धार्मिक आणि राजकीय विचारांवर विश्वास आहे. या सर्वच गोष्टींत त्यांचा कमालीचा प्रामाणिकपणा आहे, म्हणून ते टिकले आहेत. नाहीतर त्यांना कधीच चिरडून टाकण्यात आलं असतं. त्यांच्या निष्कपट,

व्यापक दृष्टिकोनाने त्यांचं नेहमीच रक्षण केलं. समायोजित विचार आणि जागरूकतेमुळे ताज कॉरिडॉर प्रकरणात तत्कालीन मुख्यमंत्री मायावती यांची कपट नीती, अतिशहाणपणा आणि लोभ यांना विरोध करून मुहम्मद पुढे जाऊ शकले. हिंदू, मुस्लीम आणि कम्युनिस्ट दहशतवाद्यांशी एकाच वेळी लढून ते पुढे गेले. विविध धर्मावलंबी लोकांच्या तीर्थक्षेत्रांची पुनर्बांधणी करण्याच्या मिळालेल्या संधी हा त्यांना त्यांच्या जीवनाचा विशेषाधिकार आणि पुण्य वाटते. मध्य प्रदेशातील चंबळ येथील दरोडेखोरांच्या स्वाधीन असलेल्या वटेश्वर मंदिराची पुनर्बांधणी करणे हे यातील सर्वांत महत्त्वाचं काम आहे. समाजाने बाजूला सारलेले हे दरोडेखोर. वैर, सूड, हत्या यांच्याबरोबर सतत राहणाऱ्या या लोकांची सुमारे २०० मंदिरे भूकंपात उद्ध्वस्त झाली आणि दगडांचे ढीग बनली. त्याबद्दल कोणीही काहीही केलं नाही. मुहम्मद यांनी मध्यस्थांच्या माध्यमातून त्या दरोडेखोरांशी संवाद साधला आणि आपलं जीवन पणाला लावून मंदिरांची पुनर्बांधणी केली. मानवतेचा धर्म उजळून, धार्मिक मैत्रीचा संदेश देत ही मंदिरे आता दिमाखात उभी आहेत. कंबोडियाचा प्रसिद्ध अंकोरवाट मंदिर समूह या उदाहरणाबरहुकूम विकसित झाला असावा. काहीही असो. मुहम्मदला कैलासात नक्कीच एक चांगली जागा मिळेल. दरोडेखोरांचा नेता होता सरदार निर्भय गुज्जर. निर्भय गुज्जर म्हणजे ही मंदिरे बांधणाऱ्या प्रतिहार राजवंशाची शेवटची कडी. त्याच्या पूर्वजांच्या नावाने त्याचा आत्माभिमान जागृत करून मुहम्मद यांनी दरोडेखोर निर्भय गुज्जरला आपला मित्र बनवले. यामुळे मूर्ती माफियांच्या लुटालुटीपासून ते मंदिरांना वाचवू शकले. त्यांचं हे काम वर्तमानाला प्रभावित करणारं आणि भविष्याला चांगला मार्ग दाखविण्याचं उत्तम उदाहरण आहे. मुहम्मद यांचा दृष्टिकोन असा आहे की, हृदयपरिवर्तन झाल्यामुळे दरोडेखोर असलेला वाल्या वाल्मीकी बनला, तर मानसिकता बदलल्यामुळे निर्भय गुज्जरही बदलला. दरम्यानच्या काळात अनेक घटना घडल्या. नोकरशाहीचे अनेक प्रकार समोर आले. अखेर खनन माफियाने एका आयपीएस अधिकाऱ्याला ट्रॅक्टरखाली चिरडून ठार मारलं. सुदैवाने तिथून बदली झाल्यामुळे मुहम्मद आपला जीव वाचवू शकले.

भारतीय पुरातत्त्व सर्वेक्षणाचे काही चांगले अनुभवही मुहम्मद यांच्या गाठीशी आहेत. परदेशी राष्ट्रांतील नेते जेव्हा भारतभेटीसाठी यायचे तेव्हा भारतातील महत्त्वाची ऐतिहासिक स्मारके दाखवण्याचं काम मुहम्मद यांच्याकडे सोपवण्यात आलं होतं. तीसहून अधिक राष्ट्रनेत्यांना भारताच्या इतिहासाबद्दलची माहिती देण्याची संधी त्यांना मिळाली. स्मारकांच्या भेटीच्या वेळी हे नेते त्यांना अनेक प्रश्न विचारायचे. त्यांच्या प्रश्नांची उत्तरं फार जपून द्यावी लागायची. शब्द

जपून वापरावे लागायचे. कुठलंही उत्तर देशहिताच्या विरोधात असू नये, याची काळजी घ्यावी लागायची. अध्यक्ष, मंत्री, राजदूतांचे सचिव किंवा त्यांच्या पत्नी इत्यादींनी कुठल्याही प्रकारचे प्रश्न विचारले, तरी मुहम्मद यांनी अभ्यास करून आणि पुराव्यांसह त्यांना उत्तरे दिली. कधी कधी बाहेरचे लोकही त्यांना प्रश्न विचारायला शिकवायचे; पण कोणतीही चूक न करता मुहम्मदना अतिशय संयमाने त्यांना उत्तरे द्यावी लागायची.

पाकिस्तानच्या पंतप्रधानांच्या ताजमहाल दर्शनाच्या वेळेची घटना त्यांनी उदाहरणादाखल दिली आहे. मुहम्मद यांच्या इतिहासज्ञानाचं इथे अधिक दर्शन होतं. अमेरिकेचे राष्ट्राध्यक्ष आणि त्यांची पत्नी, जर्मन राष्ट्राध्यक्ष आणि चीनचे पंतप्रधान यांच्या स्वागताची कहाणीही पुस्तकात दिली आहे. ती वाचल्यानंतर मात्र आपल्याला जाणवेल की मुहम्मद एक सांस्कृतिक राजदूत बनण्याच्या योग्यतेचे आहेत.

एका न विसरता येणाऱ्या अनुभवाबद्दल मुहम्मद सांगतात. २०१०मध्ये पत्नी राबियाच्या प्रेरणेतून, त्यांनी भारतीय पुरातत्त्व सर्वेक्षणाच्या कामात सहभागी असलेल्या कामगारांच्या, शालेय शिक्षणापासून वंचित असलेल्या मुलांसाठी खिशातून पैसे खर्च करून तात्पुरत्या तंबूत शाळा सुरू केली. या कामाला वर्तमानपत्रे आणि चॅनल्सनी मोठी प्रसिद्धी दिली. अमेरिकेचे राष्ट्राध्यक्ष आणि त्यांची पत्नी जेव्हा भारतात आले तेव्हा त्यांनी या शाळेतील मुलांना भेटण्याचा आग्रह धरला आणि मुलांना भेटून त्यांचं अभिनंदन केलं. आपल्या आयुष्यातील या प्रसंगाचा मुहम्मदना अतिशय अभिमान वाटतो.

या पुस्तकात मुहम्मद यांनी आपल्या सेवेतील सर्वांत कृतार्थ करणाऱ्या संधीही सांगितल्या आहेत. मध्य प्रदेशातील अमरकंटकमध्ये जीर्ण व पडझड झालेल्या मंदिरांना समाजविरोधी घटकांनी आपला अड्डा बनवलं होतं. त्यांच्यात काही संतवेषधारीही असायचे. सरकार आणि राजकीय पक्षांनी या बाबतीत कोणतीही कारवाई केली नाही. भारतीय पुरातत्त्व सर्वेक्षणाचे अधिकारी मुहम्मद यांनी मात्र त्या असामाजिक तत्त्वांना बाहेर काढलं आणि त्यांच्यापासून मंदिरांची सुटका केली. हे प्रकरण कोर्टात गेलं. एका मुस्लीम अधिकाऱ्याने शंकराचार्यांच्या अनुयायांना विरोध केला आणि मंदिर प्रकरणात हात घातला, ही तक्रार केंद्रीय मंत्र्यांपर्यंत पोहोचली. केंद्रीय मंत्री अंबिका सोनी यांनी मुहम्मदना बोलावलं.

त्यांनी मंत्री महोदयांना तीन फोटो दाखवले. एका फोटोत बेवारस असलेल्या स्थितीतील हे मंदिर असामाजिक घटकांचा अड्डा बनलेले दिसत होते. असामाजिक घटकांना बाहेर काढल्यानंतरचा दुसरा फोटो होता. तिसऱ्या फोटोत बगीचेवाली मंदिरे दिसत होती. ही तिन्ही चित्रे पाहून मंत्र्यांनी त्यांचं अभिनंदन केलं. नंतर

याबाबतीत काहीच अडचणी आल्या नाहीत. त्याचप्रमाणे राजा भोजच्या (वास्तु विज्ञान ग्रंथ 'समरांगण सूत्रधार'चे निर्माते) भोजपूर मंदिरातील महाशिवलिंगात काळाच्या प्रवाहात आणि हवामानामुळे निर्माण झालेले दोष अतिशय सावधानतेने दूर केले हे त्यांच्या सेवाकाळातील फार मोठं यश आहे.

केरळमधील प्राचीन मंदिरे आणि मशिदींमध्ये अजूनही विविध प्रकारचे गैरव्यवहार चालतात आणि अंधश्रद्धा आहेत, या गोष्टीचे मुहम्मदना अतिशय दुःख आहे. निवृत्तीनंतर कालिकत (केरळ)मध्ये राहू इच्छिणारे मुहम्मद या दिशेने भरपूर काम करू शकतात. त्यासाठी सरकार आणि राजकीय नेत्यांना आधी जागृत करावे लागेल आणि लोकांमध्ये सुधारणावादी मोहीम राबवावी लागेल.

निवृत्त होण्यापूर्वी मुहम्मदनी एक महत्त्वाची योजना सुरू केली. राजधानी दिल्लीच्या सिरी फोर्टजवळ भारताच्या विविध प्रदेशांची ऐतिहासिक आणि सांस्कृतिक ओळख प्रतिबिंबित करणारे प्रतिकृती संग्रहालय (Replica Museum) उभारण्यात आले. अनेक प्रमुख व्यक्तींनी ते संग्रहालय स्थापित करण्याच्या कामात मदत केली. शेवटी शेवटी हे प्रकरण कोर्टात गेलं. सरकारने या कामात फारशी तत्परता दाखवली नाही. भारतीय पुरातत्त्व सर्वेक्षण आणि सरकारच्या परवानगीशिवाय या संग्रहालयाची स्थापना करण्यात आली होती. या गोष्टीमुळेच मुहम्मद यांच्यावर शिस्तभंगाची कारवाई करण्यात यावी, असा दबाव आला.

मुहम्मदनी नव्या 'अशोक अभिलेख' नावाने विद्यार्थ्यांना सम्राट अशोकाचे धार्मिक उद्गार शपथ म्हणून शिकवले. सारनाथ आणि सांचीमध्ये त्याची पुनरावत्ती झाली. भारतीय पुरातत्त्व सर्वेक्षणाच्या सेवेत मुहम्मद कधी कधी उच्च अधिकाऱ्यांच्या नाराजीला पात्र ठरले. गोवा, चेन्नई, छत्तीसगढ, आग्रा, भोपाळ इत्यादी भारताच्या अनेक भागांत काम करण्याची त्यांना जी संधी मिळाली तिचा त्यांनी योग्य रीतीने वापर केला व पुरातत्त्वशास्त्रात ज्ञान मिळवण्यासाठी त्या संधीचा त्यांनी वापर केला. परकीय आक्रमण आणि आगमनामुळे भारताचा सांस्कृतिक वारसा उद्ध्वस्त झाला; पण मुहम्मदांनी मात्र आपल्याला भोगावं लागलेलं दुःख वरदानाच्या रूपात घेतलं आणि त्याचा पुराव्यासहित प्रचार करण्यासाठी या आठवणी लिहिल्या आहेत. हा त्यांचा जाहीरनामा (manifesto) आहे.

मी प्रार्थना करतो, की भविष्य काळातही के. के. मुहम्मदना सरकारच्या मदतीने किंवा सरकारच्या मदतीशिवायही आपली चांगली कामे सुरू ठेवण्यासाठी ईश्वर चांगले आरोग्य आणि सौभाग्य प्रदान करो. या पुस्तकासंबंधी माझ्या दोन सूचना मी देत आहे. सर्वप्रथम या आत्मकथनाचा हिंदी आणि इंग्रजीत अनुवाद केला गेला पाहिजे. दुसरं म्हणजे, मुहम्मद यांच्या इच्छेनुसार आणि आदर्शानुसार

खासगी संस्था म्हणून एका पुरातत्त अध्ययन केंद्राची (Institute of Archaeological Studies) स्थापना करणे. हे केंद्र दक्षिण भारतात, विशेषतः केरळमध्येच सुरू करण्यात यावे.

मला आशा आहे की या पुस्तकाचे वाचक या सूचनांची अंमलबजावणी करण्यासाठी आवश्यक समिती स्थापन करण्याचा प्रयत्न करतील.

– **डॉ. एम. जी. एस. नारायण,** पूर्व सचिव
भारतीय इतिहास अनुसंधान परिषद (आयसीएचआर)

प्रस्तावना

आयुष्यातील पार केलेले रस्ते, भेटलेली माणसे, केलेले यज्ञ- 'मी भारतीय' चे सार आहे, संचित आहे.

दहापेक्षा जास्त राज्यांत जाऊन भारतीय संस्कृतीची मुळं शोधून तीर्थयात्रा करायच्या हिंदू, बौद्ध, जैन, ख्रिश्चन, इस्लाम या सर्व धर्मांच्या प्रवाहात सचैल न्हाऊन निघायचं, तिथंच रात्री झोपून जायचं अन् सगळ्यांच्या गाभ्याला स्वत:त रिचवून आत्मसात करायचं, किती अनमोल अनुभव आहे हा!

बिंबिसार, अशोक, समुद्रगुप्त, हर्षवर्धन, अकबर, शहाजहान, अल्फान्सो-डी-अल्बुकर्क इत्यादी राजे अन् सम्राटांची ऐतिहासिक स्मारके भारतीय इतिहासातील मैलाचे दगड आहेत. इतिहासाच्या प्रत्येक विद्यार्थ्याची ही अभिलाषा व महत्त्वाकांक्षा असते की स्मारकांच्या पुनर्निर्माण प्रक्रियेचा भागीदार होण्याची संधी त्याला मिळावी. माझी ही इच्छा, अभिलाषा पूर्ण झाली. हे सारं काही करण्याची संधी मला मिळाली. या स्मारकांच्या पुनर्निर्माण प्रक्रियेत माझी फार महत्त्वाची भूमिका असल्याने त्या स्मारकांच्या जागी राहणारे लोक आजही माझी आठवण काढतात.

अलिगढपासून सुरू झालेल्या माझ्या या प्रवासात मला काही प्रतिमा तोडाव्या लागल्या; पण हो, तुम्ही चुकीची समजूत करून घेऊ नका. हे काही समाजात क्रांती करणाऱ्या मोहिमेविरुद्ध केले गेलेले आंदोलन नाहीये. मी क्रांतिकारी संघटनांचा नेहमीच आदर करतो; पण हे मतभेद अगदीच वैयक्तिक आहेत. भारतीय पुरातत्त्व सर्वेक्षणातील माझ्या नोकरीच्या कारकिर्दीत मला राज्य शासनाच्या अनेक अधिकाऱ्यांना विरोध करणे भाग पडले. हिंदू-मुस्लीम संप्रदायवाद्यांच्या मताला किंमत न देता काही अप्रिय पण सत्य गोष्टी उघडपणे सांगाव्या लागल्या. अल्पसंख्याकांच्या सांप्रदायिकतेला प्रत्यक्ष किंवा अप्रत्यक्षपणे प्रोत्साहन देणाऱ्या साम्यवादी इतिहासकारांनाही माझे बोलणे आवडले नाही.

या आठवणी वाचकांसमोर मांडण्यासाठी राजीव मांकोटील, पी. मुस्तफा, टी. एच. वत्सराज, अनिश कुट्टन इत्यादी पत्रकारांनी मला भागच पाडले अन् शेवटी अनिश कुट्टनच्या आग्रहासमोर मी शरणागती पत्करली.

'मातृभूमी' कडून प्रकाशित पं. जवाहरलाल नेहरूंच्या 'भारत एक खोज', 'विश्व इतिहास संग्रह' यांसारख्या पुस्तकांनी पुरातत्त्व व इतिहास इत्यादी विषयांमधील माझ्या आवडीला एक रूप अन् भावना दिली. या दोन्ही पुस्तकांचा इंग्रजी अनुवाद मी नंतर वाचला. त्यानंतर या पुस्तकात सांगितलेल्या प्रदेशांतून मी प्रवास केला. या पुस्तकांवर आधारित दूरदर्शन मालिकाही पाहिली; परंतु खरं सांगू? या पुस्तकाच्या मल्याळी अनुवादाने मला एवढं संमोहित केलं की या पुस्तकाच्या इंग्रजी अनुवादाने किंवा या पुस्तकाच्या दूरदर्शन मालिकेच्या दृश्य रूपांतरणाने देखील मला तेवढं प्रभावित केलं नाही अन् याचं नेमकं कारण मला अजूनही सापडलेलं नाही.

या पुस्तकासाठी आपली प्रस्तावना देऊन प्रसिद्ध इतिहासतज्ज्ञ डॉ. एम.जी.एस. नारायण यांनी माझ्यावर अपार उपकार केले आहेत. त्यांचे आभार शब्दातीत आहेत.

जाती व धर्मरहित मानव समाजाची रचना करण्याचे आवाहन करणारे महान समाजसुधारक नारायण गुरुदेव यांना हे पुस्तक मी सश्रद्ध अर्पण व समर्पित करीत आहे.

– के. के. मुहम्मद

दोन शब्द अनुवादकाचे

'पुस्तक आवडले तर अनुवाद करता येईल' असे सांगून 'मैं भारतीय हूँ' हे पुस्तक मी वाचायला सुरुवात केली. पुस्तक वाचताना ही गोष्ट डोक्यात होतीच. साधी भाषा, सरळ निवेदन अन् घटनांतील वेगळेपण घेऊन 'मैं भारतीय हूँ' हे श्री. के. के. मुहम्मद लिखित आत्मकथनात्मक पुस्तक माझ्यासमोर उलगडत गेले. या पुस्तकातील निखळपणाने पुस्तक वाचताना सतत माझा पाठपुरावा केला. काही सांगायचं आहे म्हणून सांगत गेलो, असा तो प्रकार नव्हता तर मला पटला, मला असा जाणवला म्हणून तुम्हाला सांगितला, असा तो प्रकार होता. त्यामुळेच या पुस्तकाचा अनुवाद करताना मलाही वेगळं समाधान मिळालं. भारतीय पुरातत्त्व खात्यात नोकरी करताना श्री. के. के. मुहम्मद यांनी अनेक ठिकाणी उत्खनन केले, अनेक ठिकाणी पुनर्निर्माण केले, काही अतिशय संवेदनशील अन् विवाद असलेल्या ठिकाणांची त्यांनी पुनर्स्थापना केली; परंतु हे सारं करताना त्यांच्या मनात एकच भाव होता, अन् तो म्हणजे त्या भागांचं ऐतिहासिक महत्त्व.

अनेक विचार, अनेक ऐतिहासिक तथ्यं वाचकांपुढे मांडताना एक निर्मळ, निष्पक्ष भूमिका मागच्या पार्श्वभूमीवर विहरताना दिसते. ही भूमिका सडेतोड तर आहेच; पण तोडण्याच्या नाही तर सांधण्याच्या प्रक्रियेवर विश्वास ठेवणारी आहे. जातिभेद, धार्मिकतेच्या सीमारेषा पार करून सौख्य अन् सौहार्दाची सतत पाठराखण करणारे हे कथन एका 'सच्च्या भारतीया'शी आपली ओळख करून देते. सरकारी नोकरी करीत असताना येणारे कडू-गोड अनुभवही हे पुस्तक तेवढ्याच परखडपणे आपल्यासमोर मांडते.

सध्याच्या जातिभेदाच्या चिखलफेकीत असं एखादं सफेद कमल फुलून यावं आणि त्याने आपल्या सौंदर्य व सुगंधाने आसमंत भारून टाकावा, तसाच

हा प्रकार आहे. या पुस्तकाने मला भारून टाकलं व त्यातील निखळतेने मला वेढून घेतलं. पुस्तकाचा अनुवादही मी केला, हे ओघानेच आलं.

या पुस्तकाच्या निमित्ताने श्री. के. के. मुहम्मद यांच्याशी अनेक वेळा बोलणं झालं. अतिशय साधा, सरळ, व्यवहाराशी फारसं देणं-घेणं नसलेला, शब्दांचा पक्का व वागण्यात सच्चा माणूस. 'या पुस्तकाचा अनुवाद आपण करा आणि या पुस्तकाचं मानधन कॅन्सर सोसायटीला जाऊ दे' असं स्वत:हून सांगणारे किती लेखक असतात?

अनुवादानंतर 'मेहता पब्लिशिंग हाऊस'च्या श्री. सुनील मेहता यांच्याशी बोलणं झालं. त्यांनी प्रकाशनाची जबाबदारी स्वीकारली. साहित्य व व्यवहाराचा उत्तम मेळ साधणारे हे प्रकाशन मला लाभले, याचा मला आनंद आहे. अनुवादासाठी हे पुस्तक मला सुचविणारे श्री. यशवंत चौघुले आणि 'मी भारतीय'चे नायक श्री. के. के. मुहम्मद, अशी ही त्रिमूर्ती. या त्रिमूर्तीचे मनापासून आभार! 'मेहता पब्लिशिंग हाऊस'च्या योजना यादव यांचेही आभार. या पुस्तकाचा मराठी अनुवाद 'मी भारतीय' या शीर्षकांतर्गत तुमच्या समोर आहे. या पुस्तकातील अनुभवांचा नितळ व निखळपणा वाचकांनी अनुभवावा आणि आपल्या प्रतिक्रिया नोंदवाव्यात, एवढीच विनंती!

– डॉ. सुलभा कोरे

अनुक्रमणिका

भाग-एक

भाग-दोन

भाग एक

ज्ञानार्जनाच्या दिशेने वाटचाल

माझी कर्मभूमी म्हणजे इतिहासाचा शोध, इतिहासाच्या गाभ्यात उतरणे अन् नवीन शोध लावणे. नोकरीतून निवृत्त झालो तरी याच प्रकारची कामे मी सतत व योग्य तऱ्हेने पूर्ण करावीत, एवढीच माझी स्वत:कडून अपेक्षा आहे. आता तुम्ही म्हणाल की मी एवढा समाधानी कसा काय किंवा इतरांच्या अपेक्षांप्रमाणे मी नेमके कसे काय काम करतो. तर, त्याबद्दल मी एवढंच सांगेन की या साऱ्याचं श्रेय माझ्या प्राथमिक शिक्षणाला म्हणजेच अनपेक्षितपणे मला मिळालेल्या माझ्या प्राथमिक शिक्षणाला जातं. खरं सांगायचं तर शिक्षणाच्या क्षेत्रात माझा प्रवेश अगदी अनपेक्षितच झाला. माझ्या शिक्षणाबद्दल मी जेव्हा खोलात जाऊन विचार करतो किंवा शिक्षण पूर्ण झाल्यानंतर त्याचं विश्लेषण करण्याचा प्रयत्न करतो तेव्हा माझ्या लक्षात येतं की पुढच्या पिढीला मार्ग दाखविण्यासाठी काही ऐतिहासिक स्मारकांचं पुनर्निर्माण अन् संरक्षण करण्यासाठी माझ्या शिक्षणाचा उपयोग झालाय. भविष्याच्या दृष्टीने समाजाची प्रगती व विकासासाठी मदत करणाऱ्या ऐतिहासिक सत्याला अजिबात बिघडवून चालणार नाही. जर खरंच एखादी ऐतिहासिक चूक झालीच असेल तर ती चूक दुरुस्त करण्यासाठी काही संधी शोधाव्या लागतील. नेमक्या याच उद्देशाने मी नोकरीत असतानाचे माझे अनुभव एकत्र करून वाचकांपुढे मांडत आहे. माझ्या प्रामाणिक मनाला व सद्सदविवेक बुद्धीला पटणारे अन् मनाच्या कंगोऱ्यांवर घासूनपुसून लख्ख झालेले माझे विचार मी तुम्हाला समर्पित करीत आहे.

उत्तर केरळातील कोझिकोड (कालिकत) जिल्ह्यातील अतिशय दूरस्थ गाव, कोडूवल्लीतील एका पारंपरिक मुस्लीम कुटुंबात माझा जन्म झाला. माझ्या वडिलांचे नाव, विरावकुट्टी अन् आई, मरियुम्मा! माझी आई हजला जाऊन आली अन् हज्जुमा बनली होती. तसे माझे आई-वडील दोघंही अशिक्षित, त्यांना शाळेत जायची संधी मिळाली नाही. त्यामुळे, त्यांची इच्छा होती की मीही

मुसलियार म्हणजेच मुस्लीम धर्मगुरू बनावे. या बाबतीत आईचा उत्साह जरा दांडगाच होता; कारण ती जरा जास्तच धार्मिक होती. आपला एक मुलगा मृत्यूनंतरची क्रियाकर्मे किंवा अंतिम धार्मिक कृत्ये करणारा इमाम असावा, एवढीच तिची इच्छा होती. माझे वडील माझ्या गावातील कदाचित पहिले लॉरी ड्रायव्हर असावेत. त्यांच्याकडे एक लॉरी (सामान वाहण्याची छोटी गाडी) होती. गाड्यांचे परमिट, लायसन्स वगैरे बनवून देण्याची कामेही ते करायचे. या कामांमुळेच त्यांना गावचे लोक 'कोडुवल्ली आर.टी.ओ.' म्हणायचे. खरंतर माझ्या वडिलांना स्वत:चे नाव लिहिणे व स्वत:ची सही करण्याइतपतच ज्ञान होतं; परंतु परिवहन (आर.टी.ओ.) कार्यालयाशी संबंधित सगळी कामे त्यांना माहीत होती अन् ते ती सर्व कामे करायचे. आपल्या अनुभवाच्या आधारे त्यांनी हे सर्व व्यावहारिक ज्ञान मिळविले होते अन् आपल्या कामांमुळे त्यांनी गावच्या लोकांचा विश्वासही मिळविला होता.

माझं लहानपण दुष्काळाच्या छायेत गेलं. खाण्यापिण्याच्या पदार्थांची तर वानवाच असायची. मोहरमच्या महिन्यात माझी आई शंभराहून अधिक मुलांना भाताची पेज (कांजी) द्यायची. दूरदूरच्या गावांतील मुले ही पेज पिण्यासाठी आमच्या घरी यायची. याव्यतिरिक्त प्रत्येक शुक्रवारी ती दहापेक्षा जास्त अनाथ मुलांना जेवण द्यायची. या सर्व गोष्टी पाहत मी मोठा होत होतो. हे सर्व पाहताना कदाचित ती सर्व नैतिक मूल्ये माझ्यात आली असावीत. माझ्या मोठ्या भावाने म्हणजेच के. के. हंसाने आपला मार्ग निवडला. तो वडिलांच्या पावलावर पाऊल टाकीत लॉरीच्या धंद्यात उतरला अन् सध्या तो केरळ लॉरी मालक संघाचा पदाधिकारी आहे. माझा दुसरा भाऊ अब्दुल रहमान व्यापारी आहे. के. के. सुबैर ट्रेनर आहे. माझे आणखी दोन भाऊ के. के. बशीर व के. के. फैजलही व्यापारी आहेत. मला हुआइश अन् सुहरा या दोन बहिणीही आहेत.

माझ्या आतापर्यंतच्या आयुष्यात माझ्या अनेक नातेवाइकांनी व मित्रांनी मला मदत केलीय; पण माझी सर्वांत जवळची मैत्रीण माझी पत्नीच आहे. माझे कुटुंब, माझी मुले अन् आतापर्यंतच्या आयुष्यात मला जे काही यश मिळाले त्याचे सर्व श्रेय तिलाच जाते. तसा मी आळशी प्राणी आहे. टापटिपीने राहणेही मला जमत नाही. कॉन्फरन्स असू दे किंवा बैठका असू देत, माझी जाण्याची तयारी किंवा त्यासाठी बोलण्याची तयारी करण्याची आठवण करून देण्याचे किंवा तयारी करण्याचे कामही माझी पत्नी राबिया करते. ती माझी खासगी सचिवच आहे. आग्रा, दिल्ली, भोपाळ, कार्यक्रम कुठेही असू दे, ती फार छान पद्धतीने सगळी कामे निभावून नेते. कुटुंब अन् मित्रमंडळींचे या पद्धतीने सहकार्य अन् मदत मिळाल्यानेच मी माझं सरकारी काम चांगल्या तऱ्हेनं निभावू शकलो. लोकांनी

माझी कामे पाहिली, त्या कामांना त्यांनी दाद दिली अन् जेव्हा जेव्हा गरज लागली तेव्हा तेव्हा मला मदतही केली. हे सर्व माझे शुभचिंतक व माझ्यासारखाच विचार करणारे होते. त्या सर्व लोकांचा मी ऋणी आहे.

वयाच्या पाचव्या वर्षी मदरशातून माझ्या शिक्षणाला सुरुवात झाली. एका वर्षानंतर माझे सर्व मित्र शाळेत जाऊ लागले; पण मला मात्र शाळेत प्रवेश मिळाला नाही. मी एकटाच मागे राहिलो. ते एकटेपण फार वाईट होतं. दिवसभर माझ्याबरोबर बोलायला किंवा खेळायला कुणीच नसायचं. हे एकटेपण मला नकोसं होतं अन् या एकटेपणानेच मला शाळेत जायची प्रेरणा दिली. शाळेत जायची माझी इच्छा माझ्या आईने, माझ्या मामांच्या कानावर घातली. मामांना हे सांगताना एक खोटी पुस्तीही जोडली गेली की माझ्या वडिलांनीच मला शाळेत भरती करण्याची, त्यांना व्यवस्था करायला सांगितलं आहे. अन् खरं सांगतो, त्या एका खोट्या पुस्तीने माझ्या शालेय शिक्षणाचा श्रीगणेशा झाला. त्या वेळी ते खोटं बोललं गेलं नसतं तर कदाचित कुठेतरी मी पगडी घातलेला मुसलियार मुस्लीम धर्मगुरू बनलो असतो.

छोट्या छोट्या गावांचं राज्य आहे, केरळ! त्यामुळे लोकांना, एक दुसऱ्याला आपलेपणाने, सहजपणे भेटणं शक्य होतं; परंतु आता मात्र ही स्थिती बदलली आहे. पूर्वीसारखा आपलेपणा आता उरला नाही. नात्यांमध्येही दुरावा दिसून येतो अन् माझ्या मते याचं कारण आहे, सध्याची परिस्थिती.

आमच्या पिढीचा जर विचार केला तर आमच्या पिढीच्या शाळा गावापासून दूर असायच्या. दररोज मैलोन्मैल चालत जावं लागायचं, तेव्हा कुठे शाळेत पोहचायचो. निसर्ग, शेतीवाडी अन् वेगवेगळ्या वयोगटातील माणसांशी मिळून-मिसळूनच आयुष्य पुढे सरकत होतं; पण लहानपणी ज्या ज्या लोकांना मी भेटायचो, बोलायचो, ती सर्व माणसे आजही माझ्या आठवणींच्या कोषात आहेत; पण आज माझ्या गावातील नव्या पिढीशी माझी तेवढी ओळख नाहिये. ते मीडियामुळे मला ओळखतात. यात माझ्या लहानपणीच्या मित्रांची व नातेवाइकांची मुलेही आहेत. खरं पाहिलं तर या नवीन पिढीला, बाहेरच्या जगाशी मिळून-मिसळून राहण्याची किंवा आपल्या भावना व्यक्त करण्याची संधीच मिळत नाही. त्यांच्या घराच्या दरवाज्यात गाडी येते अन् त्यांना शाळेत घेऊन जाते. त्यांची शाळाही गावात किंवा गावाजवळ नसते. त्यामुळे घरी परतताना देखील ते गाडीनेच येतात. याचा परिणाम असा होतो की समाजातील समस्यांचा किंवा बाहेरच्या जगाशी कुठल्याही प्रकारचा संबंध न ठेवणाऱ्या एका पिढीचा जन्म होतो. आजच्या मुलांचे मित्र म्हणजे त्यांचा मोबाइल, टी.व्ही. अन् कॉम्प्युटरसारखी माध्यमे. टी.व्ही.च्या चॅनेल्सबद्दल म्या पामराने काय सांगावे! अनेक चॅनेल्स अन्

अनेक प्रकार! मुलांना या सर्व गोष्टींची सवय लागते, नव्हे त्यांना त्यांचे व्यसनच जडते. आता ही स्थिती बदलणार कोण! आई-वडिलांनीच मुलांच्या लहानपणापासूनच ही स्थिती बदलण्याची जबाबदारी निभावायला हवी.

शाळेतील लहान लहान वर्गांतून केलेली ती पाठांतरे, तो अभ्यास, ते शिक्षक मला अजूनही आठवतात. नारायणी टीचर, अबू बकर सर, गंगाधरन सर, गोविंदन सर, वेलायुधन सर, सुसान कुरियन जी , कासीं सर, सैनबा टीचर, शशिधरन सर, माल्लू सर, रिझवान सर, साऱ्यांशी आजही माझे घनिष्ठ संबंध आहेत. खादीधारी गंगाधरन सर वर्गात नेहमीच जनकल्याणाची कामना करणाऱ्या प्रार्थनेने सुरुवात करायचे. पहिल्यांदा त्यांनीच मला लाल किल्ला व ताजमहालबद्दल माहिती दिली. अबू बकर सर तर डोक्यावर पगडी घालून एखाद्या मुसलियार (मुस्लीम धर्मगुरू) सारखे वर्गात यायचे. आपल्या अतिशय आकर्षक शैलीने ते 'रामायण' व 'महाभारता'च्या कथा, एवढ्या सुरम्य पद्धतीने शिकवायचे की त्या आजही मला आठवतात. भारतीय इतिहासाच्या व पुराणाच्या त्या गौरवशाली गाथांनी त्या लहान वयातच मला मोहिनी घातली. त्यानंतर मोठा झाल्यावर त्या त्या जागी जाऊन त्या स्मारकांना, मी प्रत्यक्ष जवळून पाहिलं. मी जेव्हा त्या जागांच्या संशोधनासाठी तिथे गेलो तेव्हा माझ्या या शाळेतील गुरुजनांचे मी प्रथम स्मरण केले. सीतादेवीचा विदेह, श्रीरामचंद्रांची अयोध्या, सम्राट अशोकाचे पाटलिपुत्र, अकबराचे फतेहपूर सिक्री, जहाँगीरचा आग्रा, शाहजहाँची दिल्ली इत्यादी मोठमोठ्या साम्राज्यांच्या स्मशान नगरीत बसून वेगवेगळ्या संस्कृतींच्या बाबतीत विचार करणे अन् संशोधन करणे, हा एक वेगळाच अनुभव आहे. माझ्या कुटुंबीयांसमवेत मी पाच वर्षं लाल किल्ल्यात राहिलोय.

जेव्हा २००१ला पाकिस्तानचे पंतप्रधान परवेझ मुशर्रफ यांना लाल किल्ला दाखविण्याची मला संधी मिळाली तेव्हा प्रथम मी गंगाधरन सरांकडे जाऊन त्यांचा आशीर्वाद घेतला. भारतीय संस्कृतीचे गोडवे गाणाऱ्या गंगाधरन सरांनी मला इंग्लिशचे प्राथमिक ज्ञान दिले, क्लासिकल इंग्लिशमध्ये बोलणाऱ्या सुसान टीचरने मला मोफत ट्यूशन दिली, कासीं मास्टरजींनी भाषण स्पर्धेची तयारी करून घेताना सामाजिक क्षेत्रातही पुढे येण्यासाठी प्रेरित केले. वेलायुधन सरांची आठवण आली तरीही माझे मस्तक झुकते. या सर्वच गुरुजनांनी मला जे ज्ञान दिले, जे शिकविले त्याने माझ्या पुढच्या आयुष्याची वाट मोकळी केली अन् माझं भाग्य उजळविले. माझ्या या सर्व आदरणीय, पूजनीय गुरुजनांचा मी आजन्म ऋणी आहे व राहीन. त्या सर्वांना माझा मानाचा मुजरा!

कोडुवल्ली अब्दुल कादर, ए. के. मुहम्मद सर, के. अबूजी (व्यवस्थापक, भारतीय स्टेट बँक), करुंपायल अब्दुल कादर, टी.एम.सी. मुहम्मद, पी. सी.

मुहम्मद, पी. सी. उस्सयिन कुट्टी, ए. के. अब्दुल खादर, हंसा, के. अबू इत्यादी लोकांच्या नेतृत्वाखाली चालणाऱ्या मुस्लीम धर्मभाषण प्रशिक्षण क्लासचा सचिव म्हणून मी शिकत असताना काम केलं होतं; पण मी काम करत असताना या क्लासचं काम फक्त धार्मिक भाषणापुरतंच मर्यादित राहिलं नव्हतं, तर वाईट मार्गाने जाणाऱ्या अनेक तरुणांना योग्य मार्गावर आणून सोडण्याचं यश आम्हाला मिळालं. या क्लासची एक शाखा म्हणून 'नुसरत-उल-इस्लाम' नावाने एका संस्थेची स्थापना देखील करण्यात आली होती. आज ती संस्था सेवाक्षेत्रात अतिशय महत्त्वाचं काम करणारी संस्था म्हणून समाजात ओळखली जाते.

माझ्या अनुभवांवरून मी एवढंच सांगू इच्छितो की कुठल्याही व्यक्तीच्या उज्ज्वल भविष्याची सुरुवात त्या व्यक्तीला ग-म-भ-न शिकविणाऱ्या त्याच्या शालेय शिक्षकांपासूनच होते. लहान मुलांवर या शालेय शिक्षकांचा फार प्रभाव पडतो; पण आपल्याकडे पुढचं आयुष्य पेलणाऱ्या, जीवनातील नैतिक मूल्यं सुरुवातीलाच शिकविणाऱ्या, शालेय शिक्षकांना एवढं महत्त्व आपण देत नाही, अन् विद्यार्थ्यांच्या भविष्याची फारशी जबाबदारी न घेणाऱ्या कॉलेजच्या प्राध्यापकांना आपल्या लेखी फार महत्त्व असतं. आपण त्यांना भक्कम पगार अन् सर्व सुखसोयी देतो. माझ्या मते हा प्रकार बदलायला हवा. या दोन्ही प्रकारच्या शिक्षकांत जो भेदभाव आहे तो दूर करून एक संतुलित दर्जा आणि स्थिती द्यायला हवी.

◆

वाचनाचे विशाल जग

माझ्या व्यक्तिमत्त्व विकासात, माझ्या गुरुजनांचा अन् गावातील पुस्तकालयाचा फार मोठा वाटा आहे. माझं गाव म्हणजे मुस्लीमबहुल क्षेत्र आहे. त्यामुळे माझ्या शिक्षणाची सुरुवात मदरशातूनच झाली. मदरशाचे मुख्य मुल्ला अबूबकर हे गावातील अतिशय प्रभावशाली व दिव्यत्व असलेल्या पुरुषांपैकी एक होते. मशीद दरसूच्या माध्यमातून मुनव्विरुल उलूमचे पी. सी. मुहम्मद मुसलियार, पी. सी. हुसैन मुसलियार इत्यादींनी मला इस्लामच्या बाबतीतले ज्ञान दिले. अल मद्रसतुल इस्लामियाच्या वर्गांनी मला इस्लामच्या बाबतीत नवीन दृष्टिकोन दिला अन् मला नवीन विचारही दिले. याव्यतिरिक्त पी. पी. अब्दुसलाम मौलवी, मोईतीन कुट्टी मौलवी, मोयतु मौलवी इ. या लोकांचा उल्लेख केल्याशिवाय मी पुढे लिहू शकणार नाही. आमच्या गावात लोकनेता परिकुट्टी यांनी प्राथमिक विद्यालयाची स्थापना केली अन् के. व्ही. हाजी यांनी माध्यमिक विद्यालयाची स्थापना केली. माझ्या गावाच्या विकासात अन् प्रगतीसाठी आम्ही सर्वजण त्यांचे आजन्म ऋणी आहोत. या दोन महान माणसांनी जर गावात शाळेची सुरुवात केली नसती तर माझ्या पिढीचे लोक फक्त लॉरी ड्रायव्हर किंवा छोटे धंदेवालेच बनले असते. आमच्यासाठी मशाल घेऊन पुढे जाणाऱ्या अन् प्रकाशाने आमचा मार्ग उजळविणाऱ्या या महापुरुषांना माझा प्रणाम! टी. के. परिकुट्टी हाजींना माझ्याकडून विशेष प्रणाम; कारण त्यांनी माझ्या कोडुवल्ली गावातील प्रसिद्ध अनाथाश्रमाला आजचा प्रगतीचा मार्ग दाखविला.

पाचवीपर्यंत माझं शिक्षण, माझी मातृभाषा मल्याळममध्ये झालं व त्यानंतर मी अरबी भाषा शिकलो. धर्माच्या अभ्यासाने मला माझी स्वत:ची परिपक्वता दिली अन् त्यामुळेच कदाचित तत्त्वज्ञानाकडे माझा ओढा जरा जास्तच वाढला. मी जेव्हा १९६९मध्ये हायस्कूलमध्ये शिकत होतो तेव्हा ओ. कोरन नामक एक दलित मंत्री आमच्या गावी भाषण द्यायला आले होते. आमच्या गावचा दलित

नेता उण्णी या कार्यक्रमाचा संचालक होता अन् अशा संचालकांशी माझे चांगले संबंध असल्याने मलाही मंचावर येऊन भाषण द्यायची संधी मिळाली. गांधीजींच्या हरिजन उद्धाराबद्दल मी बराच अभ्यास केला होता अन् माझे ते ज्ञान मी इथे मंचावर मांडले. वर्णाश्रमाची सुरुवात अन् हिंदू धर्माच्या रूढीवादी परंपरा व दुराचारांबद्दल मी माझे विचार मांडले. वेद अन् उपनिषदांमधील मंत्रही मी उद्धृत केले. माझे भाषण लोकांना आवडले. माझ्या कोडुवल्ली गावातील हरिजन सभेत एका दुसऱ्या धर्माच्या मुहम्मदनेही भाषण दिलं; पण ते लोकांना आवडलं नाही; पण त्यानंतर लोकांनी मला 'हरिजन मुहम्मद' या नावाने हाक मारायला सुरुवात केली.

माझ्या अनुभवांवरून मी एवढंच सांगू इच्छितो की समाजसुधारणेची सुरुवात पुस्तकालयांपासून होते. माझ्या गावात जर पुस्तकालय नसतं तर मी आज के. के. मुहम्मद बनलो नसतो. पुस्तकांनी मला जे ज्ञान दिलंय त्याचा उपयोग मला भविष्यात होईल, या गोष्टीची मी अजिबात कल्पनाही केली नव्हती. त्या वेळी म्हणजे १९६९च्या दरम्यान मल्याळममध्ये सकारात्मक विचार अन् स्वयंविकासाची भावना (Self Development and Positive Thinking) निर्माण करणारी पुस्तकं अजिबातच नव्हती. इंग्लिशमध्ये मात्र अशी पुस्तकं होती; पण आमचं इंग्लिश यथातथाच असल्याने पुस्तकालयांतून ती पुस्तकं घेऊन, वाचून त्यांचा अर्थ लावण्याचा प्रयत्न मी केला. प्राथमिक शाळांतील शिक्षकांचा शाळेतील मुलांवर ज्याप्रमाणे फार मोठा प्रभाव असतो, त्याचप्रमाणे एखाद्या माणसाचे भविष्य घडविण्यात पुस्तकांचा फार मोठा वाटा असतो. त्या वेळी पुस्तकालयातून मला जवाहरलाल नेहरूंचं 'भारत एक खोज', राहुल सांकृत्यायन यांचे 'विश्व दर्शन', अन् 'विश्व इतिहास संग्रह' या पुस्तकांच्या अनुवादांनी मला व्यापून टाकलं होतं.

राहुल सांकृत्यायन यांचं 'विश्वदर्शन', या पुस्तकाचा मल्याळम अनुवाद वाचून मी वेडावून गेलो. जन्माने ब्राह्मण असलेल्या या पंडित महाशयांनी बौद्ध धर्माचा स्वीकार करून ते बौद्ध धर्माचे प्रवर्तक बनले. मी पाटण्यामध्ये बौद्ध केंद्रांच्या सुरक्षेचं काम पाहत असताना माझे मित्र ओ. पी. पांडे, एकदा एका वृद्ध स्त्रीला सोबत घेऊन, माझ्याकडे आले. त्यांनी त्या वृद्ध स्त्रीशी माझी ओळख करून दिली. ती राहुल सांकृत्यायन यांची तिसरी पत्नी होती. अगोदर ती त्यांची खासगी सचिव होती अन् नंतर ती त्यांची पत्नी बनली. जेवताना राहुल सांकृत्यायन यांच्या माझ्यावर असलेल्या बौद्धिक ऋणाबद्दल मी त्यांना सांगितलं.

लहानपणी वाचलेल्या पुस्तकांतून मिळालेले माहितीचे भांडार मला मध्य प्रदेश, उत्तर प्रदेश, बिहार अन् दिल्लीत काम करताना अतिशय उपयोगी पडले.

पुस्तकांचे महत्त्व मला कळून चुकले होते. पुस्तकांमुळे हे सारे प्रदेश मला ओळखीचे असल्याचे जाणवले. हे सर्व प्रदेश ऐतिहासिकदृष्ट्या फार महत्त्वाचे असल्याने मला फारच वेगळा अनुभव द्यायचे. खरंच, माझ्या व्यक्तिमत्त्वाच्या जडणघडणीत पुस्तकांचा वाटा फार मोठा आहे. सध्याच्या काळात, पुस्तकालयांतून ज्ञान-विज्ञानाशी संबंधित अनेक शाखांची पुस्तके मिळतात; पण वाचायला वाचकच नाहीत. आज पुस्तके वाचण्याची सवयच संपलीय. माझा बराचसा वेळ मदरसा, शाळा अन् पुस्तकालयातच अन् उरलेला वेळ गावातील चहाच्या टपरीवर जायचा. त्या वेळी ते चहाचे दुकान म्हणजे गावातील नेते लोकांचा, राजकारणाचा अड्डा असायचा. लेबर पार्टीचे संस्थापक, पी. टी. अलिकुट्टी हाजी, काँग्रेसचे कोदूर मुहम्मद मास्टर, जनता पार्टीचे राघवन मास्टर, ई. सी. अबू, पी. सी. अबू, समाजवादी विचारधारेचे गोविंदन मास्टर, तंणल हंसा, जमायती इस्लामीचे आर. सी. मोइतीन, लीग के पी.टी.ए. रहिम, स्वतंत्र विचारधारेचे अब्दुल रहमान इत्यादी अनेकजण तिथे यायचे. अनेक प्रकारचे व विचारांचे हे लोक तिथे एकत्र यायचे व अनेक विषयांवर त्यांच्यात चर्चा व्हायच्या. त्यांच्या या चर्चा भविष्यात माझ्यासाठी फार मोठ्या ज्ञानाचा ठेवा होऊन गेल्या.

नववीच्या वर्गात पोहचल्यावर मी अरबी लोअर परीक्षा उत्तीर्ण झालो होतो. त्या काळात शाळाशाळांतून अरबीच्या शिक्षकांची अनेक पदे रिक्त असायची. अठरा वर्षे पूर्ण झाल्यानंतर मी या पदासाठी अर्ज करू शकत होतो. त्या वेळी जर मी असा अर्ज केला असता तर मी एक अरेबिक मुन्शी बनलो असतो. दिल्लीत किंवा आग्र्यात भारतीय पुरातत्त्व सर्वेक्षणाच्या अनेक बैठकांना हजेरी लावताना मी स्वत:ला अरबी मुन्शी किवा मुसलियार (मुस्लीम धर्मगुरू) च्या रूपात असल्याची कल्पना करीत असे; पण माझ्या नशिबाने माझ्यासाठी वेगळंच काही ठरवलं होतं. 'त्याने' माझ्यासाठी वेगळं प्राक्तन लिहिलं होतं. त्या वेळी माझ्या वडिलांनी पैसे जमा करून ठेका घेण्याचं काम सुरू केलं होतं. त्या वेळी मी इंजिनिअर बनावं, अशी त्यांची इच्छा होती अन् अस्मादिकांना गणितात अजिबात गोडी नव्हती. आजही तोच प्रकार आहे. मला गणित अजिबात आवडत नाही. वडिलांना मी त्यावेळी ही गोष्ट तेवढ्याच स्पष्टपणे सांगण्याचं धाडसही केलं; पण त्यानंतर त्यांनी माझ्या अभ्यासाच्या बाबतीत कधीच ढवळाढवळ केली नाही. वडिलांच्या या परंपरेचं पालन मीही करतो. माझी मुलं आपापल्या आवडीनुसार आपापल्या क्षेत्रात पुढे जात आहेत. मी कधीही त्यांच्या शिक्षणात हस्तक्षेप केला नाही. माझ्या आयुष्यात माझ्या भाग्याने जी काही नैतिक मूल्यं मला मिळाली आहेत, तीच नैतिक मूल्यं मी माझ्या मुलांना देण्याचा प्रयत्न केला. माझा मुलगा कतारमध्ये सूचना प्रौद्योगिकीच्या (IT) क्षेत्रात काम करतोय, मुलगी फिल्म

निर्मितीच्या क्षेत्रात कॅमेऱ्याच्या मागे राहून मुंबईतच काम करीत आहे; पण माझ्या मुलांच्या व्यक्तिमत्त्व विकासात अन् प्रगतीत माझी पत्नी राबियाचा फार मोठा वाटा आहे.

आजच्या शाळांतून अभ्यासक्रमाचा स्तर फारच उच्च आहे; पण या अभ्यासक्रमाने मुलांमध्ये काय बदल घडवून आणले, या बाबतीत जेव्हा जेव्हा मी विचार करतो, तेव्हा मला जाणवतं की उच्च शिक्षणप्राप्त, ही आजची आधुनिक पिढी आपल्या नैतिक मूल्यांपासून मात्र दूर दूर चालली आहे. मीडियाकडून या गोष्टी समोर येतातच; पण जोडीला आमचा अनुभवही आम्हाला हेच जाणवून देतो. ही नवीन पिढी स्वकेंद्रित आहेच; पण यातील बरेच जण कुठल्याही सामाजिक उपक्रमात स्वत:हून भाग घेत नाहीत. त्यांनी आपलं स्वत:चं असं जग बनविलं आहे. सामाजिक जबाबदारीची अजिबात जाणीव नसणे, ही या पिढीची सर्वांत मोठी समस्या आहे. ही पिढी कधीच दुसऱ्याची अडचण समजून घेण्याचा प्रयत्न करीत नाही. या बाबतीत माझी पिढी मात्र त्यांच्यापेक्षा नक्कीच वेगळी आहे.

◆

सिंहावलोकन

भूतकाळातील घटना आठवायच्या, 'नॉस्टॅल्जिक' व्हायचं, यासारखं दुसरं सुख नाही; पण त्याच भूतकाळात हातातून निसटून गेलेल्या, हुकलेल्या किंवा हरवलेल्या गोष्टींच्या आठवणींत गुंतून जाणं किंवा व्याकुळ होणं, म्हणजे जरा जास्तच. भूतकाळाला आपण पकडून ठेवू शकत नाही. तो हातातून सरळ सरळ निसटतो. बदल होणे किंवा परिवर्तन हा नियम आहे अन् तो कुणी थांबवूही शकत नाही; पण आपल्या नॉस्टॅल्जिक होण्याकडे आपली पुढची पिढी कोणत्या दृष्टिकोनातून पाहते, भूतकाळातील प्रतीकांना ते कशा रीतीने घेतात, या गोष्टींच्या बाबतीत काही बोलायचं तर ते तसं सोपं नाहीए. त्यामुळेच भूतकाळातील अवशेषांचे संरक्षण करणे अत्यंत जरुरीचे व गरजेचे आहे. भूतकाळातील जे काही अवशेष आम्ही आज त्यांना दाखवू, त्यावरच, त्या गोष्टींबद्दल आपल्या पुढच्या पिढीची ओढ अवलंबून असेल.

जुन्या जमान्यातील मलाबारमधील प्राचीन घरांचा किंवा तेथील संस्थांचा इतिहास किंवा एकंदर लेखाजोखा घेणारे किंवा लिहिणारे सारेच जण इतर धर्मांचे होते. त्या वेळी मुसलमान लोक व्यापारउदीम करायचे तर इतर धर्मीय लोक शेतीवाडी करायचे. सध्या हे वेगळेपण तसं फारसं दिसून येत नाही. ज्याला जे आवडतं, ते तो करतो. मी तसा शाळा-महाविद्यालयांमध्ये शिकलो; पण माझ्या मते गुरुकुल शिक्षण पद्धती चांगली आहे. काळाच्या प्रवाहात ही अतिशय उत्कृष्ट शिक्षण पद्धती कुठे वाहून गेली, नष्ट झाली कळलंच नाही; पण ही शिक्षण पद्धती योग्य होती, असं वाटण्याची अनेक कारणे आहेत. मला आठवतं, जुन्या काळात एखादा विद्यार्थी वर्गाबाहेर दिसला तर शिक्षक लगेच त्याला विचारायचे, "काय झालं? तू वर्गाबाहेर का? जा, वर्गात पळ, अभ्यास कर." पण, आज हा प्रकार किंवा अशा प्रकारचं विद्यार्थी-शिक्षक नातं दिसत नाही. आज गुरू-शिष्य दोघंही आपापल्या अधिकारांसाठी व मागण्यांसाठी आंदोलनाच्या

पवित्र्यात असतात. १९७०ला जेव्हा शिक्षकांचं आंदोलन सुरू झालं, तेव्हापासूनच या परिवर्तनाची सुरुवात झाली. शिक्षकी पेशाची व्याख्याच बदलून गेली. सेवाधर्मावर आधारित ही मानसिकता मग अधिकारांसाठी आंदोलनरूपी संघर्षात बदलत गेली. विद्यार्थ्यांमध्येही समर्पण अन् राष्ट्रीय भावना कमीच होत गेली. कदाचित या साऱ्याचा हा परिणाम असावा. समर्पणाची भावना आपल्याला जपानी लोकांमध्ये काठोकाठ भरून ओसंडून वाहताना दिसेल. देशासाठी बलिदान करण्याची जेव्हा एका माणसाला हाक येते तेव्हा हजारो लोक जिवावर उदार होऊन पुढे येतात. शिक्षणाच्या बाबतीत म्हणाल तर शिक्षण हे जाती, धर्म, वर्ण किंवा राजकारणनिरपेक्ष व उदात्त असायला हवे. शिक्षण जेव्हा नैतिकतेच्या आधाराने दिले जाते, तेव्हाच ते उदात्त होते, तेव्हाच त्याची उदात्तता अधोरेखित होते. एका अतिशय सुजाण, योग्य व जागरूक मानवाची निर्मिती, हे शिक्षणाचे उद्दिष्ट असायला पाहिजे. जाती, धर्म किंवा इतर कुठल्याही भिंती उभ्या न करता एक सर्वसमावेशक भूमिका व ताकद शिक्षण पद्धतीत असायला हवी; पण आज मात्र आपण शिक्षणाकडे नोकरी मिळविण्याचे किंवा उपजीविकेचे एक साधन म्हणूनच पाहतो.

भूतकाळातील कार्यांचे जर संरक्षण करायचे असेल तर ते मानवी मूल्यांचे समर्थन करूनच शक्य आहे; पण आपण नेहमीच आपापसातील भेदभावांत किंवा हेव्यादाव्यात एवढे अडकलेले असतो की नीतिमत्तेला संपवूनच टाकतो. सर्वांत जास्त शिक्षित असलेल्या केरळमध्येही हीच स्थिती आहे. भूतकाळातील प्रतीके किंवा भूतकाळातील ठेवा, हा कुठल्याही जाती-धर्माचा असला तरी त्याचे संरक्षण करण्याने भारतीय संस्कृतीचेच संवर्धन केले जाते. या अमूल्य ठेव्याचे संरक्षण करणे, ही आपली जबाबदारीच नव्हे तर ते आपले कर्तव्य आहे. भूतकाळ कितीही दुःखद ठरला असला तरीही त्याचे सिंहावलोकन करताना तो सुखदायकच वाटतो. खरंच, जुन्या वस्तू किती ओढ लावतात नाही? भारतातील दहा लाखांची मूर्ती अमेरिकेत जाऊन दहा कोटींची होते. अमेरिकेच्या इतिहासाची सुरुवात सतराव्या-अठराव्या शतकात झाली. त्यामुळे एका समृद्ध संस्कृती व परंपरेचा अभाव त्यांना नेहमीच भासतो. एका नवीन श्रीमंतीतील अर्थहीनता अन् सुनेपणा त्यांना सतत जाणवत असतो अन् ते अधुरेपण पूर्ण करण्यासाठी ते जुन्या व कलात्मक वस्तूंची खरेदीही करत असतात.

मला इतिहासाचे वेड पूर्वीपासूनचेच. त्यामुळेच दहावी उत्तीर्ण झाल्यानंतर ऐतिहासिक दृष्टीने महत्त्वाच्या जागांच्या जवळ राहूनच अध्ययन व शोध करण्याचा माझा आग्रह होता. त्यामुळेच ताजमहाल अन् कुतुबमिनारच्या जवळ असलेल्या अलिगढ विश्वविद्यालयात येऊन पोचलो. भारतातील अतिशय प्रसिद्ध इतिहासतज्ज्ञ प्रोफेसर डॉ. इरफान हबीब तिथे होते. साम्यवादी विचारसरणीच्या प्रोफेसर हबीब

यांची समाजात एक चांगली 'इमेज' होती अन् त्या इमेजच्या भुलाव्यातच मी बी.ए.च्या वर्गात जाऊन बसलो. वर्ग सुरू व्हायच्या अगोदर एका अतिशय महान प्राध्यापकाच्या वर्गात मी हजेरी देतोय, या गोष्टीचा आनंद व उत्सुकता माझ्या मनात ओतप्रोत भरली होती; पण वर्ग संपला अन् त्याची जागा एका वेगळ्याच सुनेपणाने घेतली.

एक प्राध्यापक म्हणून मला प्रोफेसर इरफान हबीब अजिबातच भावले नाहीत. कदाचित इतिहासाच्या त्या महान व विद्वान प्राध्यापकाला बी.ए.च्या विद्यार्थ्यांच्या मानसिक स्तरापर्यंत खाली उतरणे जमले नसावे, अशी स्वत:चीच मी समजूत काढून प्राध्यापकांची स्वत:ची वेगळी बाजू असू शकते, असं म्हणत स्वत:लाच पटविण्याचा प्रयत्न केला. एम.ए.लाही मला शिकविण्यासाठी ते होते. चांगला अभ्यास करणाऱ्या पहिल्या दोन विद्यार्थ्यांत माझाही क्रमांक लागायचा; पण त्यांच्या अध्यापन शैलीबद्दल जर तुम्ही मला काही विचाराल तर त्याबद्दल सांगण्यासारखं माझ्याकडे काहीही नाही. माझ्या मित्रांचंही त्यांच्याबद्दल हेच मत होतं. अतिशय उच्च व प्रगतिवादी विचारवंत असलेल्या प्रोफेसर साहेबांना माझी स्वतंत्र विचारसरणी अजिबात आवडली नाही. त्या विचारांना ते पचवू शकले नाहीत. याच काळात त्यांच्या कानापर्यंत माझी ही वाईट कीर्ती देखील पोचली की काँग्रेसच्या छात्रसंघाशी माझा जवळचा संबंध आहे. त्यांच्यासाठी मग मी काँग्रेसचा माणूस बनलो होतो. त्यामुळेच आपल्या सिद्धान्तांना न मानणाऱ्या माणसाला पुढे जाऊ न देण्याच्या साम्यवादी षड्यंत्राची मी शिकार झालो होतो. १९७५मध्ये एम.ए.ला डेव्हिड नामक विद्यार्थ्याला पहिला क्रमांक देण्यात आला अन् मला द्वितीय क्रमांक देण्यात आला. मला खरं तर दुसऱ्या क्रमांकावर ढकलण्यात आलं होतं. त्यानंतर मी संशोधन करण्यासाठी प्रवेश घेण्याचेही प्रयत्न केले.

प्रगतिवादी अन् बुद्धिवाद्यांच्या नेतृत्वाखाली साम्यवादाने समाजात मोठी क्रांती आणलीय; पण अलिगढमध्ये मात्र मी याच साम्यवादाचा एक वेगळा चेहरा पाहिला. आपल्या मतांना व विचारांना न मानणाऱ्या लोकांना आपल्या नियंत्रणात कसं आणता येईल, याचं राजकारण म्हणजे अलिगढ विश्वविद्यालयातील प्रोफेसर इरफान हबीब यांच्या नेतृत्वाखालील साम्यवाद. तिथे सारं काही त्यांच्या मनाप्रमाणे चालायचं. जो कोणी त्यांच्या मनाप्रमाणे वागणार नाही, त्याला सर्व दृष्टीने कसं उद्ध्वस्त करायचं, त्याचा मानसिक छळ करून, त्याला आपल्या अधीन करून कसं विवश करायचं, हेच तंत्र तिथे राजरोसपणे चालायचं. संशोधनासाठी मला सपशेल नाकारण्यात आलं अन् बी.ए. व एम.ए.ला माझ्यापेक्षाही कमी गुण मिळालेल्या अफजल खानला शिष्यवृत्ती देऊन संशोधनासाठी प्रवेश देण्यात आला. अफजल खान त्या वेळी प्रोफेसर इरफान हबीब यांचा 'खास माणूस'

होता. अफजल खानने त्यानंतर आपला मार्ग शोधला. याच दरम्यान वर्तमानपत्रांतून मी पुरातत्त्व कोर्ससाठी अर्ज मागविण्यात येत असल्याची बातमी वाचली अन् त्यासाठी अर्ज केला. प्राथमिक अन् तोंडी परीक्षेत पास होऊन मला पुरातत्त्व कोर्ससाठी प्रवेशही मिळाला. आम्ही बारा विद्यार्थी होतो. त्यांपैकी दोन विद्यार्थी बाहेरचे म्हणजे नेपाळ व मलेशियाचे होते, तर पाच विद्यार्थी सरकारी नोकरीत होते. पूर्वीचे केंद्रीय मंत्री रमेश जयराम यांच्या पत्नी जयश्री, ए. के. गौड, अशोक कुमार पांडे, अच्युतानंद झा इत्यादी माझे सहपाठी होते. माझ्या व्यतिरिक्त ए. के. गौड, अशोक कुमार पांडे, अच्युतानंद झा यांनी पुरातत्त्व विभागात सरकारी नोकरी बजावली.

पुरातत्त्वचा वर्ग सुरू झाला की आम्हाला एका वेगळ्या जगात घेऊन जायचा. तो अनुभव फारच वेगळा असायचा. आतापर्यंत मी जे काही शिकलो होतो, ते मानवाच्या इतिहासकालाशी संबंधित होतं; पुरातत्त्व हा त्याच्याही आधीचा प्रवास आहे. विविध संस्कृती, ऐतिहासिक सत्यांचा मागोवा घ्यायचा, त्यावर चर्चा करायची व त्याचे विश्लेषण करायचे... मी योग्य मार्गाने चाललोय, याची मला खात्री पटली होती. त्या वेळी जर मला संशोधन करण्याकरिता अलिगढ विश्वविद्यालयात प्रवेश मिळाला असता तर आताचे हे व्यापक व विस्तृत अनुभव, पद अन् प्रतिष्ठा मला कधीच मिळाली नसती. याचं सारं श्रेय मी वेगळ्या अर्थाने प्रोफेसर इरफान हबीब यांनाच देतो. या बाबतीत मी त्यांचा आभारी आहे.

◆

इबादतखान्याचा शोध आणि अलिगढमधील दिवस

पुरातत्त्वात पदव्युत्तर डिप्लोमा घेतल्याने मला १९७८ला अलिगढ मुस्लीम विश्वविद्यालयात अगोदर पुरातत्त्व तंत्रज्ञ सहायक (Technical Assistant-Archaeology) व नंतर सहायक पुरातत्त्ववेत्ता (Assistant Archaeologist) म्हणून नेमणूक करण्यात आली. याच काळात प्रोफेसर इरफान हबीब यांच्या अगोदर इतिहास विभागाचे अध्यक्ष असलेले प्रोफेसर के. ए. निजामी, इतिहासाध्यक्ष म्हणून त्याच विभागात परत रुजू झाले होते. प्रोफेसर निझामींनी अलिगढ मुस्लीम विश्वविद्यालयात कुलपती व त्यानंतर सिरियाचे राजदूत म्हणून काम केले. त्यांनीच इतिहास विभागात पुरातत्त्ववेत्ता म्हणून माझी नेमणूक केली होती अन् नेमकी हीच गोष्ट प्रोफेसर हबीब पचवू शकले नाहीत. प्री-युनिव्हर्सिटी, बी.ए. अन् एम.ए. ला माझ्यापेक्षाही कमी गुण मिळविलेल्या अफजल खानला संशोधनासाठी मिळालेला प्रवेश अन् शिष्यवृत्तीमुळे मी नाराज होऊन अलिगढ मुस्लीम विश्वविद्यालय सोडून दिल्लीला आलो होतो. दिल्लीत येऊन मी पुरातत्त्व विषयात पदव्युत्तर डिप्लोमा घेतला होता. प्रोफेसर हबीबनी ज्याची वाट लावण्याचा प्रयत्न केला होता, तोच माणूस म्हणजे मी, आता परत आलो होतो. अलिगढ मुस्लीम विश्वविद्यालयात माझं परत येणं म्हणजे मायदेशी येणंच होतं.

'दीन-ए-इलाही' हा बादशहा अकबरने सर्व धर्मांतील नीतितत्त्वं एकत्र करून स्थापित केलेला धर्म होता. हा मानवनिर्मित धर्म आहे. या धर्माचे उद्‌गम स्थान व त्याचा जगप्रसिद्ध इबादतखाना शोधून काढण्याचे महत्त्वाचे कार्य माझ्यावर सोपविण्यात आले अन् हे मी माझे भाग्यच समजतो. तोपर्यंत जवळ जवळ सगळेच इतिहासकार फतेहपूर सिक्रीत असलेल्या अनेक इमारतींना इबादतखाना (प्रार्थनागृह) समजायचे. फार पूर्वी सईद अहमद मराखी नामक विद्वानाने सांगितले होते की सध्याच्या ज्या इमारती आहेत, त्या इमारतींत इबादतखाने नाहीत, तर ते फतेहपूर सिक्रीतील जामा मशीद अन् जोधाबाई महाल यांच्या मधल्या जागेत

झाडाझुडपांनी भरलेल्या उंचवट्यांत असावेत; पण या बाबतीत त्यांच्याकडे कुठलेही पुरावे नसल्याने कुणी त्यांच्याकडे लक्षच दिलं नाही. फक्त ए.एम. रिझवी अन् व्हिन्सेंट फ्लेमिंग यांनीच त्यांच्या बोलण्यावर विश्वास ठेवून मराखींना पाठिंबा देण्यासाठी मूलत: पर्शियन असलेल्या (Persian Original Sources) इतिहासकारांची चर्चा लोकांच्या समोर मांडली; पण पुरावा म्हणून त्याचा स्वीकार केला गेला नाही.

याच दरम्यान प्रोफेसर निजामी आणि प्रोफेसर अरविंद गौड यांच्या नेतृत्वाखाली पुरातत्त्व उत्खनन करण्यासाठी मी फतेहपूर सिक्रीत पोहचलो. इबादतखाना शोधून काढण्यासाठी मी अनेक जागा पालथ्या घातल्या. अनेक उंचवटे, टेकड्यांवरून मी चढ-उतार करीत होतो, त्यांचे निरीक्षण करीत होतो. रात्र रात्र जागून मी सिक्रीबद्दलची पुस्तके वाचली. नष्ट होऊन पृथ्वीच्या गर्भात सामावून गेलेल्या प्राचीन स्थळांच्या शोधात राहिलो. अकबराच्या काळात लिहिल्या गेलेल्या पर्शियन पुस्तकांमध्ये असलेल्या उल्लेखांच्या आधाराने एखाद्या जागेच्या बाबतीत निर्णय घेऊन, मातीचे मोजमाप घेऊन, वैज्ञानिक पद्धतीने उत्खनन करून, पृथ्वीच्या गर्भात गायब झालेल्या ऐतिहासिक जागा शोधून काढण्याचा तो अनुभव फारच सुंदर होता..

चार वर्षांच्या सततच्या शोधानंतर मला या गोष्टीची खात्री पटू लागली की मराखी, रिझवी व किलोनने ज्या जागेत इबादतखाना असल्याचे मानले होते, ते सत्य असावे; पण या गोष्टीला काहीच पुरावा नव्हता. खोदकाम करायचे असेल तर पुरावा हवा. खोदकाम केल्यानंतर पुरावा मिळणे शक्य होते; पण त्याअगोदर माझ्याकडे ठोस असे काहीच नव्हते. तरीही माझे प्रयत्न मी सुरूच ठेवले अन् या प्रयत्नांत मला एक चित्र सापडले. ते चित्र अकबराच्या दरबारातील नरसिंह नामक चित्रकाराने काढलेले होते. त्या चित्रात चारी बाजूंच्या भिंती, तीन कमानी अन् त्यांच्या मागे एक घुमट दिसत होता. भिंतीच्या मधोमध तीन चौथरे होते अन् त्या चौथऱ्यांवर चढण्यासाठी पायऱ्याही दिसत होत्या. सर्वांत उंच चौथऱ्यावर स्वत: बादशहा अकबर बसले होते, मधल्या चौथऱ्यावर 'अकबरनामा' लिहिणारे अबुल फजल अन् त्यांचे भाऊ अबुल फैजी, तसेच ख्रिश्चन विद्वान फादर रुडोल्फ अक्वावैवा अन् फादर ॲन्टोनिओ मोंसरेट बसले होते. चित्रात एकदम खालच्या चौथऱ्यावर चर्चेत मग्न असलेले मुस्लीम विद्वान दिसत होते. चित्राच्या वरच्या भागात फतेहपूर सिक्रीत सर्वांत आधी पोचलेल्या ख्रिश्चन मिशनच्या रुडॉल्फ अक्वावैवा यांचे नाव पर्शियन भाषेत लिहिले होते. अकबराने हे चित्र व्यक्तिगत आदेशांनुसार बनविले होते. या चित्रात अन् इतिहासकार मराखींनी सांगितल्यानुसार मातीत लपलेल्या अन्

झाडाझुडपांनी झाकल्या गेलेल्या त्या उंचवट्यामध्ये नेमके साम्य आहे का, हा विचार मला स्वस्थ बसू देत नव्हता. त्या जागेवर आता ज्या कमानी दिसताहेत त्या चित्रात दिसणाऱ्या त्या तीन कमानी तर नव्हेत? माझे विचारचक्र धावत होते. त्या तीन कमानींपैकी एक कमान आता तुटलेली दिसत होती. चित्रात दिसलेला घुमट म्हणजे आता चार भितींच्या मागे दिसणारा तोच घुमट असावा. इबादतखान्याशी संबंधित अनेक चित्रे माझ्या मनात रुंजी घालत होती. शेवटी अतिशय गहन अभ्यास अन् चर्चा झाल्यानंतर मला या गोष्टीची खात्री वाटू लागली की इबादतखान्याचे ते तीनही चौथरे त्या उंचवटा असलेल्या जमिनीखालीच असावेत. काही काही ठिकाणी तर त्या चौथऱ्यांच्या अस्तित्वाची झलकही दिसत होती. इबादतखान्याच्या स्थान निश्चितीसंबंधी मला अतिशय महत्त्वाची माहितीही मिळाली. माझ्या आयुष्यातील तो फार आनंदाचा क्षण होता. अकबर बादशहाच्या धार्मिक तुलनात्मक अध्ययन केंद्राच्या, तसेच धर्मनिरपेक्ष भारताच्या मर्मस्थानाच्या शोधबिंदूच्या मी अगदी जवळ पोहचलो होतो. सोळाव्या शतकातील सर्वांत मोठ्या न्यायवादी भारतीयाचे, अनेक धर्मांच्या विद्वानांबरोबर हजर राहून प्रत्येक धर्माच्या गुण-दोषांबद्दल चर्चा करणे, त्यानंतर सर्व धर्मांच्या चांगल्या गोष्टींना एकत्र जोडून 'दीन-ए-इलाही' नामक एका सर्वस्वी नवीन धर्माची स्थापना करणे, हे सारं काही अद्वितीय व अद्‌भुत होतं, अन् ते सारं काही माझ्या नजरेसमोर घडत असल्याचं मला जाणवत होतं.

आम्ही जागा ठरविली अन् उत्खननाचे काम सुरू झाले. तोलूनमापून माती काढली गेली. कुठल्याही गोष्टीला धक्का लागू नये, म्हणून अतिशय सावधानतेनं काम केलं गेलं. तिथून मिळणारी प्रत्येक गोष्ट मौल्यवान ऐतिहासिक ठेवा असणार होती, म्हणून फारच काळजी घेऊन आमचे काम चालले होते. त्या उंचवट्याचे पाच मीटर खोल अन् पाच मीटर आडवे खोदकाम केल्यानंतर इबादतखान्याच्या सगळ्यात खालच्या व मधल्या चौथऱ्याचा थोडासा भाग दिसू लागला. चित्रातील मधल्या चौथऱ्यावर अबुल फजल व फैजी, तसेच ख्रिश्चन मिशनरीज बसायचे अन् खालच्या चौथऱ्यावर मुस्लीम विद्वान बसायचे. आमच्या उत्खननाला आशादायक फळ मिळाल्यामुळे आमचा उत्साह वाढला आणि उंचवट्याच्या इतर भागातही खोदकाम करण्याचा निर्णय घेण्यात आला. वरची झाडं कापली गेली आणि नव्याने खोदकामाला सुरुवात झाली. उत्खननात अकबर बादशहा ज्या चौथऱ्यावर बसायचा, तो चौथराही मिळाला. चित्रात अकबराच्या चौथऱ्याच्या मागे एक दरवाजाही दाखविला होता, ज्याचा अर्थ अकबराची बैठक म्हणजेच चौथरा दोन भागांत विभागून त्याच्या मागे एक खोली (ॲन्टी चेंबर) बनविण्यात आली होती. चित्राच्या तपशिलाचा विचार करता

मागची खोली अन् दरवाजा यांची स्थापना करणारा मोठा दगड समोर दिसू लागला. चित्रात खालच्या चौथऱ्यावर येण्यासाठी दगडाच्या पायऱ्या दाखविल्या होत्या; पण वरच्या तळाचे खोदकाम करताना त्या मिळाल्या नाहीत; पण चित्रात वर्णन केल्याप्रमाणेच छत नसलेल्या आणि ढासळलेल्या भिंतीचे एक घर आम्ही दोन वर्षांच्या अथक परिश्रमांनी पृथ्वीच्या पोटातून बाहेर आणू शकलो. ते घर म्हणजेच इबादतखाना होता अन् त्यासाठी कुठल्याही पुराव्याची गरज नव्हती.

या इबादतखान्याव्यतिरिक्त अकबर बादशहाने पहिल्या ख्रिश्चन मिशनच्या फादर्ससाठी एक ख्रिस्ती चॅपल (चर्च) बनविले होते, त्याचाही शोध लावला गेला. या चर्चबद्दलची माहिती फादर मोनसेरेटनी अतिशय विस्तृतपणे दिली आहे. त्या काळात मोनसेरेटनी मंगोलीतील 'लगेश्चनीज कमन्टेरिअस' शीर्षकांतर्गत पुस्तकात लिहिलेय की अकबर बादशहाच्या शयनकक्षाच्या जवळ राजमहालाच्या बाहेरच्या भिंतीत एक दरवाजा बनविला गेला होता अन् त्या दरवाज्यातून बादशहा कधीही चर्चमध्ये जाऊ शकत असे. चर्चमध्ये परिवर्तित करण्याअगोदर हे घर सुगंधित द्रव्ये बनविली जाणारी जागा होती. त्या जागेत काही जुजबी बदल करून तिथे चर्च बनविले गेले, असंही या पुस्तकात लिहिलं गेलंय.

इतिहासकारांमध्ये या चर्चच्या मुद्द्यावरूनही अनेक मतभेद होते. फादर हिरास यांच्या म्हणण्यानुसार हे राजमहालाच्या आतल्या भागातील सुनेरा भवन नामक घर आहे तर प्रोफेसर रिझवी अन् प्रोफेसर फलीन यांच्या मते हे 'दीवान-ए-आम'च्या बाहेर उजव्या हाताला आहे. मला मात्र ही दोन्ही मते अजिबात पटली नाही. मी या दोन्ही मतांचे खंडन केले. माझ्या मते हे चर्च म्हणजे दीवान-ए-आम आणि अकबराचा शयन कक्ष या दोघांच्या मध्ये असलेला एक छोटासा उंचवटा आहे.

दोन वर्षांच्या उत्खननात अतिशय काळजीपूर्वक त्याचे मोजमाप घेऊन हळूहळू तो उंचवटा कापून काढण्यात आला. फादर मोन्सेरेटनी आपल्या पुस्तकात ज्या घराचा उल्लेख केला होता, त्याच प्रकारचे एक घर जमिनीच्या आतून खोदून बाहेर काढण्यात आले. हे आमचे फार मोठे यश होते. उत्खननात सर्वांत आधी आम्हाला दोन खोल्या सापडल्या.

त्या वेळी डॉ. सेसिल डेसा आग्र्याचे आर्च बिशप होते. ते स्वत: धर्मगुरू तर होतेच; पण फार मोठे विद्वानही होते. मी त्यांना चर्चच्या उत्खननाबद्दल लिहून कळविले अन् त्यांनी ते चर्च पाहावे, यासाठी त्यांना आमंत्रितही केले; परंतु आर्च बिशप जेव्हा ते चर्च पाहायला आले तेव्हा मी मात्र फतेहपूर सिक्रीत नव्हतो; पण माझे वरिष्ठ नासीर हुसैन ज़ैदी तिथे हजर होते. ज़ैदींनी त्यांना सारं काही

दाखवलं, मी तिथं नसल्याचं त्यांना अजिबात जाणवू दिलं नाही. सारं काही व्यवस्थित पाहून झाल्यानंतर आर्च बिशप म्हणाले, ''माझ्या माहितीप्रमाणे या चर्चमध्ये तीन खोल्या मिळायला हव्यात.'' ज़ैदींनी पण त्यांच्या म्हणण्याशी सहमत असल्याचं सांगितलं अन् हेही जोडलं की आम्हीही तीन खोल्या मिळतील याच आशेने खोदत होतो; पण आता जरा अधिक खोल खणून पाहावे लागेल. त्यानंतर त्याच बोलण्याच्या आधारे त्या मोठ्या खोलीचे परत खोदकाम करण्यात आले तेव्हा आमच्या लक्षात आलं की खरंतर त्या दोन खोल्या आहेत. म्हणजे आर्च बिशपचे म्हणणे खरे होते. आम्हाला एकंदर तीन खोल्या मिळाल्या; पण फादर मोनसेरेटच्या लेखाप्रमाणे सुगंधी द्रव्ये बनविण्यासंबंधी तिथे काहीच पुरावा मिळाला नाही. उत्खनन केलेल्या जमिनीचे आम्ही पुन्हा बारकाईने निरिक्षण व तपासणी केल्यानंतर तिथे चूल व खुइबा बनविण्यासाठी वापरण्यात येणारी लोखंडाची भांडी सापडली. दगड अन् चुन्याचा वापर करून चूल बनविण्यात आली होती. चर्च बनवितानाही चूल न तोडता तिच्यात माती भरून चुन्याने ती रंगविली गेली होती. सुगंधित द्रव्ये बनविण्यासाठी आग्र्याजवळच्या कनोजमध्ये या असल्या प्रकारच्या चुलींचा आजही वापर केला जातो. एवढंच कशाला, तेहरान संग्रहालयात उपलब्ध असलेल्या सुगंधित द्रव्य निर्मितीच्या बाबतीत जहांगीरच्या जमान्यात आग्र्यात तयार केलेल्या चित्रात जे वर्णन केले गेले आहे, तसल्या प्रकारच्या चुली आम्ही खोदकाम करून बाहेर काढल्या आहेत. आमचा शोध योग्य होता, या गोष्टीची पुष्टीही त्या अनुषंगाने झाली. तिथेच सुगंधित द्रव्याची काचेची बाटलीही आम्हाला सापडली, जेणेकरून आम्ही जी जागा निवडली होती, ती योग्यच होती, हेही नक्की झालं. त्या बाटलीची तुलना आम्ही दुसऱ्या एका मुघल चित्रातील बाटलीशी करून पाहिली आणि मग उरलासुरला संशयही संपला. आम्ही लावलेला शोध खरा आहे, याबद्दल मग कुठलीच शंका उरली नाही.

इतिहासातील अनेक अमूल्य गोष्टींचा शोध आम्हाला अशा रीतीने लावता आला. आमच्या शोधकार्यामुळे अनमोल रत्ने, रेशमी कपड्यांचा बाजार, मंत्र्यांची घरे, अश्वशाळा, चीताखाना यांसारख्या ऐतिहासिक गोष्टी, ज्या काळाच्या ओघात निसटून गेल्या होत्या, त्या आम्हाला नव्याने मिळाल्या. फतेहपूर सिक्रीच्या या खोदकामासाठी प्रो. जमाल मुहम्मद सिद्दीकी, नासीर हुसैन ज़ैदी, हुसाम हैदर, अनित अल्वी, डॉ. कमर उस्मानी इ. लोकांनी फार महत्त्वाची भूमिका निभावली.

इबादतखाना आणि चर्चच्या शोधासंबंधीची फारच महत्त्वाची बातमी १९८४ मध्ये 'टाइम्स ऑफ इंडिया'मध्ये छापून आली; पण ही गोष्ट प्रोफेसर इरफान

हबीबना अजिबात आवडली नाही. त्यानंतर या शोधासंबंधीच्या अनेक बातम्या 'इंडियन एक्स्प्रेस' अन् हिंदी-उर्दूच्या अनेक वर्तमानपत्रांतून प्रकाशित झाल्या. आपण ज्या माणसाला डावलले, ज्याची उपेक्षा केली, तोच माणूस परत येऊन एक वेगळंच महत्त्व मिळवतोय, ही गोष्ट सहन करण्यासारखी नव्हती. त्यामुळे हा शोध मी लावलेला नसून प्रो. वकार सिद्दीकी यांचा आहे, ही गोष्टही प्रस्थापित करण्याचे अनेक प्रयत्न केले गेले; पण त्या प्रयत्नांना अजिबात यश मिळाले नाही. मधल्या काळात विश्वविद्यालयाच्या इतिहास विभागाध्यक्ष पदावरून प्रो. के. ए. निझामी गेले आणि त्यांच्या जागी विभागाध्यक्ष म्हणून परत प्रोफेसर इरफान हबीब यांची नेमणूक करण्यात आली. परत माझ्या त्रासाला सुरुवात झाली. त्यांना मिळालेल्या अधिकाराचा वापर ते माझ्यावर दबाव आणण्यासाठी करू लागले. ते विभागाध्यक्ष असूनही मी त्यांना कधीच नमस्कार करीत नाही, ही त्यांची सर्वांत मोठी तक्रार होती. एकदा मी असाच पुरातत्त्व कक्षात बसलो असताना प्रोफेसर इरफान हबीबनी एका शिपायाला पाठवून मला बोलावून घेतले. मी त्यांच्या केबिनचा दरवाजा वाजवून केबिनमध्ये प्रवेश केला.

"आपण मला बोलावलंत?" मी विचारलं.

"तो इबादतखाना नाहिये." प्रोफेसर इरफान हबीबनी सरळ सरळ विषयालाच हात घातला.

"आपण कुठल्या इबादतखान्याबद्दल बोलत आहात?" माझा प्रश्न.

"आपण 'टाइम्स ऑफ इंडिया' मध्ये ज्याबद्दल माहिती दिलीय, तो इबादतखाना नाहिये."

"आपण कुठल्या आधाराने हे सांगताहात? आपण पुरातत्त्ववेत्ता आहात?"

"मी तुमच्यासारखा पुरातत्त्ववेत्ता नाहिये..." प्रोफेसरने म्हटलं.

"अगदी बरोबर. तुम्ही पुरातत्त्ववेत्ता नाहीच आहात."

माझ्या या वाक्यानंतर प्रोफेसर महाशयांकडे बोलण्यासारखं काहीच उरलं नाही. त्यांनी आपल्या टेबलावरील कागद अन् पेन माझ्याकडे सरकविले आणि मला म्हटले, "या कागदावर लिहून द्या की हा इबादतखाना नाहिये." त्यावर मी स्पष्ट शब्दांत त्यांना विचारलं, "आपण मला लिखित स्वरूपात असं काही दिलं आहे का? नाही. मग मी तुम्हाला काहीही लिखित स्वरूपात का द्यावं?"

माझं उत्तर जरा वरच्या आवाजातच गेलं होतं. एकंदरीत आमचा संवाद जरा चढ्या सुरातच चालला होता आणि त्यामुळेच बाहेरच्या सर्वांना ऐकायला जात होता. प्रोफेसरसाहेब काहीच बोलू शकले नाहीत. ते थोडे घाबरल्यासारखेही दिसत होते. मी बाहेर आलो, तेव्हा त्यांच्या काही विषादमग्न अनुयायांना मी बघितलं. त्यांच्यात डॉ. शिरीन मुस्वी पण होती. विभागाध्यक्ष म्हणून परत

आल्यानंतर प्रोफेसरसाहेबांची पहिलीच चाल चुकीची पडली होती. या गोष्टीचा बभ्रा फक्त विभागापुरताच मर्यादित न राहता संपूर्ण विश्वविद्यालयात झाला होता. डॉ. इरफान हबीब यांनी आपल्या मोठेपणाचं जे खोटं मायाजाल निर्माण केलं होतं, ते विस्कटू लागलं होतं. ज्याची उपेक्षा केली, तो माणूस परत तर आलाच होता अन् त्याने चावायला सुरुवात केली होती.

प्रोफेसरने आपल्या आजूबाजूच्या समविचारी साम्यवादी (Marxist) विचारसरणीच्या लोकांची शैक्षणिक योग्यता अव्वाच्या सव्वा वाढवून दाखविली होती आणि मग त्यांच्या सहकार्याने आपल्या खोट्या बडेजावाला मिरवायचं तंत्र अंगीकृत केलं होतं. अशाच साम्यवादी इतिहासतज्ज्ञांपैकी एक होता प्रोफेसर इख्तिदार आलम खाँ. प्रोफेसर आलम खाँने ज्या मुगलसरायबद्दल अभ्यास केला होता, म्हणजे मुगलसरायचा प्लॅन, त्याचे एलेव्हेशन इ. तो अगदीच सामान्य अभ्यास होता; पण त्या अभ्यासाबद्दलचं एक प्रदर्शन अलिगढच्या प्रसिद्ध केनेडी हॉलमध्ये भरविण्याचा निर्णय घेण्यात आला. त्या प्रदर्शनात तशी फारशी सामग्री तर नव्हतीच; पण फोटोंची संख्यादेखील फारच कमी होती. बऱ्याचशा जागा रिकाम्याच होत्या. त्या जागा भरून काढण्यासाठी फतेहपूर सिक्रीच्या उत्खननासंबंधी काही फोटोग्राफ्स तिथे लावण्यासाठी प्रोफेसर इरफान हबीबनी पुरातत्त्व कक्षाचे अध्यक्ष प्रोफेसर रामचंद्र गौड यांना सांगितलं. प्रोफेसर गौडनी ही जबाबदारी माझ्यावर सोपविली अन् या संधीचा मी पुरेपूर उपयोग करून घेतला. फतेहपूर सिक्रीच्या उत्खननासंबंधित अतिशय छान अशा प्रदर्शनाची मी तयारी केली. उत्खननापूर्वीचा झाडाझुडपांनी भरलेला तो उंचवटा, थोडंसं खोदकाम झाल्यानंतरची स्थिती, बाहेर आलेल्या प्राचीन घरांचा अंश, त्यानंतर म्हणजे उत्खनन पूर्ण झाल्यानंतर बाहेर आलेल्या ऐतिहासिक जागा, या सर्व गोष्टी मी व्यवस्थित दाखविल्या होत्या. त्या गोष्टी बघून प्रेक्षकांची उत्सुकता चाळवली गेली. आम्ही जे शोधून काढलं होतं, जुन्या चित्रांच्या आधाराने अन् इतिहासासंबंधी चर्चा करून इबादतखाना, चर्च, बाजार, पागा, मंत्र्यांची घरे, चित्त्याचा पिंजरा इत्यादी गोष्टी आम्ही अशा काही मांडल्या होत्या की पुरातत्त्व शोधाच्या बाबतीत प्रेक्षकांना आवड निर्माण झाली होती. मी स्वत: प्रेक्षकांना गाइड करीत होतो. या प्रदर्शनाचा प्रचार लोकांनीच केला. जे लोक प्रदर्शन पाहून गेले, त्यांनीच इतरांना सांगितलं व प्रदर्शन पाहण्यासाठी लोकांची गर्दी झाली. इख्तिदार आलम खाँने जे मुगलसरायचे अभिलेखाकरण केले होते, ते अगदीच सामान्य होते अन् त्यात काहीच नावीन्य नसल्याने प्रेक्षकांनी त्याच्याकडे साफ दुर्लक्षच केले. लोकांना समजावण्यासाठी किंवा माहिती देण्यासाठीदेखील तिथे कुणीच नव्हतं.

फतेहपूर सिक्रीच्या शोधांनी विश्वविद्यालयात अगदी हंगामा केला होता अन् त्या हंगाम्यामुळे आलम खाँच्या मुगलसरायबद्दल गाइड करण्यासाठी प्रोफेसर इरफान हबीबनी आपल्या एका संशोधनारत विद्यार्थ्याला, सैयद नदीम रिझवीला केनेडी हॉलमध्ये पाठविलं.

नदीमना जेव्हा मी फतेहपूर सिक्रीच्या शोध शैलीबद्दल अन् प्राचीन चित्रांच्या आधारावर केल्या गेलेल्या शोधकार्याबद्दल सांगितलं तेव्हा त्यांचे डोळे एका वेगळ्या तऱ्हेने चमकले अन् ती चमक मला कळून चुकली. त्यांनी मध्यकालीन इतिहासातील पुरातत्त्वाच्या अगणित संभाव्यतेबद्दल सांगायला सुरुवात केली. हे सांगत असतानाच नदीमना लोकांचा एक ग्रूप प्रदर्शन पाहायला येताना दिसला. ''त्यांना मी माहिती देतो,'' असं सांगत त्या ग्रूपच्या समोर जाऊन आलम खाँची मुगलसराय त्यांना न दाखविता नदीमने फतेहपूर सिक्रीच्या प्रदर्शनाजवळ आणून त्यांना त्याबद्दल माहिती देण्याचं ते दृश्य आजही माझ्या नजरेसमोर तरळतंय. हे प्रदर्शन पाहण्यासाठी प्रोफेसर इरफान हबीब यांची अतिशय जवळची व्यक्ती म्हणजेच प्रोफेसर शिरीन मुस्वी आली होती. माझे आणि त्यांचे संबंध फारसे चांगले नसल्याने त्यांना माहिती देण्यासाठी मी पुढे गेलो नाही व त्यामुळे त्यांना नासीर हुसैन ज़ैदी अन् अनीस अल्वींची मदत घ्यावी लागली. प्रदर्शन पाहून झाल्यानंतर त्यांच्या तोंडून शब्दच फुटला नाही. त्या काहीच बोलल्या नाहीत. प्रदर्शन पाहायला येणाऱ्या लोकांची संख्या वाढतच होती. त्यामुळे प्रदर्शनाचा कालावधीही वाढवावा लागला. प्रदर्शनाच्या या लोकप्रियतेने प्रोफेसर इरफान हबीब यांचं हे दुसरं तंत्रही फोल ठरलं. इबादतखान्याशी संबंधित अलिगढ अन् आग्रा येथे झालेल्या माझ्या दोन मोठ्या व्याख्यानांसाठी प्रोफेसर नदीमही हजर होते. अलिगढची बाब त्यावेळची आहे जेव्हा प्रोफेसर मन्सूर हैदर आग्र्यात चेअरमन होते अन् जामिया मिलियाचे प्रोफेसर अजीजुद्दीन यांनी प्रसिद्ध शिया विद्वान काझी नजरुल्लाह सुस्तरींवर एका संमेलनाचं आयोजन केलं होतं अन् त्या वेळी इबादतखान्यावर झालेल्या चर्चेत त्यांनी भागही घेतला होता. आग्र्यातील जामिया संमेलनानंतर डॉ. नदीम, प्रोफेसर अजीजुद्दीन यांच्याबरोबर इबादतखान्याचे उत्खनन स्थान पाहण्यासाठी आले. एकंदरीत सर्व काम पाहून ते आश्चर्यचकित अन् रोमांचितही झाले होते. इबादतखान्याचा शोध अन् त्याचे उत्खनन या बाबतीत अधिक माहिती जर हवी असेल तर यू-ट्यूब वरील The discovery of Akbar's Ibadat Khana ही डॉक्युमेन्ट्री नक्की पाहाच.

अलिगढची माझी व्याख्याने ऐकल्यानंतर डॉ. नदीम माझे फॅन बनले अन् सपत्नीक येऊन मला रात्रीच्या जेवणाचे आमंत्रण दिले; पण संध्याकाळची पाटण्याची

(जिथे मी काम करत होतो) ट्रेन पकडायची असल्याने मी त्यांच्याकडे जेवायला जाऊ शकलो नाही. डॉ. नदीमना पुरातत्त्ववेत्ता बनण्याची फार घाई झाली होती आणि त्या घाईगडबडीतच त्यांनी त्यानंतर पुरातत्त्वाचे फील्ड ट्रेनिंग न घेताच इबादतखान्याच्या बाबतीत माझ्या सिद्धान्ताच्या अगदी उलट एक नवा सिद्धान्त सांगण्याचा कसोशीने प्रयत्न केला; पण त्यांचा हा प्रयत्न सपशेल आपटला किंवा तो प्रयत्न हास्यास्पद ठरला, ही गोष्ट अलाहिदा. त्यांच्या या प्रयत्नाला त्यांचीच अनेक माणसे मानत नाहीत.

आपल्या संपूर्ण कारकिर्दीत किंवा आयुष्यभर डॉ. नदीम इबादतखाना किंवा चर्चसारखा मोठा किंवा इतर कुठलाही छोटा शोधही लावू शकले नाहीत अन् हीच त्यांची खंत त्यांचा आयुष्यभर पाठपुरावा करीत राहिली.

सांगण्याचा उद्देश एवढाच की ज्या लोकांनी आठ-नऊ वर्षे ऊन-पावसात पायी चालून आपले फील्ड वर्क केले आहे, त्या लोकांना आणि त्यांच्या कार्याला ओळखा. त्या त्या मूळ जागी ज्यांनी तिथे अगोदर काम केले आहे त्यांच्याबरोबर स्वत: जाऊन फिरायचे अन् मग आठवड्याभरानंतर आपला सिद्धान्त लोकांसमोर मांडायचा, एवढंच या लोकांना येतं. इथपर्यंतही ठीक होतं; पण दुसऱ्यांसमोर मी किती श्रेष्ठ आहे आणि समोरचा किती निकृष्ट आहे, दाखविण्यासाठी डॉ. नदीमसारखी माणसं जाहीरपणे खोटं बोलायलाही तयार असतात.

फतेहपूर सिक्रीत भारतीय पुरातत्त्व सर्वेक्षणच्या देखरेखीत संध्राशी मशीद अन् गुद्सालच्या सुरक्षेसंबंधी जी काही तथाकथित चूक किंवा हलगर्जीपणा झाला, त्याचं खापर माझ्या डोक्यावर फोडण्याचाही प्रयत्न झाला. सुरक्षेसंबंधी जी काही उपाययोजना करण्यात आली आहे, ती योग्य आहे की अयोग्य, या बाबतीत डॉ. नदीमना काहीच माहिती नाही; कारण त्यांनी आयुष्यभरात कधीच असं काही काम केलेलं नाही. तरीही शेरवानी अन् टोपी घालून आपलं मत मांडण्यासाठी इंडियन हिस्तोरी काँग्रेसमध्ये ते नेहमीच जातात. ज्या दोन मामल्यांच्या सुरक्षेचं खापर माझ्या डोक्यावर फोडलं गेलंय, त्यापैकी संध्राशी मशिदीचं काम डॉ. भानु प्रताप सिंह सैंगरांच्या नेतृत्वाखाली तर गुद्सालचं काम डॉ. दयालनच्या निर्देशनांतर्गत केलं गेलंय. संध्राशी मशिदीच्या कामाबाबतचा मुद्दा डॉ. शिरीन मुस्वीने भारतीय पुरातत्त्व सर्वेक्षणाच्या तज्ज्ञांच्या बैठकीत मांडलादेखील होता. एका बैठकीला तर मीही हजर होतो. त्या वेळी त्या मुद्द्याला डॉ. भानु प्रताप सिंह सैंगर, ज्यांच्या नेतृत्वाखाली हे काम झालं होतं, त्यांनीच सविस्तर उत्तर दिलं. त्यामुळे डॉ. शिरीन मुस्वी काहीच बोलू शकली नाही. किंबहुना, यावर तोंड वर करून काही प्रश्न विचारणंही त्यांना जमलं नाही. हे सारं काही उगाचच किंवा अजाणतेपणी झालं नव्हतं तर ते एक जाणूनबुजून केलं गेलेलं षड्यंत्र होतं, जे

डॉ. नदीमनी धडधडीत खोटं बोलून एखाद्या हत्याराप्रमाणे वापरलं होतं. या बाबतीत अलिगढच्या इतिहास विभागाच्या कम्युनिस्टांना जर कुणी आव्हान देण्याचं काम करू शकेल तर ते फक्त पाकिस्तानच करू शकतो; कारण पाकिस्तानप्रमाणेच हे लोक वेगवेगळ्या हत्यारांचा किंवा उपायांचा वापर करताना अजिबात मागे-पुढे पाहत नाहीत.

प्रदर्शनासंबंधीचे दैनिक रिपोर्टिंग करण्याचे काम प्रोफेसर रामचंद्र गौडांनी माझ्यावर सोपविलं होतं. प्रोफेसर रामचंद्र गौड, प्रोफेसर हबीब यांना त्यांचे शत्रू मानत होते; कारण त्यांच्या मते प्रोफेसर इरफान आणि आलम खाँ राष्ट्रीय स्वयंसेवक संघाचा माणूस म्हणून त्यांची बदनामी करू इच्छित होते. अलिगढपासून फतेहपूर सिक्रीच्या तीन तासांच्या प्रवासादरम्यान या सर्व गोष्टी प्रोफेसर गौड मला सांगायचे अन् मी काहीही प्रतिक्रिया न देता, त्यांचं बोलणं ऐकत असे. त्यांच्या या शत्रुत्वाचं आणखी एक कारण होतं. फतेहपूर सिक्रीच्या उत्खननासाठी निर्देशक म्हणून इख्तिदार आलम खानची नेमणूक करण्यासाठी इरफान गटाने प्रयत्न केला होता. साम्यवादी पक्षाने हा आरोपदेखील केला होता की प्रोफेसर गौड उत्खनन करताना हिंदू देवी-देवतांच्या मूर्ती खोदून काढेल अन् इतिहासाला हिंदूकेंद्रित करेल, हा आरोपदेखील त्यांच्या शत्रुत्वाचं कारण होतं. एवढंच नव्हे तर साम्यवादी पक्षाच्या काही लोकांनी हा आरोपदेखील केला की विश्वविद्यालयात अन् विद्यालयाबाहेरही जे काही सांप्रदायिक दंगे झालेत, त्या दंग्यांसाठी हिंदू गटाला एकत्र करण्यासाठी प्रोफेसर गौडनी मदत केली आहे. प्रोफेसर गौड यांचं म्हणणं असं होतं की, साम्यवादी गटाने जाणूनबुजून त्यांना यात गोवलं आहे.

विश्वविद्यालयाच्या आत किंवा बाहेर आपल्याशी सहमत नसलेल्या कुठल्याही व्यक्तीला इरफान गटाकडून फारच त्रास दिला जायचा. जर ते लोक हिंदू असतील तर त्यांना आर.एस.एस. अन् मुसलमान असतील तर त्यांना जमायते इस्लामी म्हणून घोषित केलं जायचं. आपल्या सिद्धान्तांना न मानणाऱ्या लोकांची ज्याप्रमाणे केरळचे साम्यवादी लोक वाट लावतात, तेच तंत्र प्रोफेसर इरफाननी अवलंबिलं होतं. माझ्यासारखा स्वतंत्र विचारसरणीचा माणूस त्यांना परवडणारा नव्हता. या संकट काळात मी प्रोफेसर गौड यांना मदत केली.

खरं तर समाज परिवर्तनाच्या महान कार्याला समर्पित बुद्धिजीवी अन् विद्वान लोकांचे संघटन म्हणजे साम्यवाद (Marxist); पण अलिगढच्या प्रोफेसर इरफान हबीब यांचा साम्यवाद मात्र यापेक्षा वेगळाच होता. जे त्यांच्या बाजूने होते, ते सगळे प्रगतिवादी अन् बाकीचे सगळे जातीयवादी किंवा सांप्रदायिक, हा त्यांचा सरळ सरळ फंडा होता. त्यांनी एखाद्याला सांप्रदायिक म्हटलं अन् जर तो

नंतर त्यांच्या पक्षात गेला तर एका दिवसातच तो धर्मनिरपेक्षही होऊन जायचा. अलिगढच्या साम्यवादाचे हे एक वेगळे कपट होते. ज्या प्रोफेसर गौडना इरफान अन् मित्रमंडळीने जातीयवादी म्हणून हिणविले होते, तेच प्रोफेसर गौड आता संधीचा फायदा घेऊन कम्युनिस्ट बनले. याचं कारणही स्पष्ट होतं. पुढच्या काही महिन्यांत रोटेशनवर प्रोफेसर गौड विभागाध्यक्ष बनणार होते अन् प्रोफेसर इरफान हबीब आयसीएचआरचे चेअरमन होते. प्रोफेसर गौडना आपल्या अधीन ठेवून प्रोफेसर इरफान त्यांचा वापर आपला रबर स्टॅम्प म्हणूनच करणार होते. या दोघांची चांगली मैत्री झाली. आता या दोघांच्या स्वार्थापोटी झालेल्या मैत्रीकडे चांगल्या नजरेनं कोण बघणार? दोन्हीं बाजूंना ही मैत्री अजिबात भावली नव्हती. प्रोफेसर इरफान हबीबच्या पक्षात धर्मांतर करून आलेल्या प्रोफेसर गौडकडे इरफान हबीबच्या पक्षातील लोक तिरस्काराने पाहत असत. त्यामुळे प्रोफेसर गौडना फार वाईट वाटत होतं. काय करावं हे त्यांना कळत नव्हतं. प्रोफेसर गौडशी झालेल्या संभाषणातून मला त्यांच्या मनातील भावना कळली होती.

एके दिवशी प्रसिद्ध पुरातत्त्ववेत्ता के. व्ही. सुंदरराजनना अलिगढ रेल्वे स्टेशनवर निरोप देऊन मी अन् प्रोफेसर गौड घरी परतत होतो. मी प्रोफेसर गौड यांच्या स्कूटरवर त्यांच्या मागे बसलो होतो.

''तुमच्या प्रगती अन् भविष्याच्या दृष्टीने तुम्ही प्रोफेसर इरफान हबीब यांच्याच बाजूने असायला हवे. त्यामुळे तुमचा फायदाच होईल.'' प्रोफेसर गौडनी मला सल्ला दिला.

''काही आदर्श व आशय नसल्याने मी उगाचच बदलण्याच्या फंदात पडणार नाही.'' मी माझी बाजू स्पष्ट केली. ''अन् तुम्ही कसे विसरून गेलात की याच प्रोफेसर इरफाननी तुम्हाला आरएसएसशी संबंधित असल्याचं म्हटलं होतं. तुम्हीही त्यांची कठोर शब्दांत निंदा केली होतीत. तुम्हीच मला सांगितलं होतं, की तुम्हाला प्रोफेसर अन् पुरातत्त्व विभागाचे निर्देशक बनू न देण्यामागे याच प्रोफेसर हबीब यांचा हात होता. मी काळानुसार अन् संधी मिळतेय म्हणून आपला आदर्श बदलणार नाही. तुम्ही कदाचित साम्यवादाचे विरोधक असाल; पण मी नाही. सिद्धान्तानुसार मी साम्यवादाला मानतोच; पण मी प्रोफेसर हबीब यांच्या काहीच आदर्श नसलेल्या कार्यक्रमांचा विरोधक आहे. तुम्हाला खरं सांगू, तुमचा हा जो काही संगम झालाय, तो अगदीच आदर्शहीन संगम आहे.''

ते स्कूटर चालवीत असल्याने त्यांच्या चेहऱ्यावरचे बदलणारे भाव मला अजिबात दिसले नाहीत. विभागाची इमारत आली, मी स्कूटरवरून खाली उतरलो. एकमेकांशी एक शब्दही न बोलता, साधा निरोप घेण्याच्या फंदात न

पडता मी अन् प्रोफेसर गौड आपापल्या जागी निघून गेलो.

या घटनेच्या एक दिवस अगोदरच अलिगढला माझी अतिशय प्रसिद्ध अशी ती मुलाखत घेण्यात आली होती. त्या मुलाखतीसाठीच सुंदरराजन आले होते. मुलाखत घेताना सुंदरराजननीच मला प्रश्न विचारले. माझ्या विषयासंबंधीचं माझं ज्ञान लोकांना माहीत होतं, विशेषत: प्रोफेसर हबीब यांना. एनसीईआरटीच्या पुस्तकांतूनच ते मला प्रश्न विचारतील, याचा अंदाज असल्याने मी ती पुस्तके दोनदा वाचून, तयारी करून गेलो होतो.

त्या वेळी सईद हाशिम अली, कुलपती होते. "आपल्या गुरुजनांचा आणि उच्च अधिकाऱ्यांचा सन्मान न करणारा माणूस मला माझ्या विश्वविद्यालयात नकोय. तुम्ही प्रोफसर हबीबना नमस्कार तरी करता का?" त्यांनी सरळ सरळ मला विचारलं.

"सर, तांत्रिक दृष्टीने बोलायचं तर प्रोफेसर हबीब हजेरी रजिस्टरमध्ये माझी हजेरी-गैरहजेरी नोंदवायचे; पण मी त्यांना माझे शिक्षक मानायला तयार नाही. खरं तर एका विद्यार्थ्याने आपल्या शिक्षकाचा असा निषेध करणे, हा शिक्षकासाठी फार मोठा आघात असतो; पण सर, सन्मान किंवा आदर माणूस आपल्या कर्माने मिळवतो. उगाचच किंवा जबरदस्तीने तो मिळत नाही." माझ्या या अतिशय ठाम उत्तराने मात्र कुलपतींना जाणवलं की कुठेतरी, काहीतरी गडबड आहे. मी त्यांना नंतर हेही सांगितलं की माझ्यापेक्षा कमी गुण मिळालेल्या अफझल खानला पीएच. डी.साठी कसा प्रवेश मिळाला. त्याचबरोबर सहायक पुरातत्त्ववेत्ता पदावर मला एक्स्टेन्शन न देणे, माझ्यापेक्षा कमी गुण मिळविलेल्या आणि पुरातत्त्वाचा पी. जी. डिप्लोमाही नसलेल्या कनिष्ठ समी आलमला एक्स्टेन्शन देण्याची बाबही मी त्यांच्या लक्षात आणून दिली. त्यांना एक्स्टेन्शन मिळावं, त्यांना जे पद मिळालं होतं त्याच पदावर त्यांना कायम करण्यासाठी जेव्हा मुलाखतीची वेळ आली तेव्हा त्यांच्याकडे त्या पदासाठीची आवश्यक ती योग्यता नसल्याने त्यांना कॉल लेटरही देण्यात आलं नाही. एवढं सगळं सांगितल्यानंतर मात्र कुलपतींना सगळ्यामागची कारणमीमांसा लक्षात यायला लागली. मे, १९८१मध्ये विश्वविद्यालयात झालेल्या एका आंदोलनात मी भाग घेतला होता, असा माझ्यावर आरोप करून प्रोफेसर हबीबनी त्यावेळच्या व्ही.सीं.ना जे पत्र लिहिलं होतं, त्या पत्राची एक कॉपी अन् ज्या दिवशी ते आंदोलन झालं होतं, त्याच्या आदल्या दिवशी मी सुट्टीवर असल्याचा पुरावा अन् त्याच दिवशी दिल्लीतील मंत्रालयात जाण्यासाठी आवश्यक असलेलं प्रवेशपत्र आजही माझ्याकडे असल्याचं जेव्हा मी मुलाखत बोर्डाला सांगितलं तेव्हा बोर्ड अगदी स्तब्ध झालं. या सगळ्या गोष्टी मी अगदी तपशीलवार त्यांच्यासमोर मांडल्या. त्या वेळी प्रोफेसर हबीब यांनी खाली

बघत आपले तेल न लावलेले केस उपटायचे बाकी ठेवले होते. त्यांची ती स्थिती अजूनही माझ्या डोळ्यांसमोर मला दिसते. माझ्या या इंटरव्ह्यूची बातमी विश्वविद्यालयात सर्वत्र पसरली. त्या वेळी कृषी शास्त्राचे प्रोफेसर अवरार मुस्तफा म्हणाले की, अशा प्रकारचा इंटरव्ह्यू विश्वविद्यालयाच्या इतिहासात यापूर्वी कधीच झाला नव्हता.

या अनपेक्षित प्रहाराने प्रक्षुब्ध झालेल्या हबीब यांनी वेळ अन् संधीनुसार माझ्याशी वागण्याची पद्धत बदलायला सुरुवात केली. मीही प्रयत्नपूर्वक माझ्या सवयींमध्ये बदल केला; कारण मला माहीत होतं की संधी मिळाल्यावर प्रोफेसर जरूर सूड घेणार. एके दिवशी प्रोफेसर हबीब, प्रोफेसर गौड आणि नंतर प्रोफेसर बनलेले सोम प्रकाश वर्मा यांच्याबरोबर फतेहपूर सिक्रीचे उत्खनन बघायला आले. माझ्या ज्या इबादतखान्याच्या शोधाला ते अजिबात मानत नव्हते, त्याच इबादतखान्यात उभे राहून त्यांनी मला अनेक प्रश्न विचारले. हे सर्व प्रश्न त्यांनी फक्त मलाच विचारले. यातील एकही प्रश्न त्यांनी प्रोफेसर गौड किंवा माझ्या साथीदारांना विचारला नाही. आपल्याबरोबर ते अट्टीलियो पेट्टीसेल्ली नामक एका वास्तुविशारदाचं पुस्तकही घेऊन आले होते. त्याच पुस्तकातील स्केच त्यांनी अनेक वेळा पाहिलं. त्या स्केचमध्ये अनेक विद्वानांच्या चर्चेची जागा एक उंचवटा दाखविला गेला होता. त्याच उंचवट्याबद्दल अनेक चर्चा झडल्या होत्या. आता हीच जागा इबादतखाना आहे किंवा नाही, या बाबतीत ते त्या वेळी माझ्याशी बोलले नाहीत; पण इबादतखाना या जागेव्यतिरिक्त अन्य कुठल्याही जागी असूच शकत नाही, ही गोष्ट त्यांनी प्रोफेसर गौडना सांगितली अन् त्यांनी नंतर ती गोष्ट मला सांगितली. आता भांडून हाताशी काहीच लागत नाही तर आता मित्र बनून जिंकू या, या सिद्धान्तावर विश्वास असणाऱ्या प्रोफेसर हबीबनी आता माझ्या बाबतीत आपल्या धोरणात हळूहळू बदल करायला सुरुवात केली. शैक्षणिक कोर्ससाठी बंगालच्या विश्वविद्यालयातून अन् महाविद्यालयातून आलेल्या अध्यापकांना आग्रा आणि फतेहपूर सिक्री दाखविण्याची जबाबदारी माझ्यावर आणि प्रोफेसर आतर अलींवर सोपविण्यात आली. या वेळी देखील माझ्या उत्खननाची फारच स्तुती करण्यात आली. अतिशय उत्साहाने प्रोफेसर आतर अली माझ्या शोधांचे समर्थन करीत होते. अध्यापकांच्या प्रश्नांना अनेक वेळा त्यांनीच उत्तरं दिली. या सगळ्याचा अनुभव घेऊन परतलेला अध्यापकांचा गट माझ्या शोधांबाबत अतिशय उत्साहाने प्रोफेसर हबीब यांच्याशी बोलला. प्रोफेसर हबीबनी हे सारं ऐकताना फक्त मान हलविण्याचे काम केले. इंटरव्ह्यू बोर्डाकडून धक्का मिळाल्यानंतरही प्रोफेसर हबीबमध्ये फारसा बदल झाला नाही. साम्यवादी छात्र संघाशी संबंधित बंगालच्या एका युवा नेत्याची सहायक पुरातत्त्ववेत्ता या पदावर

नेमणूक करण्यात त्यांनी यश मिळविले. या बंगाली छात्र नेत्याचे नाव होते, पार्थ प्रतिभा बोस. प्रामाणिकपणे अध्ययन करणारा हा विद्यार्थी अतिशय आदर्शवादी होता आणि कुठल्याही पार्टीची स्वार्थी माणसे या अशा आदर्शवादी लोकांना घाबरून असतात. अलिगढच्या साम्यवादाच्या काळ्या चेहऱ्याची ओळख पटल्याने बोससाहेब या लोकांपासून लवकरच दूर झाले. एक दिवस त्यांच्या हाती त्यांना नोकरीतून काढून टाकण्यात आल्याची सूचना देण्यात आली. बोसला पहिला मुलगा झाला होता अन् काही दिवसांतच त्याला नोकरी गेल्याची सूचना देण्यात आली होती. खरं तर माझ्याशी टक्कर देण्याच्या उद्देशाने बोसला आणण्यात आलं होतं; पण इकडे उलटा प्रकार झाला होता. मी अन् बोस काही दिवसांतच चांगले मित्र बनलो होतो. अलिगढच्या कामाची पद्धत एकदा कळल्यानंतर तिथल्या लोकांच्या हातातील बाहुले बनून काम करायला बोस अजिबात तयार झाले नाहीत.

अनेक वर्षे प्रो. इरफान हबीबच्या विरोधी कॅम्पमध्ये असलेल्या प्रोफेसर रामचंद्र गौडांनी जेव्हा प्रो. इरफान हबीबशी हातमिळवणी केली तेव्हा एका क्षणात प्रोफे. गौडांना धर्मनिरपेक्ष म्हणून वाखाणणी मिळाली. याचा परिणाम एवढाच झाला की अगोदरपासून प्रो. हबीब यांचे साथीदार असलेले प्रोफेसर महिंद्र साही, प्रो. आर. के. त्रिवेदी, प्रो. एस. पी. गुप्ता, प्रो. बधानी यांसारखे विद्वान लोक आपल्या मनाला समजावू न शकल्याने प्रोफेसर इरफान हबीब यांच्यापासून दूर राहिले. काही लोकांनी तर भांडण केलं अन् नंतर न्यायालयाचा मार्ग अवलंबला. प्रोफेसर नुरूल हसनशी संबंध ठेवून असलेले प्रो. जमिरुद्दीन सिद्दीकी, प्रो. मन्सूर हैदर हे लोक फक्त प्रोफेसर इरफान हबीब यांच्या गटाशी भांडण करूनच थांबले नाहीत, तर या लोकांनी त्यांच्यासमोरच चेअरमन बनून आपली ताकद त्यांना दाखवून दिली. आता या लोकांनी जर प्रोफेसर इरफान हबीब यांच्याशी झालेल्या त्यांच्या संघर्षांच्या कहाण्या लिहायला सुरुवात केली तर त्या कहाण्या माझ्या कहाणीपेक्षा कितीतरी पटींनी मनोरंजक ठरतील. अजमेर शरीफशी संबंधित असलेल्या प्रोफेसर लियाकत मोइनींनी मात्र कधीच आपल्या सवयींना मुरड घातली नाही. त्यांनी जमेल तसा लढा दिला. अलिगढ लढाईतील माझा आदर्श, माझे सर्वांत मोठे नायक होते, डॉ. एम. पी. सिंह. या माणसाने मात्र एखाद्या मध्यकालीन राजपूत योद्ध्याप्रमाणे डिपार्टमेन्ट ऑफ हिस्ट्रीच्या आपल्या शेवटच्या दिवसापर्यंत प्रोफेसर इरफान हबीब यांच्याशी लढा दिला. या माणसाने आपलं संपूर्ण करिअर आपल्या नैतिकतेसाठी पणाला लावलं.

प्रो. गौड अन् माझ्यात दुरावा निर्माण झाला होता. प्रो. गौडांच्या मनातील

प्रश्नही त्यांना अस्वस्थ करून सोडत होते. त्यांच्याशी संवाद साधणाऱ्या, बोलणाऱ्या त्यांच्या जवळच्या माणसांकडूनच मला ही गोष्ट कळली होती. याच दरम्यान पुरातत्त्ववेत्ता कक्षात उपनिर्देशक या पदावर माझ्या ऐवजी डॉ. मक्खनलाल यांची नेमणूक करण्याच्या बाबतीत प्रो. हबीब अन् प्रो. गौड यांनी एकत्र येऊन काम केलं. या बाबतीत मी कायद्याच्या दृष्टीने पाऊल उचललं. थोड्याच दिवसांत डॉ. मक्खनलाल यांची ओळख प्रो. इरफान हबीब यांचा खास माणूस म्हणून होऊ लागली. साम्यवादी गटाचे अलिगढमधील सर्वांत प्रभावशाली व्यक्तिमत्त्व, ज्याला आपल्या लक्ष्याचा अचूक वेध घेता यायचा. याच दुकलीने मिळून पार्थ प्रतिभा बोसची नोकरी घालवली. इरफान ग्रूपचा रागराग करणाऱ्या अनेक लोकांना 'कारणे दाखवा' नोटीस मिळाली. वाईट कामासाठी झालेला करार फारसा टिकत नाही. इरफान अन् मक्खनलाल गटाचंही तसंच झालं. दिल्लीत झालेल्या 'विश्व पुरातत्त्व काँग्रेस'मध्ये इरफान अन् मक्खनलाल गटात फक्त भांडणेच झाली नाहीत तर मारामाऱ्याही झाल्या. बाबरी मशिदीच्या बाजूने असलेला इरफान अन् राममंदिराच्या बाजूने असलेल्या मक्खनलाल गटात जी काही लढाई झाली, तो सगळा काळाचा खेळच म्हटलं जाईल. हे दोन्ही गट आपापल्या पद्धतीने दहशतवादी होते अन् दोघांच्याही विचारसरणीशी मी सहमत नव्हतो. फक्त स्वत:च्या स्वार्थासाठी एकत्र येणारे हे गट, स्वार्थ संपला की आपापल्या वाटेने जातात. एखाद्या माणसाला क्षणात साम्यवादी अन् धर्मनिरपेक्ष बनविण्याची जादू त्यांच्याकडे आहे; पण स्वतंत्रपणे विचार करणारे किंवा आदर्शवाद्यांचे त्यांना वावडे असते, ते घाबरतात त्यांना; कारण या माणसांना विकत घेता येत नाही, हे त्यांचं सर्वांत मोठं दु:ख असतं; कारण ज्यांचे विचार स्वतंत्र असतात ते कुणाची कधीच हांजी हांजी करणार नाहीत. किंवा काही चुकीचं घडत असेल तर त्याला विरोध करण्याचं धैर्यही त्यांच्यात असतं. प्रोफेसर हबीबना हे कसं चाललं असतं? त्यांना तर अलिगढच्या इतिहास विभागाला 'टॉवर ऑफ सायलेन्स' बनवायचं होतं. कुणी कुठल्याही गोष्टीचा विचार करायचा नाही, बोलायचं नाही, एवढंच कशाला, कुठल्याही प्रकारचा आरडाओरडाही करायचा नाही. सगळ्यांना समानता देणाऱ्या साम्यवादाचा त्यांच्याएवढा दुरुपयोग कुणीच केला नसावा.

अलिगढला मुस्लीम दहशतवाद अतिशय मोठ्या प्रमाणात वाढल्याचा कांगावा करीत हिंदू प्राध्यापकांना आपल्या नियंत्रणात ठेवायचं तर दुसऱ्या बाजूला बाहेर जाऊन अलिगढ विश्वविद्यालयाचा शैक्षणिक दर्जा कसा खालावलाय हे सांगतानाच मीच फक्त मुस्लीम दहशतवादाला कसा विरोध करतोय, हे लोकांच्या मनावर बिंबविताना लोकांमध्ये फूट पाडण्याचं त्यांचं राजकारण जेव्हा त्यांनी बाबरी मशिदीच्या बाबतीत सक्रिय हस्तक्षेप केला, तेव्हा लोकांसमोर अगदीच उघडं

पडलं. नाहीतर तोपर्यंत अलिगढ मुस्लीम युनिव्हर्सिटीत संपूर्ण भाजप त्यांच्या बाजूने होता.

त्या वेळी ते 'भारतीय इतिहास संशोधन परिषदे'चे (ICHR) अध्यक्ष होते. सरकारी संस्थेशी संबंधित असल्याने त्यांनी कुठल्याही पक्षाचं समर्थन करणं योग्य नव्हतं; पण बाबरी मशीद ग्रूपसाठी जेव्हा प्रोफेसर इरफान समोर आले, तेव्हा मात्र त्यांचा शेवटचा उरलासुरला मुखवटादेखील गळून पडला. लोकांना हा धक्का होता अन् लोकांनी त्यांच्या या बाबरीप्रेमाला, अलिगढमधील त्यांच्या संपलेल्या सद्दीला मुसलमानांच्या मदतीने परत मिळविण्याच्या प्रयत्नांच्या रूपात पाहिलं. आयसीएचआरमध्ये दुसऱ्यांदा अध्यक्ष म्हणून आलेल्या प्रोफेसर हबीबना अतिशय ताकदवान लॉबीचा पाठिंबा असल्याची चर्चा होती. या लॉबीचे नेतृत्व, जामा मशिदीचे इमाम बुखारी आणि बाबरी मशीद ॲक्शन कमिटीचे सय्यद शहाबुद्दीन करत असल्याचे म्हटले जात होते अन् याच गटाला खुश करण्यासाठी प्रोफेसर हबीबनी बाबरी मशिदीचा मुद्दा अगदी उचलून धरला होता. आता या आरोपात कितपत तथ्य आहे, याचा छडा एखादा शोधपत्रकारच लावू शकतो; पण एक गोष्ट मात्र घडली होती अन् ती म्हणजे, मुखवटा गळून पडल्याने प्रोफेसर हबीब यांचा प्रभाव फक्त इतिहास विभागापुरताच मर्यादित राहिला. त्यांची स्थिती तशी खराबच झाली होती. आपल्याच माणसांकडून वाट्याला आलेली उपेक्षा अन् दुश्मनांकडून मिळणारी निंदा या दोन वरवंट्यांमध्ये त्यांच्यातील इतिहासकार पिचला होता; पण एवढं असूनदेखील त्यांची इतिहास विभागाच्या कामांमध्ये जमेल तेवढी ढवळाढवळ करण्याची सवय गेली नव्हती. त्यांचे ते तसे प्रयत्न सुरूच होते. काही लोक आपल्या सवयींचे गुलाम असतात, हेच खरं!

प्रोफेसर हबीबनी जेव्हा 'भारतीय इतिहास संशोधन परिषदे'ला बाबरी मशीद ग्रूपच्या जाळ्यात ओढलं, तेव्हा इतिहासतज्ज्ञ एम.जी.एस. नारायणांनी मात्र 'एखाद्या सरकारी संस्थेला अशा पद्धतीने यात ओढणे योग्य नाही' हे बोलण्याचे धैर्य दाखविले. सुरुवातीला एम.जी.एस. नारायणांच्या मनात प्रोफेसर हबीबबद्दल फारच आदर होता. त्या वेळी भारतीय इतिहास संशोधन परिषदेचे संमेलन बोधगयेत आयोजित करण्यात आले होते अन् या संमेलनात मी प्रोफेसर हबीब यांच्यासमोरच त्यांच्या विरोधात बोललो होतो. संमेलनाचे अध्यक्ष प्रोफेसर आर. एस. शर्मा होते. माझ्याशी चांगला परिचय असल्याने माझ्या त्या बोलण्याबद्दल प्रोफेसर एम.जी.एस. नारायण, डॉ. एम. आर. राघव वारियार अन् प्रोफेसर वेलुलेडत्र केशवन यांनी मला असं बोलणं योग्य नाही अन् मी माझी मतं बदलायला हवीत, असा सल्लाही मला दिला होता. मी त्यांना फक्त एवढंच

म्हटलं, की मी जे काही बोललोय, ते योग्यच आहे अन् त्याचं प्रत्यंतर तुम्हाला लवकरच येईल. हे सत्य जेव्हा तुमच्या समोर येईल, तेव्हा मात्र मला पत्र लिहायला अजिबात विसरू नका, असंही मी त्यांना सांगितलं.

त्यानंतर अनेक वर्षांनी प्रोफेसर एम.जी.एस. नारायणांना प्रोफेसर इरफान हबीब यांच्याबरोबर भारतीय इतिहास संशोधन परिषदेत (ICHR) काम करण्याची संधी मिळाली अन् त्या वेळी सन्माननीय प्रोफेसर साहेबांचा खरा चेहरा त्यांच्यासमोर हळूहळू उलगडू लागला. आयसीएचआरच्या मामल्यांमध्ये काहीच तोडगा न निघाल्याने शेवटी एम.जी.एस. नारायणांनी आयसीएचआर सोडून जाण्याचा निर्णय घेतला. सदस्य सचिवपद सोडताना त्यांनी एक पत्र लिहून मला कळविले. त्या पत्राचा मथितार्थ- 'मुहम्मद महाशय, आपण आपल्या प्राध्यापकाबद्दल ज्या काही गोष्टी सांगितल्या होत्यात, त्यावर अगोदर माझा अजिबात विश्वास बसला नव्हता; पण आता मला माझ्या अनुभवांतून जाणवतंय की तुमच्या म्हणण्यात तथ्य आहे.'

आपल्या अनुभवांतून शहाणपण शिकणाऱ्या अन् त्याची कबुली देणाऱ्या एम.जी.एस. नारायणांबद्दल माझ्या मनात आदरभाव वाढला; पण मला या गोष्टीचीही खात्री होती की पूर्णपणे धर्मनिरपेक्ष असलेल्या प्रोफेसर एम.जी.एस. नारायणांना लवकरच 'संप्रदायवादी' ठरविलं जाईल अन् माझा हा अंदाज खरा ठरला. त्या काळात भारतातील इतिहासतज्ज्ञांना हीन ठरविण्यासाठी अन् त्यांची नैतिक हत्या करण्यासाठी प्रोफेसर हबीब यांनी एक हत्यार म्हणून संप्रदायवादाचा सरळ सरळ उपयोग केला होता.

इबादतखाना, चर्च आदींच्या संशोधनाच्या बाबतीत माझे काम पाहता, थोड्या उशिराने का होईना, मला पुरातत्त्व सर्वेक्षणमध्ये उपअधीक्षण पुरातत्त्ववेत्ता (Dy. Superintending Archaeologist) या पदावर बढती देण्यात आली. विश्वविद्यालयातील दहा वर्षांच्या नोकरीचा अनुभव गाठीला होताच. विश्वविद्यालयातून अनुमतीपत्र घेऊन मी केंद्रीय लोकसेवा आयोगाकडे (UPSC) या पदासाठी अर्ज केला होता. मला पुनर्ग्रहणाधिकारही मिळायला हवा होता. तसं पाहिलं तर शासकीय सेवेत आल्यानंतरही जास्त पैसा कमविण्यासाठी आखाती देशांत जाणाऱ्यांना लियन* देण्यात येते. एवढंच कशाला विश्वविद्यालयाची परवानगीही न घेता आखाती देशांत जाऊन परत आलेल्या व नोकरीत परत रुजू झालेल्या अनेकांच्या रजाही नंतर नियमित करण्यात आल्या आहेत. प्रोफेसर इरफान हबीब

---

* लियन - एखाद्या खात्यातून दुसऱ्या खात्यात बदली झाल्यास मूळ खात्यात परतण्याचा हक्क.

अन् प्रोफेसर गौड मक्खनलाल ग्रूपच्या ढवळाढवळीमुळे मला विश्वविद्यालयाची लियन मिळाली नाही. या ग्रूपच्या विरोधात मी न्यायालयात खटला दाखल केला होता. तो खटला मी मागे घ्यावा म्हणून माझ्यावर जबरदस्त दबाव आणण्यात आला; पण मी त्या दबावाला बळी पडलो नाही म्हणून मला लियनदेखील मिळाली नाही.

प्रोफेसर इरफान हबीब, प्रोफेसर गौड अन् मक्खनलाल ग्रूपच्या दबावामुळे मला लियन नाकारणाऱ्या विश्वविद्यालयाला पाठविल्या गेलेल्या पत्रावर प्रोफेसर गौडनी सही केली होती. त्या पत्रावर सही करताना नक्कीच त्यांच्या मनात अनेक प्रश्नांनी कल्लोळ माजविला असेल. कदाचित सही करताना त्यांना त्रासही झाला असेल; कारण दहा वर्षे त्यांच्याबरोबर त्यांचा सहायक म्हणून मी काम केले होते. मी त्यांचा उजवा हात होतो अन् आता त्याच सहायकाला, त्याच उजव्या हाताला, काल-परवापर्यंत आपलेही शत्रू असलेल्या माणसांच्या आदेशाबरहुकूम कापताना त्यांना नक्कीच फार दुःख झाले असणार. त्यांनी ज्या दिवशी त्या पत्रावर सही केली, त्या दिवसापासून त्यांची तब्येतच बिघडली. प्रोफेसर गौडना अगोदर विश्वविद्यालयाच्या मेडिकल कॉलेजमध्ये अन् नंतर तिथून एम्समध्ये भरती करण्यात आलं. त्यांची बोलण्याची ताकदच संपली होती. दिल्लीच्या एम्समधील अनेक महिन्यांच्या उपचारांनंतर त्यांना घरी पाठविण्यात आलं; पण त्यांची स्थिती फारशी चांगली नव्हतीच. ते फारच दयनीय स्थितीत होते. ज्या गोष्टी पटत नाहीत, त्या गोष्टी फक्त आपल्या स्वार्थासाठी करून त्यांनी स्वतःलाच स्वतःच्या नजरेतून उतरविलं होतं अन् त्याचा अंतिम परिणाम त्यांना भोगावा लागला.

लियन न मिळाल्याने मला माझ्या विश्वविद्यालयातील दहा वर्षांच्या नोकरीचा राजीनामा द्यावा लागला. अलिगढच्या या लढाईत मसूद आगा, मतलूब अली कुरैशी, सज्जाद हैदरसारख्या एकेकाळच्या प्रोफे. हबीब यांच्या कंपूतील, परंतु आता त्यांच्यापासून वेगळे झालेल्या युनियन लीडर्सनी मला भरपूर मदत केली. या लोकांच्या पाठबळावरच ती लढाई मी अतिशय चांगल्या पद्धतीने लढू शकलो. मसूद आगांनी अनेक वेळा तत्कालीन रजिस्ट्रार जावेद उस्मानी यांना भेटून माझ्या संशोधनाविषयी माहिती दिली होती. जावेद उस्मानी यांनी कुठल्याही प्रकारच्या दबावाला बळी न पडता माझ्या केसचा सहानुभूतीपूर्वक विचार करून माझा राजीनामा मंजूर केला. राजीनामा मंजूर करताना त्यांना अनेक अडचणींना, लोकांच्या दबावाला तोंड द्यावं लागले असावं, याचा अंदाज नंतर त्यांच्याशी बोलताना मला आला होता.

प्रोफेसर इरफान हबीब एवढं करूनही गप्प बसले नव्हते. त्यांनी भारतीय

पुरातत्त्व सर्वेक्षणच्या महानिदेशकांकडे जाऊन माझ्यावर अनेक आरोप लावले आणि अलिगढ विश्वविद्यालयातील सर्व समस्यांना मीच कारणीभूत असल्याचे त्यांना सांगितले. आयोगाचे महानिदेशक डॉ. जे. पी. जोशी मला ओळखत होते. त्यांनी प्रोफेसर हबीबना उत्तर दिले की ही नेमणूक केंद्रीय लोकसेवा आयोगाने केली आहे अन् ती रद्द करण्याचा अधिकार मला नाही. कुठेच डाळ शिजत नाही हे पाहिल्यावर प्रोफेसर हबीबनी शेवटी एकच विनंती केली की माझी नेमणूक आग्र्याला करण्यात येऊ नये. आग्र्यात जर माझी नेमणूक झाली तर मी फतेहपूर सिक्रीतच आणखी संशोधन करून, उत्खनन करून काही तरी नवीन शोधून काढेन याची त्यांना धास्ती वाटत होती अन् त्यांना नेमकं ते नको होतं. एवढंच कशाला, अलिगढ जिल्हा न्यायालयात डॉ. मक्खनलाल, प्रोफेसर इरफान हबीब, प्रोफेसर गौड यांच्या विरोधात दाखल केलेले दावे मी अतिशय व्यवस्थित रीतीने चालवेन, याची त्यांना खात्री होती. त्यामुळे माझी आग्र्यातील नेमणूक त्यांना परवडणारी नव्हती. प्रोफेसर इरफान त्यांना कसे भेटले होते, याबद्दलची माहिती डॉ. जे. पी. जोशींनी मला नंतर दिली. भारतीय इतिहास संशोधन परिषदेच्या (ICHR) तत्कालीन अध्यक्षांच्या विनंतीचा विचार करून भारतीय पुरातत्त्व सर्वेक्षणकडून माझी पहिली नेमणूक आग्र्याच्या ऐवजी मद्रास सर्कलला करण्यात आली.

अलिगढला राजीनामा देऊन भारतीय पुरातत्त्व सर्वेक्षणमध्ये भारतातील अनेक भागांमध्ये काम करताना देखील प्रोफेसर इरफान हबीबसाठी मीच त्यांच्या 'कबाबमधील हड्डी' बनलो होतो. वर्तमानपत्रे किंवा चॅनल्सवर मला बघताना त्यांना फारच दु:ख व्हायचं. पाकिस्तानचे भूतपूर्व राष्ट्रपती परवेझ मुशर्रफ यांच्याबरोबर ताजमहाल बघताना किंवा अमेरिकेचे राष्ट्रपती बराक ओबामा यांच्याबरोबर हुमायूँचा मकबरा बघतानाचे माझे फोटो पाहून त्यांचा जास्तच जळफळाट झाला असावा, त्यांची तब्येत बिघडली असावी. विश्वविद्यालयाच्या आमंत्रणावरून इबादतखाना अन् पुरातत्त्व विषयासंबंधी व्याख्याने देण्यासाठी माझं अलिगढला येणं त्यांना अधिकच दु:ख देणारं ठरायचं. मी अलिगढला पोचलो रे पोचलो की त्यांची गुप्तहेर यंत्रणा अधिक जोमाने कामाला लागायची. मुहम्मद कुठे जातो, कुणाला भेटतो या बाबतीतल्या सगळ्या बातम्या डॉ. इरफान अन् शिरीन मुस्वीकडे पोहोचवल्या जायच्या.

माझ्या उत्खनन अन् संशोधनांसंबंधीचे पॉवर पॉइन्ट प्रेझेंटेशन उपस्थितांना आकृष्ट करून घ्यायचे. पुरातत्त्व संशोधन कार्य प्रणालीची विश्वविद्यालयातील या इतिहासतज्ज्ञांच्या कामाशी तुलना करण्याची ही एक चांगली संधीदेखील असायची. त्यामुळे माझ्या व्याख्यानांत जाणूनबुजून अडचणी, अडथळे निर्माण

करण्याचे प्रयत्न केले गेले. या अशाच अनेक गुलाम बुद्धिवाद्यांनी अनेक ठिकाणी माझी व्याख्याने होऊ नयेत म्हणून आपले सर्व कसब पणाला लावले. दिल्लीच्या जवाहरलाल नेहरू विद्यालयात फक्त त्यांचा हा प्रयत्न यशस्वी ठरला; पण त्याव्यतिरिक्त इंडिया इंटरनॅशनल सेंटर, इंडिया हॅबिटेट सेंटर, इंदिरा गांधी नॅशनल सेंटर, तसेच दिल्ली विश्वविद्यालयाच्या अनेक कॉलेजेसमध्ये माझ्या व्याख्यानांसाठी तुफान गर्दी व्हायची. तिथे मात्र अडचणी निर्माण करण्याचे त्यांचे प्रयत्न निष्फळ ठरले.

◆

गोव्यात मी

अनेक चर्चेसचे माहेरघर आहे, गोवा. कधी काळी या गोव्यात ८०हून जास्त चर्चेस होती; पण आता गोव्यातील दहा चर्चेस भारतीय पुरातत्त्व सर्वेक्षणाधीन आहेत. बॉम जीझस हे गोव्यातील प्रमुख चर्च आहे. ज्यांना अतिशय पवित्र संत म्हणून घोषित केलं गेलं आहे, त्या संत झेवियरचं पार्थिव तिथे सुरक्षित जपून ठेवलं गेलं आहे. या ठिकाणी दर वर्षी नोव्हेंबर महिन्यात जत्रा भरते. लांबलांबून लोक या चर्चचे दर्शन घेण्याकरता येतात. संत झेवियरचं सुरक्षित ठेवलेलं पार्थिव दर दहा वर्षांनी बाहेर काढले जातं अन् सेंट कॅथेड्रल नामक दुसऱ्या चर्चमध्ये नेलं जातं. तिथे ते पार्थिव तब्बल चाळीस दिवस लोकांनी दर्शन घ्यावं म्हणून ठेवलं जातं. भारतीय पुरातत्त्व सर्वेक्षणाचा अधिकारी हा त्या ऐतिहासिक स्मारकांचा अध्यक्ष असतो. वर्ष १९९४ला ही जबाबदारी माझ्यावर सोपविण्यात आली होती. बॉम जीझसला धार्मिक समितीचे प्रमुख होते फादर रीगो. मी बॉम जीझसला ठरलेल्या वेळेआधी सुरक्षित केल्यामुळे फादर रीगोंना माझ्याबद्दल वैयक्तिक आदर व प्रेम वाटायचं. संत झेवियरचे पार्थिव अवशेष बॉम जीझसमधून सेंट कॅथेड्रलमध्ये बदलण्याच्या कार्यक्रमासाठी त्यांनी मला निमंत्रण दिलं होतं अन् मी सहकुटुंब या कार्यक्रमासाठी गेलो होतो.

केरळमधील मलाबारचा राजा सामुतिरीच्या सैनिकाला, कुंजाली मरक्कारला गोव्यात फाशी दिली गेली होती. ऐतिहासिकदृष्ट्या अतिशय महत्त्वाचं असलेलं हे स्थान गर्द झाडाझुडपांनी भरलेलं होतं. केरळच्या लोकांना कुंजाली मरक्कारबद्दल फार आत्मीयता असणं साहजिकच होतं. त्यामुळे ती जागा स्वच्छ करून सुरक्षित ठेवण्याचा निर्णय घेण्यात आला. आता ही जागा सुरक्षित ठेवण्यासाठी आवश्यक पैसा उभा करणं फार महत्त्वाचं होतं अन् त्यासाठी भारतीय पुरातत्त्व सर्वेक्षणला अर्ज देऊन त्यांच्या निर्णयाची वाट पाहायला हवी. आता तो पैसा कधी येईल, तो येण्यासाठी किती काळ जाईल, तो येईपर्यंत मी गोव्यात असेन की नाही,

असे अनेक प्रश्न होते अन् एकही उत्तर समोर नव्हतं.

मी मग एक कल्पना राबविली. ही गोष्ट मी आसपासच्या कॉलेजेसमध्ये घेऊन गेलो. विद्यार्थ्यांसमोर हा प्रस्ताव मी मांडला अन् विद्यार्थ्यांनी मदत करायची तयारी दर्शविली. एके दिवशी आम्ही सर्वांनी मिळून स्वच्छता मोहीम आखून तिथली झाडेझुडपे कापून जागा स्वच्छ केली. एका महिन्याच्या अवधीत आम्ही स्मृतिकमान दुरुस्त करून पॉइन्ट टाकून सुंदर बनविली. सरकारी मदतीची अजिबात वाट न पाहता विद्यार्थ्यांच्या मदतीने सगळं काम झालं. ही गोष्ट माझ्यासाठी नेहमीच प्रेरणादायक ठरली. पिढीजात संपत्तीचे भावी पिढीला हस्तांतरण करण्याचा महत्त्वाचा संदेशही या कामाने मला दिला.

याचदरम्यान गोव्याच्या प्रार्थना होत नसलेल्या काही चर्चेसमध्ये प्रार्थना व्हावी, अशी इच्छा लोकांनी व्यक्त केली. भारतीय पुरातत्त्व सर्वेक्षणाच्या नियमानुसार कुठलंही धार्मिक स्थळ जर ताब्यात घ्यायचं असेल तर तिथे सुरू असलेली पूजा किंवा प्रार्थना पूर्वीप्रमाणेच सुरू ठेवायची परवानगी दिली जाते. धार्मिक स्थळ कुठल्याही धर्माचं असलं तरी तिथे नवीन काही सुरू करण्याची परवानगी दिली जात नाही. आता उदाहरणच घ्यायचं तर अजिंठ्याला पूजा वगैरे होत नाही. वेरूळ व महाबलीपुरम्‌मध्येही हाच प्रकार आहे. त्यामुळे या जागा पर्यटन स्थळे मानली जातात. बृहदेश्वर मंदिर, तसेच ताजमहालची मशीद भारतीय पुरातत्त्व सर्वेक्षणाने संरक्षणासाठी ताब्यात घेतले त्या वेळी तिथे प्रार्थना व्हायची; पण मग तिथेही काही नियम व नियंत्रण लागू केले गेले. शुक्रवारी तिथे नमाज अदा करण्याची परवानगी दिली गेलीय. आग्र्याच्या तसेच लाल किल्ल्यातही मशिदी आहेत; पण तिथे पूर्वीपासून कधी प्रार्थना होत नसल्याने तशी परवानगी देण्यात आली नाही. त्यामुळेच भारतीय पुरातत्त्व सर्वेक्षणाने ताब्यात घेण्यापूर्वी गोव्याच्या या चर्चेसमध्ये प्रार्थना होत नसल्याने ही चर्चेस प्रार्थनेसाठी उघडणं शक्य नव्हतं. संरक्षित सेंट फ्रान्सिस चर्च अन् सेंट रसोरिया चर्चमध्ये प्रार्थना करण्याची अनुमती मिळावी, अशी मागणी त्यांच्या धर्मगुरूंनी केली; पण त्यांना त्यासाठी परवानगी देण्यात आली नाही. चर्चच्या अध्यक्षांना आम्ही ही गोष्ट समजावून सांगितली अन् त्यांनाही ती पटली; पण काही लोक अजिबात ऐकायला तयार नव्हते. भारतीय पुरातत्त्व सर्वेक्षणाच्या अधीन असलेल्या चर्चेसमध्ये प्रार्थनेची परवानगी न देण्याच्या बाबतीत पक्ष अन् विपक्ष घेऊन मीडियाने हिरिरीने बातम्या छापल्या; पण नियमांना अपवाद म्हणून एखादे चर्च जर प्रार्थनेसाठी खुले केले गेले तर अजिंठा, वेरूळ, लाल किल्ल्यासारख्या अनेक जागांच्या बाबतीत समस्या निर्माण झाल्या असत्या म्हणून मी माझ्या निर्णयावर ठाम होतो. हळूहळू विरोध मावळू लागला.

त्या वेळी एच. डी. देवेगौडा पंतप्रधान होते अन् गोव्याचे रमाकांत खलप कायदामंत्री होते. या सर्व बाबींची छाननी करून रिपोर्ट देण्यासाठी संस्कृती विभागाच्या सचिवांची नेमणूक केली गेली. नंतर मेघालयाचे राज्यपाल बनलेले बी. पी. सिंह त्या वेळी संस्कृती विभागाचे सचिव होते. सुशिक्षित ख्रिश्चन लोक नियमांचे पालन करतील, ही त्यांची धारणा होती.

एखादे ख्रिस्ती चर्च जर प्रार्थनेसाठी खुले करण्यात आले तर भारतातील हिंदू, मुस्लीम, बौद्ध असे सारेच लोक प्रार्थना न होणाऱ्या धार्मिक स्थळांची मागणी करतील. कुतुबमिनार, लाल किल्ला, आग्रा किल्ला आदी यांसारख्या प्रतिबंधित स्थळांच्या जागीदेखील संघर्ष सुरू होईल. मंदिरं तोडूनच कुतुबमिनारच्या शेजारी कुत्वतुल इस्लाम मशीद बांधली गेली होती. मग इथे प्रार्थना करण्यासाठी कुणाला परवानगी देणार? हिंदूंना की मुसलमानांना? काही वर्षांपूर्वी याच विषयावर दिल्लीच्या मशिदींमध्येही संघर्ष झडले होते; परंतु तत्कालीन पंतप्रधान श्रीमती इंदिरा गांधींनी मुसलमानांच्या समोर अजिबात गुडघे टेकले नाहीत. २००९मध्ये ही समस्या परत एकदा समोर आली अन् त्या वेळी श्रीमती शीला दीक्षित दिल्लीच्या मुख्यमंत्री होत्या. मीही तेव्हा दिल्ली मंडळाच्या पुरातत्त्व सर्वेक्षणमध्ये उपअधीक्षण पुरातत्त्ववेत्ता (Dy. Superintending Archaeologist) होतो. चार मशिदींमध्ये मुसलमानांनी जबरदस्तीने नमाज पढायला सुरुवात केली होती. त्या वेळी केंद्रीय गृहमंत्र्यांच्या सहकार्याने अन् पोलिसांच्या मदतीने आम्ही त्या मुस्लीम गटाचे प्रयत्न हाणून पाडले होते. जर एका ठिकाणी आम्ही परवानगी दिली असती तर आम्हाला सर्वच ठिकाणी परवानगी द्यावी लागली असती, हा माझा मुद्दा होता. दिल्लीच्या मुस्लीम कट्टरपंथीयांच्या या लढाईत आम्हाला सर्वांत जास्त साथ दिली ती श्री. सुहैल हाशमी यांनी अन् दिल्लीच्या हिंदी अन् इंग्लिश वर्तमानपत्रांनी अन् त्यातल्या त्यात हिंदुस्तान टाइम्सने! श्री. सुहैल हाशमी म्हणजे शहीद सफदर हाशमीचे भाऊ. ते अतिशय आदर्शवादी कम्युनिस्ट नेते होते अन् त्यांनी कधीच आणि कुठल्याच हिंदू किंवा मुस्लीम कट्टरपंथीयांशी हातमिळवणी केली नाही. गोव्याचे तत्कालीन राज्यपाल रोमेश भंडारी यांच माझ्याबद्दलचं मत फार चांगलं होतं. माझी बाजू घेणारेही बरेच होते. बॉम जीझसचे फादर रीगो, सेंट कॅथेड्रलचे फादर सक्कीरा, जस्यूट फादर इत्यादी लोकांनी माझी बाजू लावून धरली. काही लोक विरोधीही बोलले. फादर रीगोंनी सेंट काजेटन चर्चच्या तत्कालीन आर्च बिशपच्या वतीने बोलाविण्यात आलेल्या बैठकीत माझ्या वतीने जोरदार भाषणही दिले. गोव्यातील डॉ. नंदकुमार कामत, डॉ. धूमे, सज्जन भटकर यांसारख्या बुद्धिवाद्यांनी, तसेच मारियो मिरांडासारख्या प्रसिद्ध कलाकाराबरोबरच स्वतंत्र पत्रकार मारियो कब्राल यांचे समर्थनही मला मिळालं. या सर्वांनी माझं काम

पाहिलं होतं. चर्चच्या परिसरात संरक्षणासंबंधी केल्या गेलेल्या अभूतपूर्व कामाचे व प्रगतीचे ते साक्षीदार होते. गोव्याचे आणखी एक प्रसिद्ध कलाकार, ज्यांची पेंटिंग्ज बॉम जीझस चर्चमध्ये लावलेली आहेत, त्या डॉ. मार्टिननी देखील मला समर्थन दिले. आर्थिकदृष्ट्यादेखील डॉ. मार्टिननी गोव्यातील अंतर्गत सांस्कृतिक कामांना प्रोत्साहन देऊन गोव्यातील सांस्कृतिक प्रगतीत योगदान देणाऱ्या लोकांसाठी एका पुरस्काराची सुरुवातदेखील केली आहे. सकारात्मक विचार असलेल्या डॉ. मार्टिननी मला नेहमीच प्रेरित केलंय.

संस्कृती विभागाचे सचिव श्री. बी. पी. सिंह यांना त्या गंभीर मामल्यासंबंधी योग्य रिपोर्ट देण्याची वेळ माझ्यावर आली नाही. मी त्यातून वाचलो. माझ्या विरोधात काही विद्यालयांच्या माध्यमातून पंतप्रधानांना पत्रही लिहिण्यात आलं होतं; परंतु तेही नकली निघालं. शाळेत शिकणाऱ्या मुलांकडून त्या पत्रावर सह्या घेतल्या गेल्या होत्या. निरीक्षण अन् तपास पूर्ण करून दिल्लीला परत जाताना सचिवांनी मला एक प्रश्न विचारला, ‘‘जर तुम्हाला लियन देऊन बिहारला नियुक्ती दिली तर जायला तयार आहात?’’ त्या काळी बिहारमध्ये नोकरी करण्याच्या कल्पनेने लोकांना घाम फुटायचा, लोक बिहारला जायला घाबरायचे. ‘‘मी स्वत: बिहारचा आहे अन् तुमच्यासारखा एक यशस्वी अधिकारी मला तिथे हवाय.’’

मी नेहमीच अडचणी व समस्यांना एक आव्हान म्हणूनच स्वीकारले, त्यामुळे मी लगेच म्हटले, ‘‘सर, मी बिहारमध्ये काम करायला तयार आहे.’’ काम न करणाऱ्या वरिष्ठ अधिकाऱ्याची त्वरित बदली करून, श्री. बी. पी. सिंह यांच्या प्रयत्नांनी लियनसहित माझी बदली बिहारला करण्यात आली.

◆

नालंदा, वैशाली, विक्रमशिला

जगातील सर्वांत पहिलं आधुनिक विश्वविद्यालय पॅरिसमध्ये आहे आणि त्यानंतर केम्ब्रिज अन् ऑक्स्फर्डचा नंबर लागतो. आता ही झाली तेराव्या शतकातील गोष्ट; परंतु त्याहीअगोदर ७०० वर्षांपूर्वी यापेक्षाही अत्याधुनिक विश्वविद्यालय भारतात होतं अन् ते म्हणजे नालंदा विश्वविद्यालय! फार पूर्वीच उत्खनन करून त्याचे अवशेष काढले गेले होते. सर्वप्रथम तिथे अलेक्झांडर कनिंगहॅमने उत्खनन केले. त्यानंतर अनेक पुरातत्त्ववेत्त्यांनी उत्खननाचे ते काम पुढे नेले. त्यातून जे काही पुरावे मिळाले, ते सांगतात की तिथे तीन पुस्तकालयांसहित एका विश्वविद्यालयाला आवश्यक असलेल्या सर्व गोष्टी होत्या.

नालंदा विश्वविद्यालयाचा प्रवास करताना आपल्याला १३०० वर्षांपूर्वी ह्यूआनसंगने केलेल्या प्रवासाच्या आठवणी जागवाव्या लागतील. ज्या रस्त्याने त्याने प्रवास केला, त्या रस्त्यावरून आपल्याला चालावे लागेल. ह्यूआनसंगच्या आठवणीच आपल्याला त्याच्यातील आत्मचैतन्याचे काही अंश प्रदान करतील अन् त्याच्या मदतीने आपण परिवर्तनाच्या ऊर्जेचा स्वीकार करून आपल्या या ऐतिहासिक प्रवासाला काही प्रमाणात सुफळ संपूर्ण करण्याचा प्रयत्न करू शकतो.

एकदा नालंदाच्या चंडी मऊ नामक जागी हेरिटेज ॲक्टिव्हिस्ट तुफैल अहमद खान सूरी यांनी अनेक हिंदू अन् बौद्ध मूर्ती पाहिल्या. त्यांनी ही माहिती मला दिली अन् त्याचबरोबर नालंदामधील चिनी मठाचे मुख्य पुजारी भंते पन्यालंकार यांनाही दिली. त्या मूर्ती नालंदा म्यूझिअममध्ये न्यायला स्थानिक लोकांचा यासाठी विरोध होता, की त्यांना त्या मूर्ती चंडी मऊमध्येच म्यूझिअम बनवून स्थापित करायच्या होत्या. आता म्यूझिअम बनविणे ही काही सोपी गोष्ट नव्हती अन् आम्हाला त्या गोष्टी तस्करीपासून सुरक्षितही ठेवायच्या होत्या. त्यामुळे आम्ही आमच्या माहितीप्रमाणे सर्वांत सुरक्षित असलेल्या स्थानिक शिव

मंदिराजवळ एक ग्रामीण म्यूझिअमे तयार केलं. या कार्याला अनेक लोकांचा हातभार लागला. भंते पन्यालंकार, आर.एस.एस.चे स्थानिक कार्यकर्ते राम चंद्र, तुफैल अहमद खान सूरी अन् गावातील अनेक वरिष्ठ लोकांनी या कार्याला मदत केली. स्थानिकांनी या कामासाठी श्रमदान तर केलंच; पण सामानही पुरविलं. अशा तऱ्हेने लोकांच्या सहयोगाने अन् सहकार्याने पहिलं ग्रामीण संग्रहालय बनविण्यात आम्ही यशस्वी ठरलो. आम्हाला सर्वांत मोठं सहकार्य भंते पन्यालंकार यांचं मिळालं. रंजल्यागांजल्या लोकांच्या उत्थानासाठी नेहमीच तत्पर असलेली ही व्यक्ती आपलं एक वेगळंच तेज घेऊन साथ देते.

खरं तर आपल्या पुराणात अन् इतिहासात वर्णन केल्या गेलेल्या महत्त्वपूर्ण भागांचं उत्खनन करून इतिहासातील सत्य लोकांसमोर मांडायला आपण फारच उशीर केलाय. हस्तिनापूर, अहिछत्रा, कांपिल अन् मथुरेसारख्या स्थळांची अवस्था अगदीच खराब व दयनीय आहे. त्यातील काही स्थळं सुरक्षितही आहेत; पण त्यांची मालकी भारतीय पुरातत्त्व सर्वेक्षणाकडे नाही. त्यातील काही जागांच्या भोवती भिंतीही उभारलेल्या नसल्यामुळे या अतिशय मौल्यवान जागा अतिक्रमणाच्या शिकार झाल्या आहेत. त्यांची व्यवस्थित देखभालही होत नाही.

या ऐतिहासिक जागांवरील अतिक्रमण हटवून, तिथल्या झोपड्या व लोकांना तिथून हटवून तिथे ऐतिहासिक पार्क तयार करण्याचा एक आगळावेगळा प्रयत्न विनीत जैन यांनी केला आहे. त्यांनी आपल्या ब्रिज फाउंडेशनच्या वतीने मथुरेतील नंदगाव, बरसाना, गोवर्धन, गोकुळसारख्या अनेक ऐतिहासिक जागांना एक नवी ऊर्जा व ओळख दिली आहे. विनीत जैन यांचं हे काम फारच मोठं आहे अन् ते समजून घेण्यासाठी आपल्याला या जागांचा भूतकाळ, तिथली घाण, अतिक्रमण माहीत असायला हवं. ऐतिहासिक जागांच्या पुनरुज्जीवनाचं एवढं मोठं कार्य भारतात तरी त्यांच्या व्यतिरिक्त कुणी केल्याचं माझ्या माहितीत नाही. त्यांच्याबरोबर जर कुणी पुरातत्त्ववेत्ता असता तर त्या जागांवरील भग्नावशेष एकत्र करून संग्रहित करण्याचं कामदेखील त्यांनी केलं असतं, असं मला वाटतं.

भारतीय पुरातत्त्व सर्वेक्षणाला देखील कुतुबमिनार, पुराना किला, लाल किल्ला, फतेहपूर सिक्री, ताजमहालसारख्या जागी देखील हे असं संग्रहालय स्थापित करण्याचं काम करता आलेलं नाही. भारतीय पुरातत्त्व सर्वेक्षण एखाद्या माहितीपटाच्या माध्यमातून या जागांचं भारतीय इतिहासाची दिशा बदलण्याच्या दृष्टीने किती महत्त्व आहे किंवा यांची भूमिका किती महत्त्वाची आहे, हे दाखवू शकले असते. तिथे येणाऱ्या प्रत्येकाचं ज्ञानभांडार समृद्ध झालं असतं. एकदा का त्या माणसाला त्या जागांची माहिती पुरविली गेली अन् त्याला हेही सांगितले गेलं की तो आता ज्या 'महान धरती'वर चालत आहे, जिथे त्याचे महान पूर्वज फार

पूर्वी त्याच्या 'आज'ला समृद्ध अन् संपन्न करण्यासाठी एकत्र जमले होते. तर त्या सर्वच पर्यटकांच्या मनात राष्ट्रप्रेमाची भावना जागृत होईल अन् आतापर्यंत निद्रावस्थेत असलेल्या त्यांच्या 'कुंडलिनी'ला जागविणं शक्य होईल. यासाठी प्रत्येक स्मारक केंद्राजवळ एक 'संकल्पना केंद्र' असणे, अत्यंत गरजेचं आहे. जिथे इतिहास, त्या जागी घडलेल्या लढाया अन् तिथे शासन करणाऱ्या राजांच्या कारकिर्दीबाबत माहिती देणारा एखादा लघुपट दाखविला जावा. याचबरोबर त्या त्या ठिकाणी योग्य गाइडही असावा, जो पर्यटकांना त्या ठिकाणी नेऊन त्यांना योग्य माहिती देऊन ती जागा दाखविण्याचे काम करेल.

पुराना किला, फतेहपूर सिक्री, हंपी, चंपानेर, कुमराहरसारख्या उत्खनन स्थळांचं पुन्हा वेगळ्या तऱ्हेने पुनरुत्थान करायला हवं. या जागांच्या पुरातत्त्वीय अवशेषांना आणखी मजबूत करून, त्या अवशेषांच्या जागी मिळालेल्या पुरातन भग्नावशेषांच्या प्रतिकृती (Antiquities) पुनर्स्थापित कराव्या आणि पर्यटकांना ठरावीक अंतरावरून ते ऐतिहसिक अवशेष पाहण्याची संधी उपलब्ध करून द्यावी, जेणेकरून भारताच्या या ऐतिहासिक ठेव्याबद्दल त्यांना माहिती मिळू शकेल. इथे आपण सायबर ऑर्कियालॉजी. डिजिटल कल्चरल हेरिटेज (डी.सी.एच.), थर्ड ग्राफिक टेक्नॉलॉजी, ऑगमेन्टेड रिॲलिटी सिस्टिम (ए.आर.एस) यांसारख्या आधुनिक तंत्रज्ञानाचा उपयोग करून पर्यटकांना आवश्यक माहिती द्यायला हवी. कुठल्याही जागेबद्दल, तिथल्या वस्तू अन् लुप्त होण्याच्या मार्गावर असलेल्या संस्कृतींच्या बाबतीत खऱ्याखुऱ्या कहाण्या विणून अन् त्यांना या तंत्रज्ञानाच्या साहाय्याने जिवंत करून माहिती दिल्यास त्या माणसासाठी तो एक आगळावेगळा अन् आठवणींच्या कुपीतला अनुभव बनेल, जो त्याला आयुष्यभर साथ देईल. या जागांची सीमा अन् स्थान ठरवून सरकारी जमीन म्हणून त्यांचे संरक्षण केले गेले पाहिजे. खरं तर ऐतिहासिक दृष्टीने महत्त्वपूर्ण असलेल्या जागांचं संरक्षण करणं, ही आपली जबाबदारी आहे. सांस्कृतिक केंद्रांच्या सुरक्षेसाठीदेखील विशेष सीमा निर्धारित करणारे नियम तयार करायला हवेत. ही काळाची गरज आहे. अजूनही तसा फार उशीर झालेला नाही; पण आताही आपण काहीच केलं नाही तर मात्र आपला हा गौरवशाली इतिहास काळाच्या ओघात कधी नष्ट होईल, ते आपल्यालाही कळणार नाही.

वैशाली, ही ऐतिहासिकदृष्ट्या फार महत्त्वाची जागा आहे. जैन धर्माचे संस्थापक महावीर यांचं हे जन्मस्थान तर गौतम बुद्धांची ही कर्मभूमी. वैशालीच्या राजाची निवड वैशालीची जनता करायची अन् त्या दृष्टीनेही वैशाली हे प्रजासत्ताक पद्धतीच्या शासन शैलीचं उदाहरण आहे. वैशालीमध्ये अनेक पाठशाळा असायच्या अन् जगाच्या कानाकोपऱ्यांतून येऊन विद्वत्जन इथल्या चर्चा अन् व्याख्यानांमध्ये

भाग घ्यायचे. डॉ. लालचंद सिंह यांनी इथे जे उत्खनन केलं, त्यातून गौतम बुद्धांशी संबंधित अनेक गोष्टी समोर आल्या आहेत. गौतम बुद्धांनी अनेक वर्षे इथे वास केला. बुद्धांचे निवासस्थान, महिलांना सर्वप्रथम बौद्ध धर्मात ज्या ठिकाणी प्रवेश दिला गेला ते ठिकाण, बुद्धांच्या पार्थिव शरीराचे संरक्षण करण्याकरिता बनविलेले स्तूप इत्यादी गोष्टी या उत्खननातून समोर आल्या आहेत. या सर्व गोष्टीत मर्कट हृदय टँक, ही गोष्ट फार महत्त्वाची आहे. वानरांनी बुद्धांच्या स्नानासाठी हा तलाव तयार केलाय, असं सांगितलं जातं. सम्राट अशोकानेही स्मारकस्तंभ निर्माण केला होता. माझं सौभाग्य हेच की या सर्व ठिकाणी मी संवर्धनाचे (Conservation) काम करवू शकलो. संवर्धन अन् खोदकाम करताना काही गुन्हेगारी प्रवृत्तीच्या लोकांनी आमच्या कामात अडथळे आणण्याचे प्रयत्नही केले. आम्ही जो पैसा या कामासाठी खर्च करीत होतो, त्याचा काही हिस्सा त्यांना मिळावा, ही त्यांची मागणी होती; पण ही गोष्ट मी पोलिसांना सांगितली अन् अवघ्या दोन तासांत पोलिसांनी सर्वांना पकडून जेलमध्ये टाकलं. ही केस फाइल करण्यात अन् हा मामला तडीस नेण्यात सहायक पुरातत्त्ववेत्ता डॉ. अशोक गुप्ता अन् डॉ. मनोज द्विवेदी यांचे प्रयत्न अन् साहस निश्चित वाखाणण्यासारखं आहे. या घटनेनंतर मात्र कुठल्याही गुन्हेगारी गटाने भारतीय पुरातत्त्व सर्वेक्षणला धमकी देण्याचं धैर्य दाखविलं नाही.

भारताचे पहिले राजधानीचे शहर राजगीर होय. प्रथम राजा बिंबिसार याची ही राजधानी. येथेच गौतम बुद्धांच्या अस्थी पुरलेले स्तूप मिळाले. बुद्धाच्या पार्थिव शरीराचा काही भाग राजगीरमध्ये दफन करण्यात आला होता, असं सांगितलं जातं; पण नेमकं ते स्थान कुठे आहे, या बाबतीत इतिहासकारांची वेगवेगळी मतं आहेत. आमचं अन्वेषणाचं काम चालूच होतं अन् त्याच दरम्यान आम्हाला तिथे एक उंचवटा दिसून आला. त्याचं असं झालं की मी राजगीरहून बोधगयेकडे कारमधून चाललो होतो. माझ्याबरोबर डॉ. दानी बाबू, डॉ. अम्बस्था, डॉ. जलज तिवारी, डॉ. डी. के. सिंह, डॉ. डी. एन. सिन्हा, डॉ. के. सी. श्रीवास्तव, डॉ. नीरज सिन्हा आणि इतरही काही पुरातत्त्ववेत्ता होते. या प्रवासादरम्यान अचानक एक उंचवटा माझ्यासमोर आला अन् माझ्या मनाने मला सांगितलं की ज्या जागेच्या शोधात तू निघाला आहेस, ती हीच जागा आहे. मी गाडी थांबविली अन् त्या उंचवट्यावर चढून गेलो. तिथे काही विटा अन् दगडही मिळाले. सम्राट अशोकाच्या काळातील होते ते. उत्खनन सुरू असतानाच तत्कालीन रेल्वेमंत्री नितीश कुमार यांनी त्याच जागेवर रेल्वे लाइनचा प्रस्ताव मांडला अन् काम सुरू केलं; पण भारतीय पुरातत्त्व सर्वेक्षण विभागाने त्यांना ते काम थांबविण्यास भाग पाडलं. त्यानंतर झालेल्या उत्खननात आम्हाला गौतम बुद्धाच्या पार्थिवाचे दफन

केले गेलेले स्तूपही सापडले अन् मग ऐतिहासिकदृष्ट्या महत्त्वपूर्ण असलेल्या त्या जागेचं संरक्षण अन् संवर्धन करणं सरकारला भाग पडलं. रेल्वे लाइनची दिशा बदलण्यात आली.

उत्खननातून जगातील सर्वांत उंच स्तूप 'केसरिया' समोर आला. निर्वाणप्राप्तीसाठी गौतम बुद्ध वैशालीहून कुशीनगरला ज्या वाटेने गेले त्या वाटेवरच हे स्थान आहे. काळाच्या ओघात ही जागा मातीचा एक मोठा उंचवटा बनली अन् त्यावर मग झाडाझुडपांचे जंगल तयार झाले. त्या उंचवट्याच्या आतूनच तो स्तूप आम्हाला मिळाला. केसरिया स्तूपाच्या खोदकामासाठी डॉ. के. सी. श्रीवास्तव, डॉ. डी. एन. सिन्हा, डॉ. मनोज द्विवेदी, डॉ. गार्सिया, अविनाश, रजनीश अन् के. पी. सिंह या लोकांनी फार महत्त्वाची भूमिका निभावली.

डॉ. बी. पी. सिन्हा अन् डॉ. बी. एस. वर्मा यांनी उत्खननातून विक्रमशिला विश्वविद्यालयाचा शोध लावला होता. या जागेचं संरक्षण अन् संवर्धन करण्याची जबाबदारी माझ्यावर सोपविण्यात आली होती. इथेही एका विस्तृत अन् मोठ्या उंचवट्याच्या रूपात ही गोष्ट समोर आली होती; पण २५ वर्षांहून अधिक काळ या उत्खननासाठी देऊन अन् सतत काम करून या दोन्ही विद्वानांनी हा विश्वविद्यालयाचा प्रचंड परिसर समोर आणला. या परिसराच्या मध्यभागीच हा सर्वांत मोठा स्तूप आहे. मी पहिल्यांदा जेव्हा या जागी गेलो तेव्हा तिथली खराब स्थिती बघून मला धक्काच बसला. या जागेचं संवर्धन लवकरात लवकर करणं फार जरूरीचं आहे, हेही मला जाणवलं. चार वर्षांत त्या जागेचं संरक्षण अन् संवर्धनाचं काम पूर्ण झालं. तिथे बगीचा वगैरे तयार करून ऐतिहासिक पर्यटन केंद्र म्हणून ती जागा विकसित करण्यात आली. विक्रमशिला विश्वविद्यालयाच्या संरक्षण अन् संवर्धनाचं काम वाय. पी. ठाकूर अन् एल. एन. झा या द्वयीने फार चांगलं निभावलं. साइट म्युझिअम बनविण्याच्या अतिशय महत्त्वाच्या कामात डॉ. अशोक कुमार पांडे अन् डॉ. डी. एन. सिन्हा यांनी महत्त्वाची भूमिका पार पाडली. या कामासाठी श्रीमती कोमल आनंद, डी. जी., भारतीय पुरातत्त्व सर्वेक्षण; डॉ. आर. सी. अग्रवाल, डॉ. ऊर्मिला संत अन् डॉ. बी. पी. सरन यांचंही साहाय्य लाभलं.

बिहारमध्ये काम करताना मौर्य साम्राज्याची राजधानी, पाटण्याचे कुमराहार नगर (भारताची दुसरी राजधानी) पाहण्याची संधी मला मिळाली. चारी बाजूंनी मोकळी असलेली अन् भिंतींचे संरक्षण नसलेली ही जागा गुन्हेगारांचा अड्डा बनली होती. ग्रीक इतिहासकार मेगॅस्थनीजने या जागेचा उल्लेख पर्शियाच्या सुप्रसिद्ध सुसा आणि एकवताना या शहरांपेक्षा मोठ्या शहराच्या रूपात केलाय. भारतीय पुरातत्त्व सर्वेक्षण विभागाने या जागेचं महत्त्व ओळखून त्याच्या चारी

बाजूंना भिंती उभ्या करून जागेचं संरक्षण करण्याची योजना तयार केली. दुर्दैवाने ती भिंत फक्त एक दिवसच टिकली. राजकीय प्रभाव असलेल्या गुन्हेगारी गटांनी ती भिंत तोडून टाकली. आता काय करावं? मला काही सुचत नव्हतं; पण तेवढ्यात एक उपाय सुचला. मीडियावाले, विश्वविद्यालयाचे अध्यापक, इतर बुद्धिवाद्यांना एकत्र आणून आपण ही भिंत परत बांधली तर? मी कामाला लागलो. भारताच्या दुसऱ्या राजधानीच्या संरक्षणासाठी मी लोकांना आमंत्रित केलं. या सर्वांचं नेतृत्व करण्यासाठी डाव्या विचारसरणीचे इतिहासकार आर. एस. शर्मा अन् उजव्या विचारसरणीचे इतिहासकार बी. पी. सिन्हा पुढे आले. यापैकी प्रोफेसर शर्मांनी माझ्याशी वैयक्तिक स्वरूपात घनिष्ठता दर्शवली. माझ्या आणि प्रोफेसर इरफान हबीब यांच्यातील समस्येच्या बाबतीतली वस्तुस्थिती त्यांना माहीत होती. मी ज्या कार्यक्रमांतून भाग घेत असे, त्यातील जास्तीत जास्त कार्यक्रमांचे अध्यक्ष प्रोफेसर शर्मा असायचे. मीडियावाले अन् समाजातील प्रतिष्ठित लोक समोर आल्याने व त्यांचे समर्थन मिळाल्याने गुन्हेगारी गटाचे काही चालेना. सर्वांच्या प्रयत्नांना यश आले आणि कुमराहारच्या चारी अंगांना भिंत उभी राहिली. भविष्यात केल्या जाणाऱ्या कामाची रूपरेखादेखील तयार करण्यात आली. भविष्यकालीन ज्या योजना मांडण्यात आल्या होत्या, त्यापैकी सर्वांत महत्त्वाची गोष्ट होती, व्याख्या केंद्राची स्थापना. जिथे या संपन्न अन् समृद्ध असलेल्या, तसेच ऐतिहासिक अन् पुरातात्त्विक महत्त्व असलेल्या शहरासंबंधी लघुपट दाखविला जाऊ शकेल. दुसरी महत्त्वाची योजना होती, ऐंशी स्तंभ असलेल्या सभागृहाच्या प्रतिकृतीची स्थापना, ज्याचे अवशेष उत्खननात सापडले होते. ग्रीक राजदूत मेगॅस्थनीजने जे सभागृह प्रत्यक्ष आपल्या डोळ्यांनी पाहिले होते, ते ऐंशी स्तंभांचे सभागृह बनविण्याची कल्पना माझ्या डोक्यात फिरत होती. अनेक जागी अशोकस्तंभांच्या प्रतिकृती मिळाल्या, त्यावरही विवाद झाले. कुमराहारचे अतिक्रमण हटविण्याचे अन् ऐंशी स्तंभ असलेल्या सभागृहाच्या प्रतिकृतीची रूपरेखा बनविण्याचे श्रेय डॉ. दानी बाबू अन् डॉ. ताश्कंद अलोने यांना जाते.

या ठिकाणाला भिंतींचे संरक्षण मिळाले अन् सी.बी.आय.चे त्यावेळचे क्षेत्रीय डायरेक्टर यू. एन. बिस्वास, ज्यांनी लालू यादव यांची चारा घोटाळ्यात चौकशी केली होती, ते दोनदा ही जागा पाहण्यासाठी आले. त्यांना या पुरातात्त्विक गोष्टींची फार आवड होती. "मी ही जागा पाहायला फार पूर्वीच येणार होतो; पण त्या वेळी इथे भिंत वगैरे अशी कुठलीही सुरक्षा व्यवस्था नसल्याने माझ्या सुरक्षा-रक्षकांनी मला इथे येऊ दिलं नाही," त्यांनी मला ही गोष्ट सांगितली. माझं कौतुक करताना ते पुढे म्हणाले, "आता तुम्ही लढाई जिंकली आहे अन् इथे भिंती उभ्या राहिल्या असल्याने मी इथे येऊ शकलो."

उत्तर प्रदेशातील सारनाथ हे ठिकाण बौद्ध धर्मातील त्या चार महत्त्वाच्या जागांपैकी एक आहे, जिथे भगवान बुद्धांनी बोधगयेत बोध ज्ञान मिळविल्यानंतर बौद्ध धर्माची वास्तविक स्थापना केली होती. इथेच धामेख आणि धर्मराजिक नामक दोन स्तूप आहेत, ज्यांचे दर्शन घेण्यासाठी जगभरातून हजारो लोक येतात. बौद्ध धर्माला मानणाऱ्या अनेक देशांनी याच्या आजूबाजूला आपापले विहार तयार केले आहेत. भारतीय पुरातत्त्व सर्वेक्षण विभागाने जेव्हा सारनाथ पाहण्यासाठी तिकीट देणं सुरू केलं अन् स्तूपाच्या चारी अंगांना जेव्हा भिंत बांधून टाकली तेव्हा बी.जे.पी. अन् व्ही.एच.पी.शी जवळिकीचा दावा करणाऱ्या श्रीलंकेच्या महाबोधी सोसायटीने श्रीलंकायी विहारापासून स्तूपापर्यंत एक वेगळा दरवाजा बनविण्याची विचित्र मागणी केली. त्याचबरोबर त्यांनी सामूहिक प्रार्थना करण्याची परवानगीदेखील मागितली. हे सर्व नियमांच्या विरुद्ध होतं. त्यांना परवानगी दिली तर इतर विहारही आपापल्या मागण्या घेऊन पुढे सरसावले असते. त्यामुळे श्रीलंकेच्या या मागण्यांना भारतीय पुरातत्त्व सर्वेक्षणाने विरोध केला. महाबोधी सोसायटीने विश्व हिंदू परिषदेचे अशोक सिंघल व तत्कालीन शिक्षण आणि सांस्कृतिक मंत्री डॉ. मुरली मनोहर जोशी यांच्याकडून दबाव आणला होता. हे दोघंही महाबोधी सोसायटीच्या त्या दोन मागण्यांचे समर्थनकर्ता होते. डॉ. आय. डी. द्विवेदी, डॉ. एस. के. शर्मा अन् डॉ. अजय श्रीवास्तव या लोकांनी मात्र या मागण्यांना जोरदार विरोध केला. परिणामतः, जोशींनी या जागेचा दौरा करून या समस्येवर योग्य व सकारात्मक उपाय शोधण्याची जबाबदारी तत्कालीन अतिरिक्त महानिदेशक एस. बी. माथूर (आय.ए.एस.) यांच्यावर सोपविली.

तोपर्यंत दरवाजा उघडण्याच्या उद्देशाने दि. ०४-०७-१९९९ रोजी अशोक सिंघलजी स्वतः सारनाथला येऊन पोहचले होते. सारनाथलाच राहणारे एक पुजारी सुमेध थेरो, या आंदोलनाचं नेतृत्व करीत होते. अशोक सिंघलजींच्या तिथे हजर असल्याचा फायदा उठविण्यासाठी कोलकात्याच्या महाबोधी सोसायटीचे मुख्य पुजारी, रेवत थेरो अन् भंते सुमेध थेरो यांनी या संपूर्ण केसला सांप्रदायिक रंग देण्याचा प्रयत्न केला. त्यांच्या मते जेव्हा एका मुसलमानाने भारतीय पुरातत्त्व सर्वेक्षणाच्या पाटणा सर्कलचा प्रमुख म्हणून जबाबदारी स्वीकारली तेव्हापासून सारनाथमध्ये या सर्व समस्या निर्माण झाल्यात. अशोक सिंघलजींची पण हीच इच्छा होती की ज्या अधिकाऱ्यांनी तो दरवाजा बंद केला आहे, त्यांच्या विरोधात कठोर कारवाई केली जावी; परंतु बनारस हिंदू युनिव्हर्सिटीच्या विदुला जायस्वालसारख्या काही वरिष्ठ प्रोफेसरांनी दि. ०६-०७-१९९९ ला 'अमर उजाला'ला एक प्रेस नोट देऊन खुले आम, आम्हाला पाठिंबा दिला. शेवटी या सगळ्याचं नेमकं सार

काय किंवा सत्य काय, हे जाणण्यासाठी माननीय मंत्र्यांनी, डॉ. मुरली मनोहर जोशींनी संघ परिवाराला अगदी जवळचे असलेले आणि वाक्‌चतुर अजय सिंह यांना पाठवलं.

मोठी चर्चा झाली. या चर्चेनंतर जेव्हा भंते सुमेध थेरो यांना कळून चुकलं की काहीही केलं तरी त्यांना हवी असलेली गोष्ट मिळणार नाही, तेव्हा त्यांनी अजय सिंह व आमच्यासमोर वल्गना केली की त्यांना जर खरंच दरवाजा उघडून हवा असेल तर हे काम ते पंतप्रधान कार्यालयाकडून चुटकीसरशी करून घेऊ शकतात. आम्हीही त्यांना बेधडक सांगून टाकलं, की जर तुम्हाला हे काम पंतप्रधान कार्यालयाकडून करून घेणं शक्य होत असेल तर नक्कीच करून घ्या, म्हणजे आम्हीही आमच्या जबाबदारीतून मुक्त होऊ. यावर अजय सिंह काहीच बोलले नाहीत. भारतीय पुरातत्त्व सर्वेक्षणचा तर्क योग्य असल्याचं त्यांनाही पटलं होतं. काही दिवसांनी उपपंतप्रधान लालकृष्ण अडवाणी यांना सारनाथला आमंत्रित करण्यात महाबोधी सोसायटीला यश मिळालं. अडवाणीजी स्मारकाच्या प्रांगणात आले नाहीत. महाबोधी सोसायटी मंदिरातून त्या दरवाज्याकडे बघत ते फक्त एवढंच म्हणाले, की एक वेळ काश्मीरला जाणं सोपं आहे; पण सारनाथच्या स्मारकांपर्यंत जाणं फारच कठीण आहे; परंतु त्यांनी आमच्या निर्णयात काही ढवळाढवळ केली नाही किंवा कुठला आदेशही जारी केला नाही. आमच्या निर्णयावर आम्ही ठाम राहिलो.

एस. बी. ठाकूर यांनी आधिकारिक रूपाने दिलेला रिपोर्ट किंवा खासगारीत्या मिळालेले सर्व रिपोर्ट, भारतीय पुरातत्त्व सर्वेक्षणाच्या बाजूने असल्याने अगोदर महाबोधी सोसायटीच्या बाजूने असलेल्या मुरली मनोहर जोशींनीदेखील आपला विचार बदलला अन् ते भारतीय पुरातत्त्व सर्वेक्षणाच्या बाजूचे झाले. भारतीय पुरातत्त्व सर्वेक्षणाच्या निर्णयाच्या व्यतिरिक्त जर कुठलाही निर्णय घेण्यात आला असता तर इतर समुदायांनी देखील या निर्गुण स्मारकात पूजा, नमाज, प्रार्थना करण्यासाठी दरवाजे उघडण्याची मागणी केली असती. हे सगळं प्रकरण जेव्हा संपलं तेव्हा डॉ. मुरली मनोहर जोशींनी एस. बी. माथूर यांना म्हटलं, "तुमच्या नोट्स एवढ्या जबरदस्त असतात की तुमच्या तर्कांच्या पलीकडे मी जाऊच शकलो नाही." डॉ. जोशींनी त्यानंतर आधिकारिक रीतीने महाबोधी सोसायटीला दिलेला आपला पाठिंबा काढून घेतला.

हा मामला नंतर थंडावला तेव्हा अजय सिंहना या संपूर्ण प्रकरणाची आठवण करून देत मी एक पत्र लिहिलं अन् या संपूर्ण प्रकरणात त्यांच्या निर्णायक भूमिकेची मी त्यांना आठवण करून दिली. मी पत्रात लिहिलं होतं, 'हा विषय तुमच्यापर्यंत पोहोचविण्यासाठी मी विवश होतो; कारण या संपूर्ण प्रकरणात

अशोक सिंघलजींनी उडी घेतली होती. खरंतर त्यांच्या मनात जर देशहित सर्वोच्च असेल तर त्यांनी या प्रकरणात पडायलाच नको होतं; पण व्हीएचपीने या बाबतीत जी काही भूमिका घेतली होती, ती देशहिताची अजिबात नव्हती. पुजारी सुमेधने त्यांना हेही सांगितलं होतं की धमेख स्तूपात सामूहिक प्रार्थना करण्यास एका मुसलमानाने अडकाठी केली होती. अन् त्या मुसलमानावर सिंघलजींची नाराजी असणं साहजिकचं होतं. (ही गोष्ट विश्वसनीय सूत्रांकडून कळलेली आहे.)

'या अशा सांप्रदायिकतेच्या विरोधात मी माझा कठोर निषेध नोंदवीत आहे. सुमेधसारख्या विदेशी माणसाकडून किंवा व्ही.एच.पी.कडून सेक्युलर सर्टिफिकेट घेण्यात मला अजिबात रस नाहीये.' या पत्राची एक कॉपी अशोक सिंघलजींना त्यांच्या दिल्लीतील व्ही.एच.पी. मुख्यालयालाही पाठविली गेली, जेणेकरून सगुण अन् निर्गुण स्मारक असलेल्या या संवेदनशील मुद्द्याचा गंभीरपणा त्यांच्या लक्षात यावा.

भारतीय पुरातत्त्व सर्वेक्षणाचे तत्कालीन महानिदेशक अन् आय.ए.एस. अधिकारी, अजय शंकरना जेव्हा हे कळलं की मी माझ्या पत्राची एक कॉपी अशोक सिंघलजींना पाठविली आहे, तेव्हा रागाने त्यांचा पारा चढला. फोन करून त्यांनी मला बरंच काही ऐकवलं अन् मला म्हणाले, "एकदा तुझं म्हणणं ऐकून त्यांनी माघार घेतली असताना तुला परत व्ही.एच.पी.च्या अध्यक्षांना पत्र लिहिण्याची काय गरज होती?" राजकीय दृष्टीने त्यांचं बोलणं योग्य असल्याने मी गप्प बसलो, काहीच बोललो नाही.

भंते सुमेधला जेव्हा कुठल्याही प्रकारची सूट मिळाली नाही तेव्हा त्याने नवीन तिकीट पद्धतीबद्दल स्थानिक लोकांच्या एका समूहाला भडकावून त्यांना सारनाथ स्मारकाच्या समोर धरणे द्यायला लावले. गेटच्या बाहेर हे धरणेवाले भारतीय पुरातत्त्व सर्वेक्षणाच्या विरोधात घोषणा देऊन आरडाओरडा करीत होते. या असल्या निदर्शनांची सवय असलेले डॉ. अजय श्रीवास्तव, माझ्याकडे आले व मला म्हणाले, "तुम्ही आता ऑफिसमध्ये जाऊन बसा. मी यांना पाहतो." ऑफिस तिथून फक्त पाच मीटरच्या अंतरावर होते. मी ऑफिसमध्ये जाऊन बसलो. डॉ. श्रीवास्तव फारच धाडसी अधिकारी होते अन् पोलीस व जनता, दोघांशीही त्यांचे सलोख्याचे संबंध होते. निदर्शनांच्या जागेपासून दहा मीटरच्या अंतरावर ते खुर्चीवर शांतपणे बसून राहिले. त्यांनी लोकांना स्पष्टपणे सांगून टाकलं, घोषणाबाजी करा; पण स्मारकस्थळी प्रवेश करायचा नाही. थोडा वेळ घोषणा देऊन अन् औपचारिक भाषणे देऊन निदर्शन करणारे निघून गेले. त्या वेळी ती स्थिती अतिशय शांतपणे पण तेवढ्याच कठोरपणे हाताळणाऱ्या

डॉ. अजयना मी सलाम केला.

अशीच एक दुसरी घटना. काही विघ्नसंतोषी लोकांनी सारनाथ स्मारकाच्या समोर काही हिंदू देवी-देवतांच्या मूर्ती ठेवल्या. हे काम त्यांनी रात्री केलं होतं अन् मी त्या वेळी तिथे दौऱ्यावर आलो होतो. त्या विघ्नसंतोषी लोकांचा भारतीय पुरातत्त्व सर्वेक्षणाची प्रतिकिया जाणून घेण्याचा तो प्रयत्न होता. मी तिथे असतानाच डॉ. एस. के. शर्मा अन् डॉ. अजयनी तत्काळ त्या गोष्टी तिथून बाजूला केल्या. वेळेवर योग्य उपाय व कारवाई केल्याने ते स्मारक आज दिमाखात उभे आहे.

◆

ताज कॉरिडॉर

हा अध्याय सध्या ऐतिहासिक स्थळांची नेमकी स्थिती काय आहे, हे सांगण्यासाठी मी जोडला आहे. तसं पाहता या स्मारकांची प्राचीनता नष्ट न करताही या स्मारकांचे पुनर्निर्माण करणे शक्य आहे; पण ज्यांना फक्त यात आर्थिक बाबीच दिसतात, त्यांना या गोष्टींचं काय? या लोकांना विरोध करणंही शक्य नसतं; पण आर्थिक फायदाच पाहणाऱ्या व त्यासाठी षड्यंत्र करणाऱ्या लोकांशी संबंध ठेवणाऱ्या सरकारी अधिकाऱ्यांचं मात्र यात उखळ पांढरं होतं.

त्या वेळी मी आग्रा परिमंडळला अधीक्षण पुरातत्त्ववेत्ता म्हणून काम पाहत होतो. नियमानुसार ताजच्या ५०० मीटर किंवा आग्रा किल्ल्याच्या ३०० मीटर अंतराच्या आत कुठल्याही प्रकारचं बांधकाम करायला मनाई होती; परंतु या नियमाला फाट्यावर मारून उत्तर प्रदेशच्या तत्कालीन मुख्यमंत्री मायावतीजींनी ताजमहाल अन् आग्रा किल्ल्याच्या मधोमध २००हून जास्त व्यापार युनिट्स बांधण्याची योजना तयार केली. यासाठी भारतीय पुरातत्त्व सर्वेक्षणाची परवानगी घेणं अत्यंत गरजेचं होतं. परवानगी देण्याचा अधिकार भारतीय पुरातत्त्व सर्वेक्षणाकडेच होता; पण हे सारंकाही नियमबाह्य असल्याने भारतीय पुरातत्त्व सर्वेक्षणाची परवानगी मिळणार नाही, असा विचार केल्याने माझ्याकडे कुठलीही गोष्ट लेखी स्वरूपात आली नाही. औपचारिकरीत्या एक बैठक आयोजित करण्यात आली. बैठकीतील निर्णयानुसार एक विस्तृत योजना रिपोर्ट (Detailed Project Report-DPR) आम्ही द्यायला हवा होता; पण तसं काहीच घडलं नाही. काहीही सूचना न देता दुकानांसाठी जमीन सपाट करण्याचं काम सुरू करण्यात आलं. मी याबद्दलची तक्रार वरिष्ठ अधिकाऱ्यांकडे केली. ही योजना जर ठरल्याप्रमाणे प्रत्यक्षात आली तर त्यामुळे ताजमहालशी संबंधित भावनात्मकतेला क्षती पोहोचणार होती. आपल्याच मुलाकडून कैदी बनलेल्या अन् आग्र्याच्या किल्ल्यातील मुसम्मम बुरुजात बसून आपल्या प्रेमाच्या या अमर प्रतीकाकडे, ताजमहालकडे पाहत

बादशहा शहाजहानने आपला प्राण त्यागला होता. या अशा भावनात्मक जागी कमर्शिअल इमारत उभी करण्याची कल्पनादेखील करवत नव्हती. मी केलेल्या तोंडी तक्रारीची जेव्हा अजिबात दखल घेण्यात आली नाही तेव्हा मी सरळ कमिशनरला पत्र लिहिलं. त्यांनी तत्काळ बैठक बोलाविली अन् या बाबतीत योग्य ती कारवाई न केल्याबद्दल ताज कॉरिडॉरचे प्रभारी, उत्तर प्रदेश राज्य प्रदूषण नियंत्रण विभागाच्या कर्मचाऱ्यांची आयुक्तांनी चांगलीच कानउघाडणी केली. भारतीय पुरातत्त्व सर्वेक्षण, तसेच इतर विभागांची परवानगी न घेता जमीन सपाट करण्याच्या कामावर त्यांनी ताशेरे ओढले.

नंतर कळलं की या सर्व गोष्टी राजधानी लखनौहून येणाऱ्या आदेशांनुसार सुरू होत्या. आयुक्तांनी मग उत्तर प्रदेशच्या प्रदूषण सचिवांशी फोनवरून बोलणं केलं. सचिवांशी बोलणं झाल्यानंतर आयुक्तांना धक्काच बसला. काय प्रतिक्रिया द्यावी, हेच त्यांना क्षणभर कळेना. सचिवांनी सांगितल्याप्रमाणे हा मुख्यमंत्र्यांचा ड्रीम प्रोजेक्ट आहे आणि कुठल्याही परिस्थितीत तो पूर्ण करायचा होता. उच्च न्यायालयाने जी विशेषज्ञ कमिटी स्थापन केली होती, त्या कमिटीसमोरही मी माझा या प्रोजेक्टला असलेला विरोध मांडला. माझ्या मतांना रिपोर्टमध्ये जागा देण्यात यावी, यासाठी मी आग्रह धरला नसता तर इतर अधिकाऱ्यांप्रमाणे माझ्यावरही कारवाई करण्यात आली असती. या मामल्यासाठी मला तीनदा केंद्रीय अन्वेषण ब्यूरोच्या ऑफिसमध्ये जावं लागलं.

मी जी पत्रे किंवा इतर माहिती दिली होती, त्याच्या आधारे मीडियाने बातम्या छापल्या. या बातम्यांनी ताज कॉरिडोर योजना राष्ट्रीय स्तरावर मथळ्यांचा विषय बनली. तत्कालीन केंद्रीय सांस्कृतिक मंत्री जगमोहन यांनी या बाबतीत तत्काळ हस्तक्षेप केला, तर काही लोकांनी सरळ सरळ उच्च न्यायालयात खटला दाखल केला. मुख्य सचिव, डी. एस. बग्गांबरोबरच इतर चार सचिवांना निलंबित करण्यात आलं.

या बाबतीत माझ्या अधीन असलेल्या कर्मचाऱ्यांवर ठपका ठेवून मी स्वतःला वाचवू शकलो असतो; पण ते मला अन् माझ्या प्रवृत्तीला पटणारं नव्हतं. उच्च न्यायालयाने जी विशेषज्ञ कमिटी नेमली होती, त्या कमिटीच्या झालेल्या बैठकीच्या कार्यवृत्तान्तात मी सांगितलेल्या बाबी जोडण्यात आल्या होत्या. त्याच कार्यवृत्तान्ताचा संदर्भ देऊन मी एक चांगलं उत्तर तयार केलं. कार्यवृत्तान्ताचा संदर्भ देऊनही मी स्वतःला वाचवू शकलो असतो; पण जमीन जबरदस्तीने घेण्यात आली आहे, या बाबतीत मला रिपोर्ट न करणाऱ्या माझ्या अधीनस्थ कर्मचाऱ्यांच्या विरुद्ध कायद्याचा बडगा नक्कीच बसला असता; पण त्यांना वाचविण्यासाठीही मी एक मार्ग शोधला. मी माझ्या उत्तरात लिहून टाकलं की माझ्या आदेशांनुसारच माझ्या

कर्मचाऱ्यांनी जमीन सपाट करण्यासंबंधीचा रिपोर्ट मला पाठविला नव्हता. त्यामुळे जर कारवाई करायची असेल तर ती सर्वांत आधी माझ्यावर व्हायला हवी. माझं हे उत्तर वाचल्यावर डॉ. के. पी. पुनाचा या उच्चाधिकाऱ्याने मला म्हटलं, "तुमचं हे धोरण अतिशय धोकादायक आहे. तुम्ही यातून वाचलात तर तुम्ही इतरांनाही वाचवू शकाल. म्हणून इतरांनाही यात गोवणं गरजेचं आहे.'' हा त्यांनी मला दिलेला सल्ला होता; पण मला काही ते पटलं नाही. माझ्या उत्तराचं पत्र घेऊन मी सरळ मंत्रालयात गेलो. पत्र वाचून झाल्यावर केंद्रीय सांस्कृतिक मंत्री, जगमोहन यांनी मला विचारलं, "आर यू शुअर?''

"हो सर!'' मी उत्तर दिलं. त्यानंतर मला निलंबित करण्यात यावं म्हणून काही लोकांनी प्रयत्नही केले; पण जगमोहननी कुणाचंच ऐकलं नाही.

'आज तक' चॅनेलवर झालेल्या एका मुलाखतीत त्यावेळच्या उत्तर प्रदेशच्या मुख्यमंत्री मायावतींनी दोनदा विचारलं, की ताजच्या प्रभारी पुरातत्त्व अधिकाऱ्याच्या विरुद्ध कारवाई का करण्यात आली नाही? नंतर याच गोष्टीवरून भाजपा अन् मायावतींचं संयुक्त मंत्रिमंडळ कोसळलं. ही बातमी जेव्हा टी.व्ही.वर झळकत होती, नेमका त्याच वेळी मी मंत्री जगमोहन यांच्या कक्षातच बसलो होतो. बातमी ऐकून ते फक्त अर्थपूर्ण, मिश्कील हसले. त्या वेळी जगमोहन यांच्याकडे सांस्कृतिक अन् पर्यटन ही दोन्ही खाती होती. ज्या ज्या राजकीय नेत्यांशी माझा संबंध आहे, त्या सर्व नेत्यांमध्ये मी जगमोहनजींना सगळ्यात चांगला राजकीय नेता मानतो. तुम्हाला दिसणारा, आजच्या दिल्लीचा सुंदर चेहरा त्यांच्याच प्रयत्नांचं फळ आहे. त्यांनीच जामा मशिदीच्या आजूबाजूला असलेली गलिच्छ व घाणेरडी झोपडपट्टी व दुकानं तिथून हलवून, तो परिसर स्वच्छ केला. जी दुकानं तिथून हलविली गेली होती, त्यांना त्यांनी दुसरीकडे दुकानंही दिली. ज्या लोकांनी त्यांना सुरुवातीला मुस्लीमविरोधी म्हटलं होतं, त्याच लोकांनी त्यांची 'स्वच्छता मोहीम' पाहून त्यांची प्रशंसा केली. देशाची उन्नती हे त्यांचं एकमेव ध्येय होतं. भाजपा मंत्रिमंडळात त्यांनी अगोदर शहरी विकास मंत्रालयाचं काम सांभाळलं होतं. तुघलकाबादला त्यांनी जी कारवाई केली तेव्हा सर्वच राजकीय पार्ट्यांनी त्यांच्या विरोधात आवाज उठविला होता; पण ते कुणालाच बधले नाहीत. राजकीय पक्षांचा फायदा पाहण्याऐवजी त्यांनी नेहमीच देशाचं हित प्रथम पाहिलं. कुठल्याही मामल्याचं त्यांना वावडं नसायचं. शेवटी आपली मते कमी होतील म्हणून भाजपाने त्यांना शहरी विकास मंत्रालयाच्या ऐवजी संस्कृती व पर्यटन मंत्रालय दिलं. शासनकर्ते नेहमीच संस्कृतीचा उपयोग आपल्या राजकीय फायद्यासाठी करून घेतात; पण आपल्या सांस्कृतिक वारशाचे संरक्षण अन् सांस्कृतिक दृष्टीने महत्त्वाच्या असलेल्या स्थळांचे संरक्षण अन् सुरक्षा याकडे

फारच कमी लोक लक्ष देतात. त्या संख्येने कमी असलेल्या लोकांपैकीच एक होते जगमोहनजी.

हिंदू आणि मुसलमान हे दोन्ही गट आपापल्या स्वार्थापोटी ताजचा वापर करून घेतात. काही हिंदू गटांनी ताजच्या मागील भागातील मंदिराचा जबरदस्तीने विकास करण्याचा प्रयत्न केला. त्या वेळी मी जिल्हा प्रशासनाच्या मदतीने बुलडोझरचा वापर करून अनधिकृतरीत्या बनविलेल्या मंदिराचे भाग हटविले. भांडणे अन् मारामाऱ्या होऊ नयेत म्हणून मी जिल्हा प्रशासन आणि पोलिसांच्या उपस्थितीत हे सर्व पार पाडले. केंद्रात भाजपाचे सरकार असतानाच आग्रा परिमंडळाच्या भारतीय पुरातत्त्व सर्वेक्षणाच्या अधिकाऱ्याने मंदिर हटविले, या गोष्टीच्या विरोधात आग्र्याच्या विश्व हिंदू परिषदेने माझा पुतळा जाळला. याच्या अगोदर विश्व हिंदू परिषदेने माझ्यावर चढाईही केली होती. त्यांनी माझ्या ऑफिसवर हल्ला केला; पण ते माझ्या ऑफिसमध्ये यायच्या पाच मिनिटे अगोदर मी काही कामासाठी बाहेर गेलो होतो म्हणून वाचलो. त्यांनी ऑफिसचं फर्निचर वगैरे तोडूनमोडून टाकलं. ही बातमी कळल्यानंतर आरएसएसच्या नेतृत्वाने विश्व हिंदू परिषदेला चांगलंच फटकारलं.

मुस्लीम लीगचे एक खासदार बनातवाला, एकदा एका संसदीय समितीचे सदस्य म्हणून आग्र्याला आले होते. त्यांच्याबरोबर इतर दहा खासदारही होते. अधीक्षण पुरातत्त्ववेत्ता म्हणून त्यांच्या सर्व प्रश्नांना संतोषजनक उत्तरे देणे, हे माझे कर्तव्यच होते. समितीचे अध्यक्ष होते, शिवसेनेचे अशोक प्रधान. बनातवाला हे अतिशय वरिष्ठ सदस्य असल्याने समितीचे सर्वच सदस्य त्यांचा आदर करीत असत. त्यांनी एक प्रश्न विचारला, की ऐतिहासिक स्मारकांसाठी जी रक्कम अजूनपर्यंत खर्च झाली आहे, त्यातील किती रक्कम केंद्र सरकारने मध्यकालीन मुघल ऐतिहासिक स्मारकांसाठी खर्च केलीय? त्यांचा प्रश्न विचारण्यामागचा आशय अन् उद्देश स्पष्ट होता. "आग्रा परिमंडळाच्या अंतर्गत फक्त उत्तर प्रदेशातीलच नव्हे तर उत्तरांचलमधीलही काही स्मारके येतात. इथे अतिशय जुने, पुराणे, जीर्ण व पडीक मंदिरांचे समूहही आहेत. हे मंदिरांचे समूह दूर दूर गावांत व डोंगरात पसरलेले असल्याने, तिथे पोचणं अवघड असल्यामुळे, तसंच आमच्याकडे विशेषज्ञांची पुरेशी संख्या नसल्याने, स्वीकृत रकमेची ९० टक्के रक्कम आम्हाला मध्यकालीन आग्र्याच्या स्मारकांसाठी खर्च करणं भाग पडलं," मी माझं उत्तर दिलं. माझं उत्तर ऐकून अशोक प्रधान माझ्याकडे बघून हसले. त्यानंतर ताजच्या मागे उभारण्यात आलेल्या मंदिराच्या विकासकामाला बुलडोझरने जमीनदोस्त करण्यात आल्याची माहिती मिळाल्यानंतर "केंद्रात भाजपाचं सरकार असताना केला गेलेला मंदिर विस्तार तोडून टाकणं किंवा बिहारमध्ये सासाराम

मंदिराचं बांधकाम थांबविणं, यांसारखी कामं कुणी धाडसीच करू जाणे. सध्याच्या काळात अशी जोखीम असलेली कामं सहसा कुणी करू धजावत नाही,'' हे बनातवालांचं म्हणणं होतं.

मी केरळचा असल्याची माहिती त्यांना नव्हती. त्यांच्या मते मी उत्तर प्रदेशातील मुरादाबाद, सहारनपूर यांसारख्या जवळपासच्या शहरातीलच कुणी मुहम्मद असेन. संसदीय समितीचा तीन दिवसांचा कार्यक्रम संपला. मला सर्वांकडून शाबासकी मिळाली, माझ्या कामाचं कौतुक झालं, तेव्हा मी बनातवालांना सांगितलं, की मी केरळच्या कालिकत जिल्ह्याचा रहिवासी आहे. ''आपकी हिंदी-उर्दू सुनकर बिलकुल नहीं लगता की आप मलयाली है।'' माझं शिक्षण इथेच, अलिगढ मुस्लीम विश्वविद्यालयात झाल्याचं मी त्यांना सांगितलं.

पूर्वी आग्र्याला येणारे पर्यटक थेट शहाजहानच्या शयनकक्षापर्यंत, म्हणजे जिथून ताजमहाल पाहता पाहता शहाजहानने शेवटचा श्वास घेतला होता, तिथपर्यंत जायचे. दिवान-ए-खासपर्यंतही पर्यटक पोहोचायचे. या दोन्ही ठिकाणचे नक्षीकाम व कलमकारी अतिशय नाजूक अन् अप्रतिम आहे, पण इथं येणारा पर्यटक मात्र ती नक्षी किंवा ते कोरीवकाम उगाचच खोदून किंवा खरवडून खराब करायचे. जगातील कुठल्याही महान व्यक्तीच्या शयनकक्षापर्यंत लोकांना एवढ्या सहजपणे यायची-जायची परवानगी नसते. एवढंच कशाला, अलाहाबादला असलेला आनंद भवनातील पंडित नेहरूंचा शयनकक्ष तुम्ही फक्त बाहेरूनच पाहू शकता. या बाबतीत अनेक वेळा चर्चा झाल्यावर शेवटी हा निर्णय घेण्यात आला की पर्यटकांना एका ठरावीक अंतरावर एका सुंदरशा साखळीने बाहेरच थांबवावे अन् त्यांनी बाहेरूनच तो कक्ष पाहावा. या बाबतीत आग्र्यातील माझ्या काही जवळच्या मित्रांनी, म्हणजे अभिनव जैन, विवेक जैन, एस. के. शर्मा अन् एम. सी. शर्मा यांनी अगोदरच मला सावध केले होतं; पण या बाबतीत माझं स्पष्ट मत होतं की स्मारकाच्या संरक्षणासाठी सर्वोच्च चांगली असलेली गोष्ट, पर्यटकांना आवडली पाहिजेच असं नसतं अन् स्मारकांचं संरक्षण, ही सर्वांत महत्त्वाची गोष्ट असल्याने त्याचाच विचार सर्वांत आधी केला गेला पाहिजे. त्यामुळे ही जोखीम जाणूनबुजूनच घेतली गेली आणि असुरक्षित अन् संवेदनशील जागी बॅरिकेड लावले गेले, जेणेकरून पर्यटक आत न जाता किंवा त्या वस्तूंना स्पर्श केल्याशिवाय त्या गोष्टी पाहू शकतील.

पण, लवकरच या गोष्टीने हलकल्लोळ माजवला. आग्र्याची माणसं, पर्यटन उद्योग अन् गाइड संघटनांना मात्र हे अजिबात पटलं नाही. त्यांना शहाजहानच्या शयनकक्षात जाऊन ताजमहाल पाहण्याची सवय लागली होती. इंडियन एक्स्प्रेसने मोठमोठ्या मथळ्यांनिशी या बातमीला अग्रक्रम दिला. याची दखल तत्कालीन

खासदार राज बब्बर यांनीही घेतली. लवकरच भारतीय पुरातत्त्व सर्वेक्षण अन् तत्कालीन मंत्री जगमोहनजींकडे माझ्या विरोधात अनेक तक्रारी आल्या. जगमोहनजींना मी नेमकं काय केलंय, हे जाणून घ्यायच होतं. मी त्यांना सर्व काही अगदी सविस्तरणे सागितलं; पण हे नाही सांगितलं की आग्र्याच्या स्मारकांच्या बाबतीत जे पाऊल मी उचललंय ते एक 'फ्रोझन टरब्युलन्स' होतं. जगमोहननी काश्मीरच्या बाबतीत जे पाऊल उचललं होतं, तिकडे केला गेलेला तो एक इशारा होता, ज्यावर त्यांचं पुस्तक 'माय फ्रोझन टरब्युलन्स' आधारित होतं. आता या मामल्यात बजरंग दल अन् विश्व हिंदू परिषदही उतरली. माझ्या विरुद्ध कारवाई केली जावी, या दृष्टीने त्यांनी दबाव आणला होता; कारण मी ताजमहालच्या मागच्या भागातील मंदिरांचा विस्तारित हिस्सा पाडून टाकला होता. या दोन्ही दबावांचा परिणाम हा झाला की वेळेच्या आधीच माझी बदली आग्र्याहून रायपूरला करण्यात आली. रायपूर हे छत्तीसगढचं नवीन सर्कल होतं आणि माझ्यासाठी ही बदली पदावनतीसारखीच होती.

◆

सहृदय दृष्टिकोन

आग्र्याहून जेव्हा माझी बदली छत्तीसगढला झाली ते वर्ष २००२-०३ होतं. छत्तीसगढमध्ये नवीन सरकार बनले होते अन् नव्यानेच राज्य चालवीत होते. नवीन राज्य असल्याने मला काम करण्यासाठी काहीच सोयी नव्हत्या. तिथली ऐतिहासिक स्मारकं तशीच पडली होती, त्यांच्या संरक्षणासाठी एकही पाऊल उचललं गेलं नव्हतं. सगळी मंदिरं जंगलातच होती अन् तो सगळा भाग नक्षलवादी असल्याने कुणी काहीच करीत नव्हतं. मी कामाला सुरुवात केली अन् हळूहळू ऐतिहासिक स्मारकांमध्ये बदल होऊ लागले. माझ्या कामाला मीडियाने कव्हरेज दिलं अन् मग सर्वसामान्य माणसाचं लक्षही तिकडे वेधलं गेलं. माझ्या कार्यकाळात कुठलंही काम सुरू करायच्या अगोदर तिथल्या जमिनीचं मोजमाप करायचं अन् त्या जागेभोवती भिंत उभी करून जागा सुरक्षित करण्याचं काम मी सर्वांत आधी करीत असे. त्यानंतर मग स्मारकांच्या दुरुस्तीचं काम मी सुरू करीत असे. छत्तीसगढमधील सिरपूरसारख्या जागी एक पैसाही न देता कित्येक एकर जमिनीच्या अधिग्रहणाचं काम आम्ही पुरं केलं. छत्तीसगढमधील सर्वांत जास्त खोदकाम डॉ. ए. के. शर्मांनी केलं. अतिशय वाईट परिस्थितीत काम करणं सोपं नसतं; पण डॉ. शर्मांनी प्रत्येक वाईट स्थितीचा सामना करीत, वेगवेगळी आव्हानं झेलत छत्तीसगढमध्ये अनेक ठिकाणी खोदकामं केली. सिरपूरमध्ये त्यांनी सर्वांत जास्त अन् अनेक ठिकाणी खोदकाम केलं. त्यांनी जर या जागी उत्खनन केलंच नसतं तर या जागांचं संरक्षण करणं मला शक्यच झालं नसतं. सिरपूरमध्ये झालेल्या प्रत्येक उत्खननाचं श्रेय डॉ. शर्मांचं आहे. पुरातत्त्वात त्यांनी दिलेल्या या बहुमोल योगदानाबद्दल त्यांना २०१६-१७मध्ये पद्मश्री देऊन सन्मानित करण्यात आलं.

माझ्या कार्यकाळात सिरपूरमध्ये जे काही कार्य मी केलं, त्याचाच परिणाम म्हणजे छत्तीसगढमधील सर्वांत मोठं पर्यटन केंद्र म्हणून सिरपूर ओळखलं जाऊ

लागलं. या जागेने ‘विश्व वारसा यादी’च्या ‘तात्पुरत्या यादीत’ स्थान मिळविलं. आजच्या बाजारभावाप्रमाणे ज्याची किंमत कोट्यवधी रुपये आहे, अशा जमिनींचे अधिग्रहण करून भारतीय पुरातत्त्व सर्वेक्षणाने उत्खननाचं काम केलं. या वारशांचं नूतनीकरण केल्यानंतर अनेक ठिकाणी बोर्ड वगैरे लावून लोकांचं लक्ष वेधून घेण्यात आलं. एका बोर्डवर आम्ही लिहिलं होतं, ‘१३०० वर्षांपूर्वी सिरपूर पाहण्यासाठी ह्यूएनसंग चीनहून पायी भारतात आला होता. तुम्ही कुणाची वाट पाहत आहात?’ या व अशा तऱ्हेच्या ओळींनी लोकांनाच नव्हे तर बड्या बड्या अधिकाऱ्यांनाही आकर्षित केलं होतं. डॉ. अनिल तिवारी, डॉ. नवरत्न कुमार पाठक, डॉ. शिवकांत बाजपेयींसारख्या युवा पुरातत्त्ववेत्यांनी आपल्या असाधारण प्रयत्नांनी या सर्व सांस्कृतिक वारशांना जपण्याचं व सजविण्याचं फार मोठं कार्य केलं होतं. राज्याचे तत्कालीन सांस्कृतिक मंत्री बृजमोहन अग्रवाल अन् छत्तीसगढच्या तत्कालीन राज्यपालांनी या कामात आम्हाला प्रत्येक ठिकाणी मदत केली. माझी प्रत्येक मागणी त्यांनी पूर्ण केली.

जगदलपूरच्या घनदाट जंगलाच्या आतील भाग सांलूर म्हणजे नक्षलवाद्यांचा अड्डा. सगळ्या नक्षलवादी कारवाया इथूनच व्हायच्या. दंतेवाडा हा भाग याच्या जवळच आहे. दंतेवाडाहून सांलूरचे शिवमंदिर फक्त आठ किमीच्या अंतरावर आहे. सरकारने कधीच इकडं लक्ष दिलं नव्हतं; पण या जागी जेव्हा पुनर्निर्माणाचं काम सुरू झालं तेव्हा मात्र लोक अवाक् झाले. एकही सरकारी अधिकारी या जागी जायला तयार नव्हता. काही लोकांना घेऊन जेव्हा मी एके दिवशी त्या जागी पोहोचलो तर नक्षलवाद्यांनी आम्हाला घेराव घातला. आमची संख्या अगदीच नगण्य होती. माझ्याबरोबर त्या वेळी वाय. पी. ठाकूर, सुखदेव, नीरज तिवारी, कॉन्ट्रॅक्टर बघेल, सुधीर झा अन् पंकज झा देखील होते. माझा केरळचा पत्ता अन् छत्तीसगढचा पत्तादेखील त्यांच्याकडे होता. नक्षलवाद्यांकडे सर्व गोष्टींची माहिती अगोदरच पोहचलेली असते; कारण त्यांचं माहिती तंत्र फारच मजबूत असतं. प्रत्येक ठिकाणी त्यांची स्वत:ची माणसं पेरलेली असतात. ते लोक मला भेटायला आले. मी त्यांना म्हटलं, “जवळ जवळ हजार वर्षांनंतर आम्ही या भग्न मंदिरांचं पुनर्निर्माण करण्यासाठी इथे आलो आहोत. इथले सर्व आदिवासीच या मंदिरांचे भक्तगण आहेत. तुम्ही जर आम्हाला आता हे काम थांबविण्यास सांगितलं तर आम्ही हे काम बंद करू अन् इथला पैसा इतर ठिकाणी असलेल्या स्मारकांसाठी वापरू; पण तुम्हाला हेही लक्षात घ्यावं लागेल, की आम्ही इथे काम करण्यासाठी जे मजूर लावणार आहोत तेही इथलेच असतील अन् त्यांना सरकारने जो ठरविलेला पगार आहे, तोच देणार आहोत. काही अधिकारी आदिवासींना त्यांचा पूर्ण पगार देत नाहीत; पण आम्ही मात्र या आदिवासींचे

कुठल्याही प्रकारचे शोषण न करता त्यांना योग्य व पूर्ण पगार देणार आहोत. आम्ही सिमेंट किंवा दगडांत, सामानात कुठल्याही प्रकारची भेसळ करणार नाही आहोत.'' हे सांगताना मी पुढे हेही जोडलं की हे सर्व तुम्हा सर्वांच्या भल्यासाठीच आहे.

त्यांनी माझं सर्व म्हणणं ऐकून घेतलं अन् त्यांची मोहीम पुढे सुरू ठेवण्यासाठी आमच्याकडे अनुदान मागितलं. मला समजलं की त्यांनी हे जे काही अनुदान मागितलं आहे, ती अगदीच छोटी रक्कम आहे. मी त्यांना तरीही म्हटलं, ''तुमची मागणी जर छोटीशी रक्कम असेल तर मी माझ्याकडून सर्व प्रकारचे प्रयत्न करून तुम्हाला ते अनुदान मिळवून देईन; पण जर तुमची मागणी मोठी असेल तर मात्र मला मंदिर निर्मितीसाठी जी रक्कम निर्धारित केली गेलीय, त्यातून काढून द्यावी लागेल.'' त्यांनी दहा हजार रुपयांची मागणी केली अन् त्या बदल्यात त्यांनी आम्हाला या बाबतीतही आश्वस्त केलं की जेव्हा आंध्र प्रदेशातून त्यांचे विरोधी नक्षलवादी गट इथे येतील तेव्हा ते अगोदरच आम्हाला कळवून सावध करतील अन् त्या वेळी आम्हाला तात्पुरतं काही दिवस काम बंद ठेवावं लागेल. ते परत गेले की हे लोक आम्हाला परत काम सुरू करण्यासाठी कळवतील. आमच्यात जणू हा अलिखित करारच झाला अन् करारानुसार काम सुरू करण्यात आलं. छत्तीसगढमध्ये अनेक ठिकाणी नक्षलवाद्यांचे अड्डे आहेत; पण आम्ही प्रेमाने काम केल्याने आम्हाला कुठेच अडचण आली नाही. आमची सर्व कामे पुरी झाली. या बाबतीत मी एवढंच म्हणेन, की तुमचं वागणं जर चांगलं असेल तर वाईट लोकही तुमच्या कामात अडथळे आणत नाहीत. तुमचं चांगलं वागणं त्यांना सुधारण्यास भाग पाडतं. खरंतर आदिवासी क्षेत्राच्या कल्याणासाठी सरकार भरपूर पैसा देतं; पण तो पैसा त्यांच्यापर्यंत पोहोचतच नाही. काही अधिकारी अन् राजकारणाशी संबंधित लोक हा पैसा मधल्या मध्ये हडप करतात. या इलाख्यात काम करणाऱ्या सरकारी अधिकाऱ्यांनी सामाजिक जबाबदारीचं भान ठेवून जर कार्य केलं तरच या नक्षलवाद्यांना योग्य मार्ग दाखविला जाईल. जर तुम्ही या नक्षलवाद्यांच्या जवळ गेलात तर तुम्हाला कळेल, चूक या नक्षलवाद्यांची नसून आपल्या समाजाची आहे; पण नक्षलवाद्यांची आक्रमक प्रवृत्तीही तेवढीच निंदनीय आहे.

या नक्षलवाद्यांच्या इलाख्यात सरकारने, समाजसेवेसाठी स्वत:ला वाहून घेतलेल्या डॉ. विनायक सेन, प्रोफेसर साई बाबा, सलमान रवी, मालिनी सुब्रह्मण्यमसारख्या सामाजिक कार्यकर्त्यांच्या मदतीने कल्याणकारी योजना राबवायला हव्यात. या लोकांना उगाचच कुठल्यातरी प्रकरणात गोवण्यापेक्षा त्यांचा प्रभाव, सच्चेपणा अन् समर्पणाचा उपयोग नक्षलबाधित इलाख्यात कल्याणकारी उपायांसाठी करायला हवा.

तसं या नक्षलवाद्यांना ओळखणं किंवा वेगळं काढणं कठीणच असतं. त्यांची वेशभूषा अन् पोशाख सर्वसामान्य माणसांसारखाच असतो. उत्तर भारतातील जंगलात स्वच्छंद विहार करणाऱ्या व फिरणाऱ्या डाकूंना आपण अगदी सहजपणे ओळखू शकतो. ते पोलिसांच्या किंवा सैनिकांच्या वेशात असतात. आजूबाजूच्या इलाख्यातील लोकांना धमकी देऊन लुटण्याची त्यांची पद्धत असते. नक्षलवाद्यांची गोष्ट वेगळी असते. ते अगोदर धमकी देऊन आपल्याला पकडतात अन् मग त्या बाबतीत सौदा करतात. ते तिथल्या ग्रामीण व आदिवासी लोकांमध्येच राहतात, वावरतात. सामाजिक शोषण बंद करणे, हा त्यांचा मुख्य उद्देश असतो.

छत्तीसगढला काम करीत असतानाच एके दिवशी मी डोंगरावरील लाफागढ मंदिर पाहायला गेलो. मंदिराची अवस्था अगदीच खराब अन् जीर्णशीर्ण झाली होती, ते अगदी पडण्याच्या बेतात आलं होतं. मंदिराचे पुजारी पांडे मला म्हणाले, "सर, या बाबतीत काही करता येऊ शकेल का?"

मला वाईट वाटलं. या बाबतीत मला काहीच करता येणार नव्हतं. मी माझी असमर्थता व्यक्त केली. छत्तीसगढ नवीन परिमंडळ आहे, इथे अनुभवी कामगार मिळत नाहीत. अनुभवी कामगार भोपाळमध्येच आहेत. भोपाळच्या आसपास अनेक मंदिरांची कामं सुरू आहेत. त्यामुळे त्यांना इथे बोलावणं शक्यच नाही. इथे काही सुरू करायचं म्हणजे शून्यातून सारं सुरू करावे लागेल. मी पांडेंना समजाविण्याचा, त्यांना या सर्व बाबतीत माहिती देण्याचा प्रयत्न केला. पांडे तसे काही बोलले नाहीत; पण त्यांना स्वत:शीच बोलताना मी ऐकलं, "ईश्वर सगळ्यांना काहीतरी रस्ता नक्कीच दाखवेल." पांडेंकडे चहा घेऊन आम्ही त्यांचा निरोप घेतला. त्या वेळी माझ्याबरोबर मंडळ प्रभारी, बी. बी.सुखदेव अन् बघेलही होते.

त्याच रात्री मला एक स्वप्न पडलं. स्वप्नात मला प्रत्यक्ष भगवान शंकरांनी दर्शन दिलं आणि ते मला म्हणाले, "माझं मंदिर अगदी पडायला आलं आहे. त्याची लवकर दुरुस्ती कर."

"मी काय करू? दुरुस्तीसाठी कुशल अन् अनुभवी कामगार हवेत अन् ते भोपाळमध्ये आहेत." मी उत्तरलो.

"त्याची काळजी नको. मी पाहीन ते." भगवान बोलले.

अन् मला जाग आली. नंतर ती स्वप्नाची गोष्ट मी पार विसरून गेलो. खरंतर त्या स्वप्नाच्या बाबतीत मी फार गंभीरपणे विचारच केला नव्हता; पण दुसऱ्याच दिवशी सकाळी ११.३० वाजता मला एक फॅक्स आला अन् त्या फॅक्सने मला सांगितलं की माझी नेमणूक भोपाळ अन् छत्तीसगढ या दोन्ही परिमंडळाचा प्रभारी म्हणून करण्यात आली आहे अन् माझ्या डोळ्यांसमोर

कालचं स्वप्न चमकून गेलं. मी नास्तिक नसलो तरी प्रत्येक गोष्ट तर्काच्या कसोटीवर घासूनपुसून घेणाऱ्या माझ्यासारख्या माणसाच्या बाबतीत हे कसं काय घडलं, याचं उत्तर मला अजूनही मिळालेलं नाही.

बाराव्या शतकात प्रसिद्ध ख्रिस्ती संत फ्रान्सिस असिस यांनाही असंच स्वप्न पडलं होतं. त्या स्वप्नात ईसा मसीहाने त्यांना बोलावलं होते, "Fransis, my temple is falling down. Go and repair it." सेंट फ्रान्सिस, माझे आदर्श होते. त्यांना मी फार मानतो. त्यांचं जीवन, गौतम बुद्धांच्या जीवनाशी साधर्म्य साधणारं, त्यांची आठवण करून देणारं आहे. मी जुन्या गोव्यात सेंट फ्रान्सिस चर्चच्या एका भागात राहत असे. कदाचित सेंट फ्रान्सिसचा प्रभाव माझ्या अबोध मनावर भगवान शिवाच्या साक्षात्काराच्या रूपात झाला असावा. मी माझ्या स्वप्नाला तर्काच्या कसोटीवर घासण्याचा प्रयत्न केला.

लाफागढच्या भग्नप्राय अन् कोसळण्याच्या बेतात असलेल्या मंदिराचा जीर्णोद्धार करून एका वर्षाच्या आत ते सुंदर बनविण्यात आलं. आता भगवान शंकरांचं दर्शन घेण्यासाठी कित्येक लोक तो डोंगर चढून येतात. पांडेंनी देखील त्यांना पडलेल्या स्वप्नाची गोष्ट सांगितली. लाफागढ मंदिराचा जीर्णोद्धार करायला मी जाण्याच्या एक दिवस अगोदर त्यांनाही एक स्वप्न पडलं होतं. मंदिर संरक्षणासाठी लवकरच एक यशस्वी अधिकारी येईल. "पण तो अधिकारी मुसलमान असेल, असा विचारही कधी मनात डोकावला नव्हता." पांडे हे सांगताना मिश्कील हसत होते. त्यानंतर प्रत्येक शिवरात्रीला पांडे मला आठवणीने फोन करायचे. माझ्यानंतर आलेले पुरातत्त्व अधिकारी- व्यास, शास्त्री, मिश्रा सगळेच ब्राह्मण होते; परंतु पांडेंशी माझा जो आत्मीय ऋणानुबंध होता, तो कदाचित इतरांशी नव्हता.

◆

डाकू कोण आहे, वटेश्वराचा प्रश्न

माझ्या नोकरीच्या कालावधीत मला शंभराहून जास्त मंदिरांचा जीर्णोद्धार करण्याचं सौभाग्य लाभलं. या सर्वांत जास्त सुखकारक अनुभव मला मध्य प्रदेशातील वटेश्वर मंदिर समूहाचा जीर्णोद्धार करताना आला. २००४ला भारतीय पुरातत्त्व सर्वेक्षणाच्या छत्तीसगढ परिमंडळातून दोन्ही राज्यांचा प्रभारी बनून माझी भोपाळला बदली झाली. त्यानंतरच वटेश्वरचं काम सुरू झालं. कुठल्याही अनोळखी प्रदेशात पोहोचण्याआधी त्या प्रदेशाची सगळी माहिती करून घेणं गरजेचं असतंच; नव्हे, ती एक साधी गोष्ट आहे. मी या नोकरीत आहे म्हणून नव्हे तर कुठलाही माणूस हेच करेल. चंबळेचे खोरे डाकूंच्या राबत्यामुळे ओळखले जाते. वटेश्वर हा त्याच चंबळ खोऱ्याचा एक भाग आहे. इथे, या परिसरात भारतीय पुरातत्त्व सर्वेक्षणाच्या अंतर्गत अनेक मंदिरांचे समूह अन् अनेक स्मारके येतात; पण या डाकूंच्या भीतीने त्यांचं संरक्षण करण्यासाठी कुठलाही अधिकारी तिथे अजूनही गेलेला नाही. हे सारं काही ऐकताना खरंतर मीही घाबरून गेलो होतो.

भोपाळला जाऊन मी कार्यभार ग्रहण केला. एक आठवडा उलटला. मी चंबळच्या खोऱ्यात जाऊन वटेश्वर मंदिर पाहण्याचा निश्चय केला. जीर्णोद्धाराचं काम सुरू करायचं असल्याने जाणं जरुरीचं होतं. कंबोडियाच्या प्रसिद्ध अंकोरवाट मंदिराचं रूप म्हणजे वटेश्वर. यात अनेक शिवमंदिरं आहेत. भारतीय पुरातत्त्व सर्वेक्षणाच्या अधीन इथे अनेक मंदिरे येतात. मध्यकाळात आलेल्या त्या भूकंपाने जवळजवळ सारंच कोलमडलं अन् क्षतिग्रस्त झालं होतं; परंतु डाकूंचं क्षेत्र असल्याने कुणीच तिथे जाऊन त्यांचा जीर्णोद्धार करायला तयार नव्हतं. तिथली स्थितीही अतिशय खराब व नाजूक होती; परंतु माझा आत्मा किंवा माझा आतला आवाज मात्र मला कुठल्याही परिस्थितीत हा जीर्णोद्धार करायचाच, असं वारंवार सांगत होता. मधल्या काळात या डाकूंशी बोलण्यासाठी एक मध्यस्थही मिळाला. त्या मध्यस्थाच्या माध्यमातून माझं डाकूंशी बोलणंही झालं. डाकूंनी माझ्याशी

बोलताना दोनच मुद्द्यांवर जोर दिला होता. एकतर नष्ट झालेल्या मंदिरांचा जीर्णोद्धार करण्याची काय गरज आहे अन् दुसरा मुद्दा म्हणजे मंदिर बांधण्याच्या बाबतीत एका मुसलमानाचं काय काम? आता या दोन्ही बाबतीत त्यांच्याशी चर्चा करण्यात काहीच हशील नव्हते. मी त्यांना फक्त या बाबतीतलं गांभीर्य दाखविण्याचा प्रयत्न केला. त्यांच्या शंकाकुशंका दूर करून त्यांची परवानगी मिळविण्यात चार महिने गेले. मध्यस्थाला मध्ये घेऊन ठरलेल्या वेळेत मी वटेश्वरचा प्रवास करायला सुरुवात केली. भोपाळहून ग्वाल्हेरपर्यंत रेल्वे प्रवास अन् त्यानंतर अनेक गावांना ओलांडून मी शेवटी वटेश्वरला पोहोचलो. वटेश्वरपर्यंत आम्हाला पोहोचविण्याचं धैर्य दाखविलं ते ग्वाल्हेर रेंजचे अधिकारी डॉ. अच्युतानंद झा यांनी. त्यांच्याबरोबर होते, डॉ. एस. एस. गुप्ता, डॉ. ए. के. पांडेय, के. एम. सक्सेना अन् शशिकांत राठोड. आम्ही सगळ्यांनी तिथे पोहोचताच जागेचं निरीक्षण करायला सुरुवात केली. मंदिरांचे अवशेष, दगड इत्यादी इतस्ततः पसरले होते. उंचवट्यांवर, दगडांवर, ढिगांवर चढून तिथे पसरलेल्या दगडांचं आमच्या टीमने सूक्ष्म निरीक्षण केलं. त्यानंतर डाकूंची परवानगी घेऊन आम्ही चार मंदिरे व प्रवेशद्वाराच्या पुनर्निर्माणाचं कार्य सुरू केलं. सर्वत्र पसरलेले दगड एकत्र करून काम सुरू झाल्याची बातमी डाकूंना कळली असावी. त्यांच्या मदतीनेच मग पुढचं काम तसंच सुरू ठेवण्यात आलं.

मधल्या काळात डाकूंचा सरदार निर्भय गुज्जरने माझ्याशी प्रत्यक्ष बोलण्याचा आग्रह धरला. त्याच्यावर अजिबात विश्वास नसल्याने मी त्याच्याशी बोलण्याचं टाळलं. ही माहिती त्याला कदाचित कळली असावी. एकदा मी नष्ट झालेल्या मंदिराच्या अवशेषांचं निरीक्षण करीत असताना त्या अवशेषांच्या मध्ये उभा राहून एका माणसाला विडी पिताना मी पाहिलं.

त्या माणसाच्या त्या उद्दामपणाचा मला रागच आला. मी त्याला म्हटलं, "इथे विडी ओढताना तुम्हाला लाज नाही वाटत? तुम्हाला माहीत नाही, हे पवित्र स्थान आहे?"

त्याने माझ्याकडे अजिबात लक्ष दिलं नाही. ज्या जागी तो उभा होता ती जागा तिथल्या सर्वांत प्रमुख मंदिराची होती. मला रागच आला होता. मी जोराने ओरडून तेच वाक्य परत बोललो. माझा आवाज ऐकून आमचे मध्यस्थ रामगोपाल वर्मा धावतपळत तिथे आले अन् माझा हात पकडून मला म्हणाले, "सर, त्यांना काही बोलू नका." त्या वेळी माझ्याबरोबर वरिष्ठ संरक्षण सहायक के. एम. सक्सेना, सहायक पुरातत्त्ववेत्ता शशिकांत राठोड, राम गोपाल, ओमप्रकाश नरवरिया, जसवंत सिंह गुर्जर, हुकूम चंद अन् सुंदरलाल हे लोकदेखील होते.

एकंदरीत स्थिती पाहता, माझ्यासमोर उभा असलेला हा माणूस कोण आहे,

हे माझ्या लक्षात आलं. तो माणूस दुसरातिसरा कुणी नसून चंबळला पडलेलं भयंकर स्वप्न, डाकूंचा सरदार निर्भय गुज्जर होता. 'आज तक' चॅनलवर त्यांची एक मुलाखत पाहिल्याचं मला आठवलं. ५ फूट ८ इंच उंची, दाढी अन् मिश्या, पॅन्ट अन् शर्ट अशा वेषभूषेत तो तिथं उभा होता. माझी आता खैर नव्हती. पळून पळून मी कुठपर्यंत पळणार होतो? आता काय करायचं? मला काहीच सुचत नव्हतं; पण काहीतरी करणं भाग होतं. मी तसाच पुढे सरकलो. त्यांच्या पायाजवळ जाऊन बसलो अन् सावधपणे म्हटलं, ''इथे तुम्ही असल्यामुळेच मंदिरातील विष्णू अन् महेशाच्या मूर्ती सुरक्षित राहतात. तुम्ही इथे नसलात तर लोक याच मूर्ती परदेशी नेऊन विकून लाखो रुपये कमावतील. या मूर्तींचं संरक्षण करण्याचं फार महत्त्वाचं काम तुम्ही करताय. तुमचे आभार मानावे तेवढे थोडेच आहेत.'' माझं बोलणं ऐकून गुज्जरच्या चेहऱ्यावरचे आतापर्यंत दिसणारे उग्र भाव कमी होऊ लागले होते. मी माझं बोलणं पुढे रेटलं, ''खरं सांगायचं तर तुम्हाला इथे पाठविण्यात ईश्वराचाच काहीतरी हेतू दिसतोय. हे मंदिर इसवी सनाच्या आठव्या व दहाव्या शतकाच्या दरम्यान बांधण्यात आलं आहे. त्या वेळी उत्तर भारतावर गुज्जर प्रतिहार राजवंशाचं राज्य होतं. त्यांनीच अतिशय प्रेमाने व परिश्रमाने हे मंदिर बांधलं आहे. तुमच्याही नावात गुज्जर आहे. त्यामुळे कदाचित तुम्हीदेखील या राजवंशाचे वारस असू शकता. तुम्ही राजकुमार असणार अन् म्हणूनच ईश्वराने या मंदिराचं संरक्षण करण्यासाठी तुम्हला इकडे पाठविलं असावं. या मंदिराचं पुनर्निर्माण करण्याची जबाबदारी आता तुमचीच आहे. तुम्हाला ही संधी अनायासे मिळाली आहे, तिचा फायदा घ्या. पुढे ही संधी मिळणं शक्य नाही.''

निर्भय गुज्जर त्या वेळी सरकारचा 'मोस्ट वॉन्टेड' गुन्हेगार होता. त्याची दहशत एवढी होती की त्याच्यासमोर उभं राहण्याची कुठल्याही अधिकाऱ्याची हिंमत नसायची; पण हा दस्यू सरदार कदाचित माझ्या गोड बोलण्यावर भाळला असावा किंवा महर्षी वाल्मीकींप्रमाणे त्याला उपरती झाली असावी.

''मंदिराच्या पुनर्निर्माणासाठीची नुसती परवानगी नव्हे तर इथे हव्या असलेल्या सर्व प्रकारच्या संरक्षणाची जबाबदारीही आता आपलीच असेल. आपल्याकडूनच आम्हाला संरक्षण मिळायला हवं.'' मी माझं घोडं जरा अधिकच पुढे दामटलं.

त्यांनी शांतपणे सर्व काही ऐकून घेतलं अन् शेवटी एक अट घातली. दरोडा घालायला जाण्यापूर्वी डाकू लोक इथल्या हनुमान मंदिरात एकत्र येतात अन् पूजा-प्रार्थना करूनच ते इथून बाहेर पडतात. या पूजा-प्रार्थनेमुळेच त्यांना दरोडा घालण्यात यश मिळतं हा त्यांचा विश्वास आहे. खरंतर ही त्यांच्या विश्वासाची गोष्ट सोडा; पण फक्त डाकू लोकच नव्हे तर इतरही असली कामं करणारे लोक दरोडा घालण्यासाठी किंवा हत्या करण्यासाठीही देवालाच वेठीला

धरतात. त्यांना वाटतं की त्यांनी जर असं केलं नाही तर त्यांना दरोडा घालण्यात यश मिळणार नाही. त्यामुळेच दरोडा घालून मिळणाऱ्या धनाचा काही भाग ते ईश्वरालाच अर्पण करतात. इथे निर्भय गुज्जरने देखील हीच अट घातली होती, की दरोडा घालायला जाण्यापूर्वी हनुमान मंदिरात पूजा-प्रार्थना करण्याची त्यांची प्रथा पूर्वीप्रमाणेच चालू राहावी.

"सकाळपासून संध्याकाळी ६ वाजेपर्यंत आम्ही इथे काम करत राहू अन् त्यानंतर आम्ही इथून जाऊ अन् ही जागा तुमचीच असेल," मी त्यांना सांगितलं. निर्भय गुज्जरने आमची ही विनंती मान्य केली अन् त्यानंतर आमचं पुनर्निर्माणाचं काम रीतसर सुरू झालं. हे काम अतिशय अवघड होतं. दगडांचे ढीगच ढीग आणि सगळीकडे पसरलेले दगडच दगड अन् आश्चर्याची गोष्ट ही की ते दगड एकत्र करायला डाकू लोकही आम्हाला मदत करायचे. सगळ्यात कठीण काम होतं, ते तुटलेले दगड जोडून एकत्र करण्याचं! तुटलेले दगड लोखंडाचा दांडा अन् ॲरेल्डेट यांच्या मदतीने सांधणं, सगळ्यात मोठं काम असायचं. चार वर्षांच्या सततच्या कष्टांनी अन् प्रयत्नाने मंदिरांच्या पुनरुत्थानाचं काम पूर्ण झालं. हे काम पूर्ण झालं, अन् मला या कामाने कृतार्थता दिली. माझं काम जेव्हा पूर्ण होतं, सफल होतं तेव्हा ते काम करताना आलेल्या अडचणी मी विसरून जातो.

दरम्यानच्या काळात एक घटना घडली. गुज्जरची माणसे अन् पोलिसांच्यात संघर्ष घडला अन् त्यात गुज्जरची अनेक माणसं मारली गेली. ही बातमी फोटोसहित सगळ्या वर्तमानपत्रांतून झळकली; पण चार महिन्यांनंतर लोकांनी या जागेवर त्यांचा असलेला विश्वास दाखवून दिला. हे क्षेत्र हळूहळू डाकूंच्या पकडीतून मोकळं होऊ लागलं; पण नंतर मात्र जंगलातील डाकूंची जागा सज्जनपणाचे मुखवटे घातलेल्या डाकूंनी घेतली अन् ते समोर येऊ लागले.

वटेश्वरमध्ये असलेलं डाकूंचं साम्राज्य संपलं अन् त्यांची जागा खनन (खोदकाम) माफियांनी घेतली. त्यांनी या जागेवर कबजा केला. वटेश्वरच्या डोंगरातील मोठमोठ्या शिळा अतिशय गुणकारी व उपयोगी आहेत. त्या शिळा ब्रिटन व अमेरिकेसारख्या देशांना निर्यात करून पैसा कमावता येऊ शकतो. म्हणजे काहीही गुंतवणूक न करता फक्त कमाईच कमाई. या खनन उद्योगाशी अनेक राजकीय पक्षांची माणसे जोडलेली होती. आधुनिक तंत्रज्ञानाच्या मदतीने या मोठमोठ्या शिळा तोडण्याच्या कामात ही सर्व मंडळी सक्रिय झाली; पण त्यामुळे खननाच्या कंपनांनी अन् स्फोटांच्या आवाजांनी पुनर्निर्मित केलेल्या मंदिरांना हादरे बसू लागले. नुकसान होऊ लागलं; पण या बाबतीत कुणीच काही बोलायला तयार होईना. शेवटी हे सारे त्रासदायक प्रकार थांबविण्यासाठी भारतीय पुरातत्त्व सर्वेक्षणालाच पुढे येणं भाग पडलं. राज्याचे तत्कालीन सांस्कृतिक मंत्री

लक्ष्मीकांत शर्मा इत्यादींना भेटून आम्ही एक तक्रारपत्र दिलं; पण काहीच कारवाई करण्यात आली नाही. फायदा काहीच होत नव्हता; पण मी मात्र तक्रार करणं थांबविलं नाही. लक्ष्मीकांत शर्मांनी (कुख्यात व्यापम केसमध्ये हे महाशय काही दिवस जेलमध्येच होते.) सांगून टाकलं की त्यांना तक्रारीचं पत्र मिळालंच नाही. हा सगळा राजकारण्यांचा खेळ होता, राजकीय पक्षांचा खेळ होता. राजकारणातही या खनन माफियांची खूप चर्चा होती; पण मीही सहजासहजी हार मानणारा नव्हतो. त्या वेळी मध्य प्रदेशात भाजपाचे सरकार होतं, त्यामुळे हा सगळा मामला अगदी सविस्तरपणे स्पष्ट लिहून एक पत्र तत्कालीन आर.एस.एस. सरसंघसंचालक सुदर्शन यांनाच लिहून पाठविलं. मी त्यांना लिहिलं- 'ही समस्या घेऊन मी खालच्या स्तरापासून उच्चस्तरीय सर्व अधिकाऱ्यांना भेटलो; पण कुठूनही काहीच कारवाई करण्यात आली नाही. खनन माफियांचा राजकीय प्रभाव किती मजबूत आहे, हेच यावरून दिसून येतं. सर्वांत आश्चर्याची गोष्ट म्हणजे भाजपाचे सरकार असलेल्या मध्य प्रदेशातच हे सारं काही घडतंय. त्याहून दुःखद बाब ही आहे की मेहमूद गझनी अन् औरंगजेबाच्या काळात मंदिरं तोडण्याचं जे काम चालायचं ते काम आता भाजपाच्या कारकिर्दीतही राजरोस व निर्विघ्नपणे चाललं आहे.'

सुदर्शनजींना माझं पत्र मिळालं आणि २४ तासांतच कारवाई करण्यात आली. पोलीस आयुक्तांबरोबर स्वतः जिल्हाधिकारी वटेश्वरला आले. खनन माफिया अन् पोलिसांत गोळीबार झाला अन् हा गोळीबार बराच वेळ चालला. शेवटी या लढाईत खनन माफियांनी माघार घेतली. वर्तमानपत्रांनी या सर्व लढाईला भरपूर प्रसिद्धी दिली अन् या साऱ्या बातम्या वाचून तत्कालीन केंद्रीय सांस्कृतिक मंत्री श्रीमती अंबिका सोनी यांनी भारतीय पुरातत्त्व सर्वेक्षणाच्या अडचणी, समस्यांच्या बाबतीत अन् त्यांचं संरक्षण व त्यांना सुरक्षा देण्याच्या बाबतीत मध्य प्रदेशचे मुख्यमंत्री शिवराज सिंह चौहान यांना पत्र लिहिलं. चौहान यांनी त्या पत्राचं उत्तर देताना लिहिलं, 'वटेश्वरमध्ये सुरू असलेले अनियंत्रित अन् अनधिकृत उत्खनन आता पोलिसांनी थांबविले आहे.' पत्राच्या शेवटच्या पॅरेग्राफमध्ये त्यांनी हेही लिहिले होतं, 'सुदर्शनजींना तक्रार करणारं पत्र लिहिणाऱ्या अधिकाऱ्यावर कारवाई करायचा निर्णय तुमच्यावर सोडीत आहे.' या घटनेला मीडियाने प्रचंड प्रसिद्धी दिली. सीएनएन, सहारा, इंडिया टी.व्ही., एन.डी.टी.व्ही. इत्यादी अनेक चॅनल्सनी विशेष कव्हरेजसह या बातमीचं प्रसारण केलं. दैनिक भास्कर, दैनिक जागरण, नवभारत टाइम्स, नयी दुनिया, टाइम्स ऑफ इंडिया, इंडियन एक्स्प्रेस, हिंदुस्तान टाइम्स इत्यादी अनेक महत्त्वाच्या वर्तमानपत्रांनी भारतीय पुरातत्त्व सर्वेक्षणाच्या कामाच्या बाबतीत रिपोर्ट प्रकाशित केले. सी.एन.एन.

आयबीएनवरून मनोज शर्मा, एनडीटीव्हीवरून कुमार शक्ती शेखर यांनी यावर विशेष कार्यक्रम चालविले.

खनन माफियांच्या वाढलेल्या राजकीय प्रभावामुळे भारतीय पुरातत्त्व सर्वेक्षणाच्या अधिकाऱ्यांना फोनवरून धमक्या मिळू लागल्या. आमच्या काही माणसांवर हल्लाही करण्यात आला. माझ्याबरोबर वाद घालण्यात आला; पण माझ्यावर शारीरिक हल्ला करण्यात आला नाही. कदाचित वटेश्वरच्या डाकूंबरोबर असलेले माझे संबंध त्यांना अगोदरच कळले असावेत. या सर्व घटनाक्रमात काही पोलीस अधिकाऱ्यांनाही आपला जीव गमवावा लागला.

सन २०१२ला माझ्या मुलाचं लग्न करण्यासाठी मी माझ्या गावी म्हणजे केरळात आलो होतो. या खनन माफियांचं क्रूर अन् निर्घृण कृत्य मला तेव्हा कळलं. या खनन माफियांनी आयपीएस अधिकारी नरेंद्र कुमार यांची निर्घृण हत्या केली होती. ट्रॅक्टरखाली चिरडून त्यांना ठार मारण्यात आलं. या निर्घृण हत्येला त्यांनी दुर्घटनेचं स्वरूप देण्याचे निर्वाणीचे प्रयत्न केले; पण मृताची पत्नीदेखील एक आयएएस अधिकारी असल्याने त्यांचे ते सर्व प्रयत्न फोल ठरले. ज्यांची हत्या करण्यात आली त्या नरेंद्र कुमारांना मी कधी पाहिलं नव्हतं; पण माझं कार्य त्यांनी पुढे चालू ठेवले होतं, एवढं मात्र नक्की. वटेश्वरच्या त्या मंदिरातील ईश्वराचा मी लाडका असल्याने अन् त्या मंदिरांना पवित्र तीर्थस्थान मानणाऱ्या सर्व भक्तजनांच्या प्रार्थनेमुळे लवकरच माझी तिथून बदली झाली. नेमक्या त्याच वेळी केंद्र सरकार सन २०१०ला दिल्लीत होणाऱ्या राष्ट्रमंडळ खेळांच्या आयोजनांच्या अनुषंगाने तिथल्या ऐतिहासिक स्मारकांचा जीर्णोद्धार करून त्यांना सुंदर बनविण्याच्या कामासाठी एका अधिकाऱ्याच्या शोधात होते. त्यांना माझ्या नावाचा विचार करण्याच्या बाबतीत सूचना मिळाली अन् सन २००८ला माझी दिल्लीला बदली करण्यात आली. त्या वेळी जर माझी ही बदली झाली नसती तर ही सगळी कहाणी या पुस्तकातून तुमच्यापर्यंत पोहोचविण्यासाठी मी जिवंतच राहिलो नसतो.

वटेश्वरच्या बाबतीत जर तुम्हाला अधिक माहिती हवी असेल तर यू ट्यूब वर असलेल्या 'Rebirth of a forgotten temple complex Bateshwar' ही डॉक्युमेंट्री नक्कीच बघा.

दि. ३० सप्टेंबर, २०१७ ला मी वटेश्वरला गेलो होतो. खाणींच्या जोरदार स्फोटांनी पूर्ण परिसर हादरत होता. तिथल्या शासनकर्त्या भाजपा सरकारकडून काही अपेक्षा करणं व्यर्थ होतं. तिथं सुरू असलेलं दुरुस्ती अन् पुनर्निर्माणाचं कामदेखील गेली अनेक वर्षं बंदच पडलंय. खरंतर सगळीकडेच किट्ट काळोख पसरलाय; पण या काळोखातच अखिल भारतीय वीर गुज्जर महासभा अन् त्याचे

राष्ट्रीय अध्यक्ष अनुराग गुज्जर यांच्या रूपाने एक आशेचा अन् उजेडाचा किरण या अंधाराला भेदण्याचा प्रयत्न करीत आहे. त्यांच्याशी झालेल्या बोलण्यानुसार त्यांनी वटेश्वरासाठी आंदोलन करण्याचा संकल्प केलाय. अखिल भारतीय वीर गुज्जर महासभा अन् त्याचे राष्ट्रीय अध्यक्ष अनुराग गुज्जर यांच्या प्रयत्नांनी मंदिरांच्या पुनर्निर्माणाचं कार्य नक्कीच पुढे सरकेल.

◆

उदरनिमित्तं बहुकृतवेषम्

मध्य प्रदेशातील माझ्या नोकरीच्या कालावधीत मला अनेक मंदिरांचा जीर्णोद्धार करण्याची संधी मिळाली, हे मी माझं भाग्यच समजतो. या बाबतीत मी कृतार्थ आहे. गुजरातसहित चार राज्यांतून वाहणाऱ्या नर्मदा नदीचे उगमस्थान आहे, अमरकंटक. नदीचे उगमस्थान असल्याने हे एक पवित्र अन् पुण्यक्षेत्रही आहे. आठव्या अन् अकराव्या शतकाच्या दरम्यान इथे अनेक मंदिरे उद्ध्वस्त करण्यात आली होती. हे क्षेत्र समाजकंटकांच्या उपद्रवी कारवायांचा अड्डा बनलं होतं.

भारतीय पुरातत्त्व सर्वेक्षणाकडून संरक्षित असूनही या क्षेत्राची मालकी (Ownership Right) आम्हाला मिळाली नव्हती. अशा स्थितीत जमिनीवर अतिक्रमण करणाऱ्यांना त्या जागेतून बाहेर काढून मंदिराचं संरक्षण करणं शक्य नव्हतं. मंदिराच्या संरक्षणाचे आमचे जे प्रयत्न चालले होते त्या प्रयत्नांना धार्मिक समस्येचं रूप देऊन त्या अनुषंगाने फायदा उठविण्याचे प्रयत्नही सुरू होते. भारतीय पुरातत्त्व सर्वेक्षणाकडून या बाबतीत सरकारवर दबाव टाकूनही फारसा फरक पडत नव्हता. काहीच होत नव्हतं. अनेक प्रभावशाली लोकांपर्यंत ही गोष्ट पोहोचविण्याचा प्रयत्न झाला; पण त्यातूनही काहीच निष्पन्न झालं नाही. भूमी अधिग्रहण करण्याचे आमचे प्रयत्नही विफल ठरले. सर्वच दरवाजे बंद झाल्यासारखे वाटत होते. या वेळी शेवटचा उपाय म्हणून मी भारतीय पुरातत्त्व सर्वेक्षणाच्या महानिदेशकांना पत्र लिहिलं. अमरकंटकच्या मंदिरांतील मुख्य आराध्य दैवत म्हणजे भगवान शंकर. तो परमेश्वरच जर स्वत:चं संरक्षण करू शकत नसेल तर बिचारा मुहम्मद काय करेल? माझ्या या वाक्यावर काही लोक हसले, काही लोकांनी टीका केली; पण एवढं सारं काही होऊनही काहीच कारवाई मात्र करण्यात आली नाही. नर्मदा नदी पुनर्निर्माण बोर्डाचे अध्यक्ष असलेले यू. के. वर्मा यांनी चोवीस अवतार मंदिरांत बदल करण्यासाठी आणि ते पुनर्स्थापित करण्यासाठी दिलेली रक्कम भारतीय पुरातत्त्व सर्वेक्षणाकडे तशीच पडून होती,

ही गोष्ट माझ्या लक्षात आली. एकंदर खर्च २५ लाखांचा होता. काही तांत्रिक अडचणींमुळे माझ्या पूर्वीच्या अधिकाऱ्यांना जे काम करणं जमलं नव्हतं, ते काम पूर्ण करण्याचं मी ठरवलं. चोवीस अवतार मंदिर त्याच्या मूळ जागेपासून पाच कि.मी. दूर असलेल्या ठिकाणी नेऊन पुनर्स्थापित करण्याचं काम मी केलं. या कामासाठी भारतीय पुरातत्त्व सर्वेक्षणाला आणखी दहा लाख रुपये मिळणार होते. जेव्हा ही रक्कम भारतीय पुरातत्त्व सर्वेक्षणाला देण्यासाठी ते तयार झाले तेव्हा मी त्यांना सांगितलं, की ही रक्कम भारतीय पुरातत्त्व सर्वेक्षणाला देण्याची गरज नाही, तर हे पैसे अमरकंटकची जमीन अधिग्रहित करण्यासाठी वापरण्यात यावे अन् अधिग्रहित केलेली जमीन नंतर भारतीय पुरातत्त्व सर्वेक्षणाला देण्यात यावी. खरंतर असं काही सांगण्याचा नियमानुसार मला अजिबात अधिकार नव्हता; पण कधी कधी कुठलंही चांगलं काम करण्यासाठी अशी जोखीमही घ्यावी लागते. मी ते अनेक वेळा केलंय. माझ्या सूचनेनुसार त्या प्रकल्पाचे प्रभारी वर्मा यांनी मंत्र्यांशी बोलणं करून अमरकंटकच्या भूमीचं अधिग्रहण करण्यासाठी ती रक्कम जिल्हाधिकाऱ्यांना दिली अन् जिल्हाधिकाऱ्यांनी त्या जमिनीचं अधिग्रहण केलं.

अशा तऱ्हेने जमिनीची मालकी भारतीय पुरातत्त्व सर्वेक्षणाकडे आली; पण अतिक्रमण करणारे तिथून अजिबात हटायला तयार नव्हते. पण एके दिवशी मात्र भारतीय पुरातत्त्व सर्वेक्षणाचे अतिशय कट्टर अधिकारी, एस. के. सिंह यांनी पोलिसांची अजिबात मदत न घेता या सर्व अतिक्रमणवाल्यांना बाहेर हाकलून लावलं. एवढंच नव्हे तर त्यांनी त्यांचे दारू बनविण्याचे अड्डेही उद्ध्वस्त केले. गोशाला, झोपड्या अन् त्यांचे मादक पदार्थ बनविण्याचा अड्डा असलेली ही जागा आता अतिशय सुंदर बनली आहे. या जागेच्या जवळच द्वारकापीठ शंकराचार्यांचा आश्रम आहे. द्वारका अन् हरिद्वार या आश्रमाच्या अधीन आहेत. शंकराचार्यांच्या अनुयायांनी जेव्हा अमरकंटकच्या १०० मीटर सीमाभागात बांधकामाला सुरुवात केली तेव्हा त्यांना रोखण्यात आलं. तेव्हा त्यांनी माझ्या व माझ्या विभागाच्या विरुद्ध दावा ठोकला. दाव्याचा मामला केंद्रीय सांस्कृतिक मंत्री श्रीमती अंबिका सोनी यांच्यासमोर आला. हा माणूस समस्या निर्माण करणारा आहे, असं माझं चित्र रंगविण्याचा प्रयत्न काही लोकांनी केला; कारण वटेश्वर मंदिराचा जीर्णोद्धार केल्यानंतर खनन माफियांना रोखण्याचा प्रयत्न मी केला होता. वटेश्वरच्या बाबतीत भाजपा अपराधी होती तर या वेळी शंकराचार्यांचे अनुयायी अन् काँग्रेसवाल्यांनी घोळ घातला होता.

एके दिवशी श्रीमती अंबिका सोनींनी मला त्यांच्या कक्षात बोलाविले. मध्य प्रदेशात भाजपा अन् द्वारकेत शंकराचार्यांशी एकाचवेळी लढणारा हा लहानखुरा माणूस मीच आहे, या गोष्टीवर कदाचित त्यांचा विश्वास बसला नसावा. "आर

यू मिस्टर के. के. मुहम्मद?'' त्यांनी मला विचारलं.

''जी हाँ. मीच के. के. मुहम्मद.'' माझ्या उत्तराबरोबरच त्यांना मी माझ्या फाइलमधील अतिशय घाणेरड्या स्थितीतील गोशाळा, झोपडी अन् नशा देणाऱ्या पदार्थांचा वापर करणाऱ्या लोकांची जागा, असा एक फोटो दाखविला. त्यानंतर त्यांना मी या लोकांना बाहेर काढल्यानंतरचा एक फोटो अन् तिसरा ज्यात मंदिर दुरुस्त झाल्यानंतर त्याच्या चारी बाजूंना असलेल्या सुंदर बागांचा फोटो मी त्यांना दाखविला. मंत्री महोदयांनी ते फोटो पुन्हा पुन्हा पाहिले. त्यांच्या चेहऱ्यावरचे बदलते भाव मी पाहत होतो. त्यांच्या चेहऱ्यावर आश्चर्य दिसत होतं. ''अनबिलिव्हेबल ट्रान्सफॉर्मेशन. या प्रकारच्या परिवर्तनाची कुणी कल्पनाही करणार नाही.'' त्या मला अगदी हळुवारपणे म्हणाल्या.

मंत्री महोदयांच्या कक्षात त्या वेळी भारतीय पुरातत्त्व सर्वेक्षणाच्या महानिर्देशक अंशु वैश्यही हजर होत्या. मी त्यांना संपूर्ण प्रसंग अगदी स्पष्ट करून सांगितला. भारतीय पुरातत्त्व सर्वेक्षणाकडून या जागेचं संरक्षण केलं जातं; पण या जागेची मालकी त्यांच्याकडे नव्हती. मग अतिक्रमण करणाऱ्यांना, खासकरून संतवेषधारी लोकांना बाहेर काढण्यासाठी काय काय केले गेलं; भारतीय पुरातत्त्व सर्वेक्षणाच्या उच्चाधिकाऱ्यांची परवानगी घेण्यासाठी वर्षानुवर्षं कसे प्रयत्न केले गेले अन् त्याचा काहीच परिणाम न झाल्याने कसा एक छोटासा उपाय केला गेला व कशा रीतीने भारतीय पुरातत्त्व सर्वेक्षणाला दिल्या गेलेल्या बजेटचा एक पैसाही खर्च न करता 'नर्मदा विकास बोर्ड' च्या यू. के. वर्मांच्या मदतीने तीन एकर जमीन मिळवली गेली इत्यादी इत्यादी.

माझं सगळं बोलणं ऐकून माझ्या शेजारी बसलेले सांस्कृतिक विभागाचे सचिव अन् भारतीय पुरातत्त्व सर्वेक्षणाचे महानिर्देशक हसू लागले. ''माझी खुर्ची मी आता तुमच्यासाठी रिकामी करीत आहे.'' खुर्चीतून उठत सचिव मला म्हणाले.

ते मंत्री महोदयांच्या समोरच बसले होते. ते उठले; पण मी मात्र माझं बोलणं थांबविलं नाही. ''याच मंदिरात आदि शंकराने आठव्या शतकात पूजा-प्रार्थना केल्या होत्या. त्याच जागेला या लोकांनी नशेचा अड्डा अन् कचऱ्याचा ढिगारा बनवून टाकले होते. माझी एकच चूक झाली अन् ती म्हणजे या पुण्यभूमीला मी नशेचा अड्डा बनू दिले नाही; पण आता पाहाल तर ती जागा अतिशय सुंदर अन् पुण्यभूमीसारखीच पवित्र व स्वच्छ बनलीय.''

मंत्री महोदयांनी माझं म्हणणं ऐकून घेतलं अन् माझ्याकडे आश्चर्याने पाहिलं. त्यांनी मला एक अट घातली की शंकराचार्यांच्या अनुयायांनी जे भवन बांधलंय ते सध्या तरी तोडायचं नाही. मीही त्यांना सांगून टाकलं, की मी

नियमानुसार काम करणारा माणूस आहे. ज्या इमारती अगोदर बनविल्या गेल्या आहेत, त्यांना अजिबात हात लावला जाणार नाही.

त्या रात्रीच मला एक फोन आला. तो फोन शंकराचार्यांचे जे वकील होते, त्यांचा होता. त्यांनी सर्वप्रथम माझं अभिनंदन केलं. ते मला म्हणाले, की ही जागा खरंच अतिशय सुंदर बनलीय. तसं पाहिलं तर मी तुमच्या विरोधी पक्षातील आहे; पण मी तुमचा समर्थक बनलोय. मी त्यांना म्हटलं की, मी नियमानुसार काम करणारा माणूस आहे. त्यानुसार तुमचं जे भवन अगोदर बांधलं गेलं आहे, ते तोडलं जाणार नाही. त्यानंतर एकदा शंकराचार्य भोपाळला आले होते. भोपाळमधील प्रसिद्ध वर्तमानपत्राच्या मालकाच्या घरात ते उतरले होते. आचार्यांच्या काही अनुयायांनी त्या वर्तमानपत्रात माझ्या विरुद्ध लिहायला त्यांच्यावर दबाव आणला. वर्तमानपत्राचे सहायक संपादक शर्माजी माझ्याकडे आले. त्यांना एकंदरीत सत्य जाणून घ्यायचं होतं. वर्तमानपत्राच्या उच्चाधिकाऱ्यांनी त्यांना माझ्या विरुद्ध स्टोरी लिहिण्यासाठी प्रेरित केलं होतं. मी त्यांना फार काही सांगितलं नाही; पण जे फोटो मी मंत्री महोदयांना दाखविले होते, तेच सगळे फोटो मी शर्माजींना दाखविले. भारतातील पुण्यस्थळांपैकी एक पुण्यस्थान त्यांनी पाहिलं, त्या चित्रांतून. मी त्यांना सांगितलं की मी केरळचा रहिवासी आहे अन् केरळमध्येच आदि शंकराचार्यांचा जन्म झालाय. इथे एक भावनात्मक संबंध आहे. माझं बोलणं ऐकून शर्माजींना खरं काय ते कळलं. त्यांनी या सर्वांचा एक मध्यममार्ग शोधून काढला. त्यांनी माझी अन् शंकराचार्यांची मुलाखत एकाच वेळी विशेष लेखांकन देऊन प्रकाशित केली. या मुलाखतीनंतर मात्र ज्या काही अडचणी किंवा समस्या होत्या त्या मात्र सगळ्या संपून गेल्या.

या जागेसाठी सर्वांत मोठी लढाई लढून या जागेला एवढी सुंदर बनविण्यात सिंहाचा वाटा होता तो भारतीय पुरातत्त्व सर्वेक्षणाचे एक अधिकारी, एस. के. सिंह यांचा!

या स्मारकांसाठी ॲडव्होकेट अनिल सिंह अन् ठेकेदार के. पी. प्यासी अन् एस. एस. परिहार यांच्याबरोबरीने एखाद्या कार्यकर्त्यासारखा संघर्ष जर एस. के. सिंह यांनी केला नसता तर अमरकंटकमधील ती स्मारकं आजच्याएवढी सुंदर कधीच बनली नसती.

◆

उत्खनन करण्याच्या आधीचा
'इबादतखाना'

उत्खनन आणि मुघल पेन्टिंग
यांच्या तुलनात्मक अभ्यासानंतरचा
'इबादतखाना'

गोवा

गोवा

उत्खननाआधीचा
'केसरिया स्तूप'

उत्खननानंतरचा
'केसरिया स्तूप'

ताज हेरिटेज कॉरिडॉर
निर्माण करण्यासाठी
यमुनेच्या मागील बाजूस
सपाटीकरण करताना...

श्री. अशोक प्रधान आणि
श्री. बनातवाला
यांच्या अध्यक्षतेखालील
एका संसद समितीसोबत
श्री. मुहम्मद

संरक्षित कार्य सुरू करण्यापूर्वीचे वटेश्वर मंदिर

संरक्षित कार्य सुरू करण्यापूर्वीचा वटेश्वर मंदिराचा परिसर

संरक्षित वारसा स्थळ आणि पुनर्स्थापना केल्यानंतरचे वटेश्वर मंदिर

अधीक्षण पुरातत्वविद्
भारतीय पुरातत्व सर्वेक्षण
भोपाल मण्डल,
जी.टी.बी. काम्पलेक्स, टी.टी.नगर,
भोपाल (म.प्र.) - 462003

भारत सरकार
GOVERNMENT OF INDIA

SUPERINTENDING ARCHAEOLOGIST
Archaeological Survey of India
Bhopal Circle
G.T.B. Complex, T.T. Nagar
Bhopal (M.P.) 462 003
Ph.. (0755)-2558250(T-F), 2558270
E-Mail : asibpl@rediffmail.com

SPEED POST

क्रमांक- I/1/पी/ रमा/केकेएम- 279 /

भोपाल, दि0 15-10-2007

विषय- मध्यप्रदेश के मुरैना जिले में स्थित बटेश्वर, पढावली एवं मितावली के प्राचीन मन्दिरों के आस पास जारी अवैध खनन के सम्बन्ध में।

आदरणीय महोदय,

उपरोक्त विषयांकित लेख है कि भारतीय पुरातत्व सर्वेक्षण द्वारा मध्यप्रदेश के मुरैना जिले में स्थित बटेश्वर, पढावली एवं मितावली में संरक्षण से पूर्व इस क्षेत्र को देखने से ऐसा प्रतीत होता था कि यहाँ एक भयंकर जलजला आया होगा जो इन सैकड़ों मन्दिरों को तहस नहस कर गया। किन्तु यह विभाग 100 से ज्यादा प्राचीन मन्दिरों के बिखरे पड़े पुरावशेषों को एकत्र कर हजारों साल प्राचीन इन मन्दिरों का जीर्णोद्धार एवं ढांचागत संरक्षण कार्य करने में सफल हुआ है। इस कार्य में हमें डाकुओं से भी अप्रत्यक्ष रूप से सहायता मिली है क्योंकि उन्हीं के कारण इस अमूल्य धरोहर को तस्कर चुरा कर नहीं ले जा सके। हम अपना पूरा प्रयास कर रहे हैं कि इस क्षेत्र की प्राचीन पवित्रता एवं गौरव को फिर से पुर्नस्थापित कर सके। विभाग द्वारा वर्तमान में भी इन मन्दिरों का संरक्षण एवं विकास कार्य जारी है। विभाग द्वारा पिछले दो वर्षों में यहाँ किये गये कार्यों की एक सीडी आपके अवलोकन हेतु इस पत्र के साथ संलग्न कर प्रेषित की जा रही है।

यह पत्र मैं आपको इसलिए लिख रहा हूँ कि इस क्षेत्र में पूर्व में काफी अवैध खनन कार्य जारी था जिस पर विभाग द्वारा जिला प्रशासन एवं अन्य सम्बन्धितों से काफी मदद मांगी गई किन्तु केवल मध्यप्रदेश की तत्कालीन पर्यटन मंत्री श्रीमंत यशोधरा राजे सिंधिया (वर्तमान में सांसद सदस्य) द्वारा ही इस दिशा में महत्वपूर्ण सहयोग प्रदान किया गया और इस अवैध खनन कार्य को पूर्णतः रूकवा दिया गया था। यदि वे वर्तमान में मध्यप्रदेश शासन की संस्कृति या पर्यटन मंत्री होती तो इन अवैध खनन कर्ताओं द्वारा फिर से यह विनाश कार्य करने की हिम्मत नही जुटाई गई होती।

किन्तु हाल ही में इस कार्यालय को जानकारी प्राप्त हुई है कि इस क्षेत्र में अवैध विस्फोटक खनन कार्य पुनः प्रारंभ हो गया है। इन अवैध उत्खननकर्ताओं द्वारा पत्थर उत्खनन के लिये भारी मात्रा में विस्फोटक सामग्री का उपयोग किया जाता है और रात में कई बार चट्टानों में विस्फोट किया जाता है। इन विस्फोटों की वजह से भारी कंपन होता है जो इन प्राचीन मन्दिरों में दरारें उत्पन्न कर रहा है। इन अवैध खननकर्ताओं द्वारा इन मन्दिरों को जो क्षति पहुँचाई जा रही है वह हमें मोहम्मद गजनवी और औरंगजेब द्वारा भारतीय प्राचीन संस्कृति को पहुँचाई गई क्षति के समकक्ष ही प्रतीत होती है। जिस पर अंकुश लगाया जाना अति आवश्यक है। यदि इन अवैध खनन कार्यो पर तत्काल कार्यवाही कर अंकुश नहीं लगाया गया तो यह निश्चित है कि ये मन्दिर जिन्हें इतने प्रयासों के बाद पुर्नस्थापित/ संरक्षित किया गया है वे वापस उसी खण्डहर एवं छिन्न भिन्न अवस्था में पहुँच जायेंगे और इस क्षेत्र को एक महत्वपूर्ण पर्यटक स्थल के रूप में विकसित करने का हमारा प्रयास असफल हो जायेगा।

जैसा कि सर्व विदित है कि राष्ट्रीय स्वय सेवक संघ, प्राचीन भारतीय संस्कृति की रक्षा एवं उसके विकास हेतु सदैव तत्पर रहती है पर यह बडे ही खेद की बात है कि मध्यप्रदेश में भारतीय जनता पार्टी का शासन होते हुये भी मुरैना जिले में इन अवैध खननकर्ताओं के कारण हजारों वर्ष प्राचीन इन सैकड़ों मन्दिरों की सुरक्षा व अस्तित्व खतरे में है।

क्रमशः 2

खाणकाम करणाऱ्या कंपन्यांतर्फे
मोठ्या प्रमाणावर करण्यात येणाऱ्या
खोदकामासंदर्भात
राष्ट्रीय स्वयंसेवक संघाचे
सरसंघचालक श्री. सुदर्शनजी
यांना लिहिलेले पत्र

माइनिंग लॉबीजवळ
एका तरुण आय.पी.एस. ऑफिसरच्या
झालेल्या खुनाचा प्रेस-रिपोर्ट

अतिक्रमण हटविण्यापूर्वी आणि संरक्षित वारसा स्थळ होण्यापूर्वीचा अमरकंटक मंदिर समूह

अतिक्रमण हटविल्यानंतर आणि पुनर्स्थापना केल्यानंतरचा अमरकंटक मंदिर समूह

संरक्षित वारसा स्थळ आणि पुनर्स्थापनेनंतरचे भोजपूरचे शिवमंदिर

संरक्षित वारसा स्थळ होण्यापूर्वीचे भोजपूरचे शिवमंदिर

कुतुबमिनार जवळील योगमाया मंदिर येथून बख्तियार काकीच्या दर्ग्यावर वाहायला फुले घेऊन जाणे ही एकतेची परंपरा अजूनही ॲडव्होकेट उषा कुमार यांनी सुरू ठेवली आहे.

श्री. परवेझ मुशर्रफ आणि श्रीमती शेबा यांच्यासमवेत श्री. मुहम्मद

हुमायूनचा मकबरा येथे श्री. बराक ओबामा आणि श्रीमती मिशेल ओबामा यांच्यासमवेत श्री. मुहम्मद

ंरक्षित वारसा स्थळ होण्यापूर्वीचा
ातधारा स्तूप, मध्य प्रदेश

संरक्षित वारसा स्थळ झाल्यानंतर
सतधारा स्तूप, मध्य प्रदेश

सिरीफोर्ट येथील
प्रतिकृती संग्रहालयातील
एक अद्‌भुत पशुपती शिव मूर्ती

दिल्ली येथील विविध
ऐतिहासिक स्थळी
स्लम स्कूल सुरू
करण्यासाठी मिळालेले
'सिटिझन्स जर्नलिस्ट
ॲवॉर्ड'

हुमायूनचा मकबरा येथे
गरीब मुलांसमवेत
श्री. बराक ओबामा आणि
श्रीमती मिशेल ओबामा

साधनांच्या अभावी
दिल्ली येथील ऐतिहासिक स्थळ
चालविल्या जाणाऱ्या
पाच शाळांपैकी एक शाळा

काळ्या पाषाणातील स्तंभांचा
मशिदीतील पुनर्वापर इथे मशिदीच्या
आधी मंदिर असल्याचे दर्शवित आहे.
(सौजन्य : मीनाक्षी जैन)

अयोध्या येथील उत्खननात निघालेल्या
स्तंभाकरिता तयार केलेला विटांचा साचा
(सौजन्य : मीनाक्षी जैन)

मंदिरातील अभिषेकाचे जल बाहेर जाण्यासाठी
असलेली मकर प्रणाली इथे बाबरी मशिदीच्या
आधी मंदिर असण्याचा मजबूत पुरावा आहे.

राम जन्मभूमी येथील उत्खननात
सापडलेले एक अर्धगोलाकार मंदिर
(सौजन्य : मीनाक्षी जैन)

विष्णू हरिशिला पटल (सौजन्य : मीनाक्षी जैन)

श्री. सीताराम येचुरी यांच्या नेतृत्वाखालील संसद समित सोबत श्री. मुहम्मद

दिल्लीच्या सर्वांत सक्रिय आणि सांस्कृतिकदृष्ट्या संवेदनशील माजी मुख्यमंत्री श्रीमती शीला दीक्षित यांच्यासमवेत श्री. मुहम्मद

सांची स्तूपाला संरक्षित वारसा
स्थळ आणि पर्यटनास अनुकूल
बनविण्यासाठी मिळालेला
'राष्ट्रीय पर्यटन पुरस्कार'

ञाल किल्ल्यास संरक्षित वारसा
स्थळ आणि पर्यटनास अनुकूल
बनविण्यासाठी मिळालेला
'राष्ट्रीय पर्यटन पुरस्कार'

हुमायूनच्या मकबऱ्यास
संरक्षित वारसा स्थळ
आणि पर्यटनास अनुकूल
बनविण्यासाठी मिळालेला
'राष्ट्रीय पर्यटन पुरस्कार'

कुतुबमिनारला संरक्षित वारसा स्थळ आणि पर्यटनास अनुकूल बनविण्यासाठी मिळालेला 'राष्ट्रीय पर्यटन पुरस्कार'

श्री. गुलज़ार आणि सार्क (SAARC) पुरस्काराने सन्मानित श्रीमती अजित कौर यांच्यासमवेत श्री. मुहम्मद

शिवरात्री समारंभातील अतिथी

ही गोष्ट मी २००४मध्ये भोपाळ परिमंडळात सेवारत असतानाची आहे.

जगातील सर्वांत मोठ्या शिवलिंगाची प्राणप्रतिष्ठा भोजपूर मंदिरात केली गेली आहे. या मंदिराची उंची २८ फूट आहे अन् ती एक हजार वर्षांपूर्वीची आहे. या मंदिराची अनेक वैशिष्ट्ये आहेत; पण सर्वांत महत्त्वाची गोष्ट म्हणजे, मोठमोठे शिलाखंड तोडून हे मंदिर उभे करण्यात आले आहे. स्थापत्यकलेत निपुण असलेल्या राजा भोज यांनी या मंदिराची उभारणी केली. तसेच स्थापत्यकलेच्या बाबतीत अनेक पुस्तके लिहिली. त्यातील सर्वांत प्रसिद्ध ग्रंथ आहे 'समरांगण सूत्रधार.' एवढं असूनही भोजपूरचं मंदिर बनविताना म्हणजे मंदिराचं शिखर बनविताना गणितात काहीतरी चूक राहून गेली. काळाच्या पुढे चालणाऱ्यांच्या बाबतीत अशा काही चुका होण्याची शक्यता असतेच; पण त्याचा परिणाम असा झाला की मंदिर बांधत असताना मंदिराचं शिखर खाली कोसळलं अन् त्यात शिवलिंगही क्षतिग्रस्त झालं; पण एवढं होऊनही इथे पूजाअर्चा होतच राहिली. हिंदू धर्मात जर मूर्तीत काही न्यूनता असेल किंवा मूर्ती जर भंग पावली तर त्या मूर्तीची पूजाअर्चा केली जात नाही; पण इथे स्थिती वेगळी होती; कारण तेवढं मोठं शिवलिंग पुन्हा स्थापित करणं शक्यच नव्हतं. त्यामुळे त्या क्षतिग्रस्त शिवलिंगाचीच पूजाअर्चा केली जाऊ लागली. या मंदिरावर छतच नाहीये; त्यामुळे शिवलिंगावर पाणी टपकत राहायचं. अनेक वर्षं त्या छपराची दुरुस्ती करण्यात गेली; पण छत काही दुरुस्त झालं नाही अन् शिवलिंग तसंच उघड्यावर राहिलं.

आता नव्याने याची दुरुस्ती करण्याचा विचार करताना नवीन शिळा लावून जर पाहिलं तर त्या शिळा ते छताचं ओझं तोलू शकतील का, हा माझ्यासमोर सर्वांत मोठा प्रश्न होता. दुसऱ्यांदा जर छप्पर तुटलं तर तो एका संस्कृतीचा विनाश ठरणार होता. मंदिराच्या बांधकामाचा दगडात कोरलेला नकाशा अन् मोठमोठ्या शिळा वर पोहोचविण्यासाठी हवा असलेला रॅम्प मी पाहिला होता.

भारतीय पुरातत्त्व सर्वेक्षणाने हे काम आपले अधिकारी डी. एस. सूद, एन. के. भारद्वाज अन् एस. एन. श्रीवास्तव यांच्या देखरेखीखाली कॉन्ट्रॅक्टर रवी मित्तल यांना दिलं होतं. मंदिराच्या दुरुस्तीसाठी जे दगड आवश्यक होते ते तंत्रज्ञानाच्या मदतीने वरती आणून शिखरावर लावले गेले. दगडांनी छप्पर वजनदार होऊन पुन्हा कोसळू नये म्हणून काही ठिकाणी फायबर ग्लासचाही उपयोग केला गेला. त्याच्यावर कोरीव कामही केलं गेलं. खालून पाहता कुणालाही कळणार नाही की हे फायबर ग्लास आहे. छतासाठी वापरल्या गेलेल्या लाल दगडावर कोरीव काम करणाऱ्या कलाकारांशी विचारविनिमय करून हे फायबर ग्लासचं काम करण्यात आलं होतं. फायबर ग्लासचा रंगही लाल दगडासारखा असल्याने त्यात काही वेगळं किंवा विपरीत वाटलं नाही. मंदिराचे महंत पवन गिरी यांनाही हे पुनर्निर्माणाचं काम फार आवडलं. मंदिराच्या चारी बाजूला बगिचा बनविण्याचाही आम्ही निर्णय घेतला; पण पैसा थोडा कमी पडत होता. त्यासाठी आम्ही महंत पवन गिरी यांना बगिच्यासाठी आवश्यक असलेली माती पुरविण्याची विनंती केली. त्यांनीही ती दिली अन् मंदिराच्या चारी बाजूला सुंदर बगिचाही बनविण्यात आला. त्या वर्षापासून सतत तीन वर्षं भोजपूर मंदिराच्या 'शिवरात्री महोत्सवा'त अतिथी म्हणून भाग घेण्याचं सौभाग्य मला मिळालं.

सांचीची घटना आणखी वेगळी. काही लोकांनी सांचीच्या कामात अडथळे आणण्याचा प्रयत्न केला अन् ते अल्पसंख्याक आयोगाच्या सदस्यांना घेऊन तिथे पोहोचले; पण या आव्हानाला सामोरे जात एस. के. वर्मा यांनी तेथील संरक्षण कार्य मोठ्या तडफेने पुरे केले. सगळ्यांनीच त्यांच्या या कामाची प्रशंसा केली. अनेकांनी या कामात आपापल्या परीने हातभार लावला. डॉ. आर. के. चतुर्वेदींनी केमिकल क्लीनिंग अन् वॉटरप्रूफिंगचं काम केलं. बागकामाचे निर्देशक डॉ. हरबीर सिंह अन् त्यांच्या सहकाऱ्यांनी शर्मांच्या मार्गदर्शनाखाली या मंदिराच्या सभोवती जणू अतिशय सुंदर अशी हिरवीगार चादर अंथरली. ज्यामुळे ही जागा मध्य प्रदेशातील आकर्षक जागांपैकी एक जागा म्हणून ओळखली जाऊ लागली. दिल्लीहून आलेल्या काही पर्यटन संयोजकांनी या उद्यानाची तुलना राष्ट्रपती भवनातील गवताच्या मैदानांशीदेखील केली. भारतीय पुरातत्त्व सर्वेक्षणाच्या तीन विभागांच्या अधिकाऱ्यांच्या संयुक्त प्रयत्नांना यश मिळालं अन् त्या वर्षी त्या जागेला नॅशनल टुरिझमचं अ‍ॅवॉर्डही मिळालं. काही स्वार्थी लोकांनी आपल्या स्वार्थासाठी दिलेल्या आव्हानाला तितक्याच ताकदीने तोंड देऊन त्या आव्हानाचंच एका संधीत रूपांतर करण्याचं हे एक उत्कृष्ट उदाहरण आहे.

इंजिनिअर डी. एस. सूद अतिशय निष्ठावंत अधिकारी होते, त्यांनी मध्य प्रदेशातील अनेक स्मारकांची दुरुस्ती अन् पुनर्निर्माण करण्याचं अतिशय महत्त्वाचं

कार्य केलं. अंकोरवाटच्या कामातही त्यांनी फार मोठं योगदान दिलं होतं. मध्य प्रदेशातील पंकज शरण, मरदन सिंह, ए. के. सोनी, भगवंता, विजय शर्मा, अशोक कुमार, राहुल तिवारी, सुभाष कुमार, मिलिंद अंगेटकर यांसारख्या अनेक लोकांनी मध्य प्रदेशातील स्मारकं सजविण्यासाठी फार महत्त्वाचं योगदान दिलं आहे. डॉ. मॅन्युएल जोसफ, डॉ. दिलीप खमारी अन् डॉ. हाश्मी या सर्व संशोधकांनी इथल्या सर्व दुरुस्ती आणि पुनर्निर्माण कार्यास मार्गदर्शन केलं.

डी. के. रिछारियांची बाब आणखीनच वेगळी. आपल्या कामाला पूर्णत: समर्पित असलेल्या या अधिकाऱ्याने डॉ. एस. एस. गुप्तांच्या मार्गदर्शनाखाली मांडूमध्ये संरक्षणाचं खूप काम केलं. त्यांनी जास्तीत जास्त भग्नावशेषांच्या संरक्षणाचं कार्य पैसा अन् मूल्यमापनाची वाट न पाहता मोठ्या प्रमाणात केलं होतं. त्यांनी अनधिकृत गाइड्सना रोखणं, तसेच १०० मीटरच्या आत बांधकाम करणाऱ्यांच्या विरोधात नोटीस काढणं, त्यामुळे त्यांच्यावर ठोकल्या गेलेल्या अनेक खोट्या खटल्यांना त्यांना तोंड द्यावं लागलं. त्यातलीच एक केस दिल्लीतील अनुसूचित जाती आयोगात दाखल केली गेली होती. आयोगाच्या एका आदरणीय सदस्याद्वारे त्या अनुषंगाने मग तत्कालीन महानिर्देशक बाबू राजीवना आयोगाच्या कार्यालयात बोलाविण्यात आलं होतं. मी रिछारियांचा प्रभारी अधिकारी असल्याने मी व प्रशासन निर्देशक अग्रवाल त्यांच्याबरोबर सुनावणीसाठी गेलो होतो. अनुसूचित जातीच्या माणसाला त्रास दिल्याचे, तसेच शिव्या दिल्याचे आरोप आमच्यावर करण्यात आले होते. रिछारियांचा बचाव करताना मी म्हटलं की हा एक सर्वसामान्य माणूस नसून वेगळी जीवनमूल्ये पाळणारा माणूस आहे. जाती-धर्मावर विश्वास नसणाऱ्या रामचंद्र मिशनचे ते सदस्य आहेत. डी.जी.सी. राजीव म्हणाले, की ते या अधिकाऱ्याला ओळखत नसून, त्यांच्यासारख्या प्रत्येक उप सर्कल अधिकाऱ्याबद्दल माहिती असणं, त्यांना अजिबात शक्य नाहीये. त्यांनी स्पष्ट सांगून टाकलं की त्यांना जर कुठल्याही अधिकाऱ्याबद्दल कोणत्याही प्रकारची तक्रार असेल तर त्यांनी महानिर्देशकाऐवजी त्या अधिकाऱ्याला बोलावणं जास्त सोयिस्कर ठरलं असतं. धोरणागत बाब असती तर माझं इथे हजर होणं, मी समजू शकतो; पण ही तर फारच छोटी गोष्ट आहे. बाबू राजीवनी दमदारपणे पंधरा मिनिटे बोलून आपलं म्हणणं अगदी स्पष्टपणे मांडलं. आपलं बोलणं संपवून ते आयोगाच्या कक्षातून बाहेर पडले अन् निघून गेले. त्यानंतर ती केस कधीच बाहेर आली नाही किंवा त्याबद्दलचा कुठलाच मुद्दा पुन्हा बाहेर आला नाही. ती केस म्हणजे एखाद्या प्रामाणिक अन् सच्च्या अधिकाऱ्याला कशा प्रकारे त्रास दिला जातो, याचं उदाहरण तर आहेच; पण त्याचबरोबर अशा प्रकारच्या लोकांना कसं वाचविलं पाहिजे, याचंही उत्कृष्ट उदाहरण आहे. मध्य प्रदेशातील

स्मारकांसंबंधीच्या जेवढ्या केसेस होत्या, त्या सर्व डॉ. रेखा राधा वल्लभींच्या नेतृत्वाखाली चालायच्या. जसवंत सिंह राठौड, के. एन. पेठिया, आर. डी. जैन अन् इनॉश जॉर्जसारख्या मध्य प्रदेशातील वरिष्ठ ॲडव्होकेट्सच्या देखरेखीखाली या केसेस चालायच्या, त्यामुळे त्यांना यशही मिळायचं.

दोन राजकीय नेत्यांना म्हणजे श्रीमती यशोधरा राजे सिंधिया अन् ज्योतिरादित्य सिंधियांना मी या वारशाच्या बाबतीत अतिशय संवेदनशील अन् सहकार्य करताना अनुभवलंय. या दोघांना आपल्या समृद्ध वारशाची माहितीही आहे अन् त्यांना उच्च सौंदर्याची जाणही आहे. त्यामुळे त्यांच्या क्षेत्रातील योजनांच्या बाबतीत मला जास्तच काळजी घ्यावी लागायची, मी जास्तच सावध असायचो. या दोन्ही व्यक्ती लोकांच्या हितास्तव तसेच कल्याणाच्या बाबतीत सदैव उपलब्ध असायच्या अन् त्यांनी केलेली मदत त्या व्यक्तीपर्यंत पोहोचली की नाही, याचीही काळजी घ्यायच्या. मला दोन घटना आठवतात. त्या वेळी ज्योतिरादित्य सिंधिया केंद्रीय मंत्री होते अन् ते भारतीय पुरातत्त्व सर्वेक्षणच्या ऑफिसमध्ये आले होते. भारतीय पुरातत्त्व सर्वेक्षणच्या सर्व अधिकाऱ्यांशी ते अतिशय सभ्यतेने अन् व्यवस्थित बोलले. भारतीय पुरातत्त्व सर्वेक्षणच्या सर्व अधिकाऱ्यांना आपल्या ऑफिसमध्ये बोलाविण्याऐवजी ते आमच्या ऑफिसमध्ये आले होते. कुठलाही केंद्रीय मंत्री असा वागल्याचे अजून तरी माझ्या पाहण्यात नाही. कुठल्याही व्यक्तीचं हे असं वागणं, त्या व्यक्तीबद्दल बरंच काही सांगून जातं. आपल्या देशाला त्यांच्यासारख्या कार्यकुशल मंत्र्यांची फार गरज आहे.

ज्योतिरादित्य सिंधियांचं क्षेत्र, चंदेरी, अन् श्रीमती यशोधरा राजे सिंधियांचं क्षेत्र, शिवपुरी. या दोन्ही क्षेत्रांतील जास्तीत जास्त कामं एक तरुण इंजिनिअर अन् तिथला सक्रिय कार्यकर्ता मिलन अंगेतकर यांच्यावर सोपविली होती. या तरुणाने चार वर्षांत डॉ. जी. एन. श्रीवास्तव यांच्या मार्गदर्शनाखाली चंदेरी किल्ला व त्याच्या आजूबाजूच्या भागात संरक्षणाचं एवढे मोठं कार्य करून ठेवलंय की इतरांसाठी ते अनुकरणीय उदाहरण बनलंय. याच काळात कदवायाबरोबरच त्याच्या आजूबाजूच्या परिसरातील अनेक जीर्णशीर्ण मंदिरं पाडून त्यांचं परत बांधकाम करण्यात आलं.

मला अश्विनी लोहानी या अतिशय आगळ्यावेगळ्या अधिकाऱ्याबरोबर काम करण्याची संधी मिळाली. मध्य प्रदेश पर्यटन विभागात ते व्यवस्थापकीय संचालक होते. त्याअगोदर भारत सरकारच्या आय.टी.डी.सी.मध्येही त्यांनी व्यवस्थापकीय संचालक म्हणून काम पाहिलं होतं. त्यांनीच संपूर्ण तोट्यात असलेल्या मध्य प्रदेश पर्यटन विभागाला जबरदस्त फायद्यात आणून बसविलं.

तसं तर प्रत्येक राज्याच्या पर्यटन विभागाला केंद्र सरकारकडून फार मोठ्या

प्रमाणात पैसा दिला जातो; पण प्रश्न हा असतो की हा पैसा किती योग्य तऱ्हेने, योग्य गोष्टींसाठी वापरला जातो. जर पर्यटन विभाग स्मारकांच्या आजूबाजूच्या भागात सुधारणेचं काम करीत असेल तर ए.एस.आय. निषेध क्षेत्र अन् नियंत्रित क्षेत्राचे नियम घेऊन समोर उभा ठाकतो. तसं पाहिलं तर पर्यटन विभाग भारतीय पुरातत्त्व सर्वेक्षण विभागाची स्मारके चांगली राहावीत म्हणून मदत करत असला तरीही हे प्रश्न उभे ठाकतातच. त्यामुळे उगाचच दोन्ही विभागांत वितुष्ट येतं. जेव्हा पर्यटन विभागाला या गोष्टीतील गांभीर्य कळून चुकलं तेव्हा मात्र पैशाचा अपव्यय टाळण्याच्या दृष्टीने कुठल्याही स्मारकाच्या आजूबाजूचं काम सुरू करण्याअगोदर त्यांनी भारतीय पुरातत्त्व सर्वेक्षण विभागाशी बोलणी करायला सुरुवात केली. पूर्वी स्मारकाच्या आतील कामांसाठी पर्यटन विभागाचा पैसा वापरला जात नसे; पण त्यांच्या कारकिर्दीत मात्र स्मारकांच्या गरजेनुसार त्यांनी पर्यटनाचा पैसा स्मारकांच्या आतल्या कामांसाठीही वापरला. जेणेकरून पर्यटकांसाठी चांगली शौचालये, बसण्यासाठी जागा, पार्किंग, साइनेज यांसारख्या सोयी व सुविधा मिळाव्यात. भारतीय पुरातत्त्व सर्वेक्षण विभागाकडे स्मारकाच्या सजावटीसाठी किंवा ते चकचकीत करण्यासाठी अजिबात पैसा नसायचा. त्यामुळे पर्यटन विभागाचं हे काम त्यांच्यासाठी फारच फायदेशीर ठरलं. पर्यटन विभागाच्या या सकारात्मक सहकार्यामुळे भारतीय पुरातत्त्व सर्वेक्षण विभागाच्या मध्य प्रदेशातील जवळजवळ सर्वच स्मारकांची स्थिती सुधारली अन् ही स्मारकं पाहण्यासाठी येणाऱ्या पर्यटकांच्या संख्येतही लक्षणीय वाढ झाली. एवढंच नव्हे, तर त्यांनी राज्यातील अनेक भागांत पर्यटनाची सगळी हॉटेल्स अपग्रेड केली, त्यामुळे त्या हॉटेल्समध्ये राहणाऱ्या पर्यटकांचीही संख्या वाढली. तसं पाहिलं तर ते रेल्वे सेवेतून आले होते; पण आपल्या विलक्षण कार्यशैलीने व चाकोरीबाहेर जाऊन काम करण्याच्या पद्धतीमुळे प्रथम ते एअर इंडियाचे व्यवस्थापकीय संचालक बनले अन् आता रेल्वेला ठीकठाक करण्यासाठी रेल्वे मंत्रालयात व्यवस्थापकीय संचालक आहेत.

सन १८५७च्या अगोदर मुघल राजवंशातील अंतिम शासक बहादूरशाह जफरने इंग्रजांच्या विरुद्ध लोकांची एकजूट करण्यासाठी 'फुलवालों की सैर' नामक एका कार्यक्रमाची सुरुवात केली होती. हिंदू-मुस्लीम एकतेच्या दृष्टीने या कार्यक्रमाला अनन्यसाधारण महत्त्व होतं. जाती-धर्मांच्या सीमा पार करून सगळ्या भारतवासीयांनी एकत्र यायला हवं, हाच या कार्यक्रमाचा संदेश होता. या कार्यक्रमाचा एक भाग म्हणजे कुतुबमिनारच्या जवळ असलेल्या योगमाया मंदिरातून मुसलमान सूफी संत बख्तियार काकीच्या दर्ग्यात प्रार्थनेचं सामान पाठविलं जायचं अन् मग दर्ग्यातूनही प्रार्थनेचं सामान मंदिरात पाठविलं जायचं. हा समारंभ वर्षातून एकदाच

आयोजित केला जायचा. भारताचे पहिले पंतप्रधान जवाहरलाल नेहरूंनीही या समारंभात भाग घेतला होता. सध्या मात्र अरुंद रस्ता, व्यवस्थेचा अभाव अन् सुरक्षेच्या कारणांमुळे अति महत्त्वाच्या व्यक्ती या समारंभात भाग घेत नाहीत. सर्वधर्मसमभाव घेऊन साजऱ्या केल्या जाणाऱ्या 'फुलवालों की सैर' समारंभात एकदा पाहुणा म्हणून भाग घेण्याचं सौभाग्य मलाही लाभलं होतं. सध्या या संघटनेच्या प्रेरणास्रोत आहेत, ॲडव्होकेट उषा कुमार, ज्यांनी आपले महान आजोबा स्वर्गीय योगेश्वर दयाल यांच्या पावलांवर पाऊल टाकून या दोन्ही समुदायांना एकत्र आणण्याचं कार्य केलं आहे. मला विचाराल तर राजकारणाच्या अति प्रभावामुळे धार्मिक सौहार्द संकटात सापडलं आहे; पण यासारखे कार्यक्रम मात्र धार्मिक मैत्रीचा संदेश देण्याचं फार मोठं कार्य करीत आहेत.

उत्तर भारतातील अनेक मंदिरांत जाण्याची मला संधी मिळाली आहे, हे माझं सौभाग्यच म्हणेन मी! गंगोत्री, यमुनोत्री, लक्ष्मण झुला, काशी इत्यादी अनेक ठिकाणांची तीर्थयात्रा करण्याचीही संधी मला मिळाली आहे. काशी अन् हरिद्वारच्या गंगा आरतीत भाग घेण्याची जी संधी मिळाली, ती माझ्यासाठी फार महत्त्वाची होती. गंगा आरतीत नावेतून गंगेच्या प्रवाहाच्या मध्यात जाऊन मंत्रोच्चारण व आरती केली जाते. पुरातत्त्वाचा अभ्यास करतानाही अनेक धर्मांच्या आराधना किंवा प्रार्थनास्थळं पाहण्याची, त्यांचा जीर्णोद्धार करण्याची, तसेच एका जागेवरून दुसऱ्या जागी त्यांची स्थापना करण्याची संधी मला मिळाली.

पुरातत्त्व विभागातील माझी पहिली नेमणूक चेन्नई परिमंडळात झाली होती. कोडूंगल्लूरच्या मालिक इवन दिनारच्या (चेरामान मशीद) पुनरुद्धाराचं काम माझ्या लक्षात आलं, तेव्हा फक्त पुढचा भाग तोडून तात्पुरतं काम चाललं होतं. मी या गोष्टीला विरोध केला. भारतात मुसलमानांच्या प्रथम आगमनाची साक्ष देणारी ही मशीद. त्यामुळेच या मशिदीची प्राचीनता नष्ट होऊ नये, हा माझा आग्रह होता. या मशिदीच्या बाबतीत मी मल्याळी दैनिक 'माध्यमम्'मध्ये लिहिलं. ते वाचल्यानंतर मशीद समितीने मला उत्तर लिहिलं- 'मशिदीचं काम पाहण्याची जबाबदारी पुरातत्त्व विभागाची नाहीये. ते काम इथले लोक पाहतील. मशिदीच्या पुनर्निर्माणाचं जे कार्य चालू आहे, ते मशीद समितीच्या वतीनेच सुरू आहे.'

माझं नाव 'मुहम्मद' असल्याने कदाचित हे असं उत्तर मला मिळालं असावं. माझ्या जागी जर दुसऱ्या धर्माचा कुणी असता तर त्याला सरळ सरळ सांगण्यात आलं असतं की आमच्या धर्मात तुमची लुडबुड सहन केली जाणार नाही अन् तुम्ही ती करू नये. त्या वेळी केरळचे माजी मुख्यमंत्री अच्युत मेनन केरळमध्ये शांततापूर्ण जीवन जगत होते. माझ्या मताचं समर्थन करताना त्यांनी वर्तमानपत्रवाल्यांना लिहूनही कळविलं अन् वर्तमानपत्रवाल्यांनी तेही प्रकाशित केलं.

तामिळनाडूचा माझा एक अनुभव मला इथं सांगितल्याशिवाय राहवत नाही. मी जेव्हा सन १९९०ला मद्रासमध्ये काम करीत होतो तेव्हा पुरातत्त्वाचा अभ्यास करणाऱ्या दिल्लीतील विद्यार्थ्यांना मंदिराची वास्तुकला शिकविण्यासाठी मी त्यांना कांचीपुरम्‌च्या शंकराचार्यांच्या कामाक्षी मंदिरात घेऊन गेलो. मंदिरात पूजा सुरू होती. पायऱ्यांसाठी असलेला दरवाजा उघडला की सर्वांत आधी स्त्रियांना दर्शन मिळतं. पूजा झाली अन्‌ पुजारी बाहेर आले अन्‌ कुणीतरी त्यांच्याशी माझी ओळख करून दिली. ओळख झाली अन्‌ मला बरोबर घेऊन पुजारी निघाले.

"आज आपल्याला पहिलं दर्शन मिळेल. स्त्रियांना नंतर दर्शन घेऊ दे." कदाचित त्यांना कळलं असावं की त्यावेळचे शंकराचार्य सत्येंद्र सरस्वतींनी माझ्यावर काही जबाबदारी सोपविली आहे. त्यामुळेच कदाचित मला तो आदर अन्‌ सन्मान मिळाला असावा. केरळमध्ये मात्र हे असलं काही शक्य नसतं. तिथे एखाद्या हिंदू नसलेल्या व्यक्तीला मंदिरात प्रवेश करून दर्शन घेणं शक्यच नसतं. शिक्षणाच्या बाबतीत आघाडीवर असलेले केरळवासी काही बाबतीत फारच मागासलेले आहेत. तामिळनाडूत मात्र असं काही नसतं. तामिळनाडूच्या 'ब्रह्मस्थान' नामक मंदिराच्या बाबतीत एक रिपोर्ट द्यायचा होता. भारतीय पुरातत्त्व सर्वेक्षण विभागात तसे ब्राह्मण किंवा अन्य योग्यता असलेले अनेक अधिकारी असतानाही मंदिर समितीच्या अध्यक्षांनी रिपोर्ट तयार करण्यासाठी फक्त मलाच पाठविण्याची विनंती उच्चाधिकारी डॉ. बी. नरसिम्हैया यांना केली. केरळमध्ये मात्र हे असं काही घडेल याची कल्पना करणंही कठीण आहे.

नोकरीतून निवृत्त झाल्यानंतर मी केरळात स्थायिक होण्याचा विचार करीत होतो; पण केरळात प्रत्येक विषय हा वादग्रस्तच ठरतो. इथं प्रत्येक गोष्ट वादाच्या भोवऱ्यात गरगरत राहते. प्रसिद्ध गायक येसूदासला गुरुवायूर मंदिरात प्रवेश करू न देण्याचा मामला चालला. मला माझं मत विचाराल तर जो माणूस आस्तिक आहे अन्‌ जो मर्यादांचं पालन करतो त्याला मंदिरात प्रवेश करू द्यायला काहीच हरकत नाही. केरळातही मंदिर अन्‌ मशिदीचा परस्परसंबंध राखणाऱ्या काही जागा नक्कीच आहेत. त्यापैकी सर्वांत महत्त्वाचं स्थान म्हणजे शबरीमला. वावरस्वामी नामक मुसलमान माणसाने पूजा केल्याशिवाय शबरीमलाचे दर्शन पूर्णच होत नाही. अशा अनेक जागा आहेत केरळात. या अशा विचारांना आपणही प्रोत्साहन द्यायला हवं. त्यासाठी सर्व प्रकारच्या विचारांचा आदर करणाऱ्या व मानणाऱ्या सूफी लोकांनी याची जबाबदारी घ्यायला हवी. सुन्नी व शिया मुसलमान अन्‌ हिंदू मिळून या हिंदू-मुसलमान ऐक्यासाठी काम करू शकतात. जुन्या काळात हे संबंध मधुर होते; पण नंतर काळाच्या ओघात बदललेल्या मानसिकतेमुळे हे मधुर संबंध अगदी संपून गेलेत. बाबरी मशिदीचा ढाचा जेव्हा ढासळून टाकण्यात

आला तेव्हा केरळमधील धार्मिक वातावरण अगदी विषाक्त झालं होतं. इंडियन मुस्लीम लीगने आपल्या संतुलित विचारांनी शांतता राखण्याच्या दृष्टीने प्रयत्न केले अन् त्यात त्यांना यशही मिळालं. यात मुस्लीम लीगचे अध्यक्ष पाणक्काड शिहाबतगँलांसारख्या लोकांनी फार महत्त्वाची भूमिका पार पाडली. आजच्या समाजाला धर्मांना जोडणारं युवा नेतृत्व हवं आहे. किती दिवस आपण फक्त बाबरी मशिदीच्या मामल्यातच अडकून राहणार आहोत? आपल्याला पुढे जायचं आहे की नाही?

केरळात मी अनेक ठिकाणी प्रवास केला आहे, अनेक यात्रा केल्यात. हा प्रवास करताना एक गोष्ट माझ्या लक्षात आली की संध्याकाळी जेव्हा मंदिरात दीप प्रज्वलित केले जातात तेव्हा घराघरांतही दीप लावले जातात. दीप प्रज्वलित करण्याची ही क्रिया मला एक वेगळाच आत्मीय अनुभव देते. मध्य प्रदेशातील भोजपूरच्या मंदिरात मी सूर्यास्ताच्या वेळी पोहचत असे. त्या वेळी तिथलं वातावरण एक वेगळाच अनुभव देत असे. पश्चिम दिशेला आकाशात मावळणाऱ्या सूर्याची लाल किरणे, संध्याकाळी मंदिरातून मंत्रध्वनींचा अनुनाद, सारंच कसं पवित्र अन् वेगळाच अनुभव देणारं असतं. कालिकतला (केरळात) माझ्या प्लॉटच्या शेजारीच एक छोटंसं मंदिर आहे. त्या मंदिरात मी मल्याळमच्या कार्किटकम् (आषाढ) महिन्यात एकदा गेलो होतो. त्या मंदिरात मंद तेवणाऱ्या दिव्यांनी मला गंगा नदीची, भोजपूर मंदिरात होणाऱ्या आरत्यांची आठवण करून दिली. मी त्या आरत्यांत भाग घेत असे. आज मात्र केरळात दिवे लावणे किंवा योग करणे, या गोष्टी वादाचे विषय बनलेत. माझ्या मते या सर्व गोष्टी म्हणजे भारताच्या संमिश्र (Composite) संस्कृतीचे प्रतीक आहेत. मी नियमित योग करतो अन् जेव्हा जेव्हा मला संधी मिळते तेव्हा दीपदेखील प्रज्वलित करतो.

◆

विदेशी राष्ट्राध्यक्षांबरोबर

भारतीय पुरातत्त्व सर्वेक्षणातील माझ्या नोकरीच्या काळात अनेक राष्ट्रांच्या अध्यक्षांना आपल्या देशाच्या सांस्कृतिक वारशांची माहिती देण्याची संधी मला अनेक वेळा मिळाली. भारतीय पुरातत्त्व सर्वेक्षणातील अधिकारी असल्यानेच हे भाग्य मला लाभलं.

परदेशांतील राष्ट्राध्यक्ष जेव्हा आपल्याकडे भारत दर्शनासाठी येतात तेव्हा त्यांना माहिती व मार्गदर्शन देण्यासाठी काही पूर्वतयारी करावी लागते. या लोकांना अतिशय कडक बंदोबस्तात व सुरक्षा व्यवस्थेत पर्यटन करावे लागते. ऐतिहासिक दृष्टीने महत्त्वाच्या असलेल्या विषयांच्या बाबतीत ते अनेक प्रश्नांचा भडिमार करतात. त्यांना उत्तर देताना शब्दांचा वापर फार जपून करावा लागतो व सांभाळून उत्तरे द्यावी लागतात. एखादी छोटीशी चूकदेखील फार मोठी समस्या निर्माण करू शकते. त्यामुळे या सर्व गोष्टी लक्षात ठेवूनच मला त्या अनुषंगाने माझी तयारी करावी लागत असे. मी अतिशय सावधपणे अनेक राष्ट्रांच्या राष्ट्राध्यक्षांना गाइड केलंय. सन २०००पासून पुढच्या दोन वर्षांसाठी मी ताजमहालचा प्रभारी होतो. या दोन वर्षांच्या काळात मी तीसपेक्षा जास्त विदेशी राष्ट्राध्यक्षांना व इतर प्रतिनिधींना ताज व इतर ऐतिहासिक स्मारके दाखविण्याचे कार्य केले.

परदेशी राष्ट्रपती किंवा पंतप्रधानांबरोबर त्यांचे राजनैतिक प्रतिनिधीही त्यांच्याबरोबर असतात. तेही अनेक प्रकारचे प्रश्न विचारतात. सगळी उत्तरे राष्ट्रहिताचीच असली पाहिजेत, हे जरुरीचे असते. आता प्रत्येक प्रश्नाचं उत्तर देणंही गरजेचं नसतं; पण प्रतिक्रिया तर द्यावीच लागते. विषयाशी संबंधितच बोलणं गरजेचं असतं. इतर वायफळ गोष्टी अजिबात करायच्या नसतात.

जेव्हा मी आग्रा परिमंडळात होतो तेव्हा पाकिस्तानचे राष्ट्रपती परवेझ मुशर्रफ अन् त्यांची बेगम शेबा मुशर्रफ, ताजमहाल पाहण्यासाठी आले होते. त्या वेळी भाजपाचे राज्य होते अन् भारत-पाकिस्तानचे संबंध अजिबात चांगले नव्हते.

ताजच्या सौंदर्यासंबंधित मी जी काही माहिती त्यांना देत होतो, ती ऐकून ते अगदी आश्चर्यचकित झाले अन् त्यांनी मला विचारलं ''ताजमहाल कुणी बांधला आहे?'' त्यांच्या या प्रश्नात जी खोच होती, ती मला कळली. त्यांना या बाबतीत शहाजहान हे उत्तर अभिप्रेत नव्हतं, हे मला कळलं होतं; म्हणून मी थोडा बदल करून उत्तर दिलं, ''महाशय, याच्या मुख्य शिल्पकाराचं नाव अहमद लाहौरी होतं. तुम्ही त्यांना पाकिस्तानी मानणं स्वाभाविक आहे; पण ताजमहालच्या निर्माणकाळात लाहोर हा भारताचा हिस्सा होता.'' माझं म्हणणं तसंच पुढे चालू ठेवीत मी म्हटलं, ''ताजमहालच्या खऱ्या निर्मात्याचा शहाजहानचा जन्म मात्र लाहोरच्या किल्ल्यात झाला होता. मुमताजबरोबर त्यांची शादीही तिथंच झाली होती.''

हे सगळं काही मी उगाचच सांगितलं नव्हतं, तर या सांगण्यातून मी एक आतला संदेश प्रसारित करण्याचा प्रयत्न केला होता, की आम्ही एकच होतो अन् आमचा सांस्कृतिक वारसाही एकच आहे. सन २००२ला जेव्हा चीनचे प्रमुख (Premier) सुरोन गोसी ताजमहाल पाहायला आले तेव्हा मी त्यांना सिल्क रूट, चिनी भांडी, फाहियान, ह्युएनसंग इत्यादी चिनी प्रवाशांसंबंधी, तसेच सन १६४४ ला ताजमहालच्या निर्माणाच्या वेळी चीनमध्ये झालेल्या सत्तापरिवर्तनाची माहितीही दिली.

दिल्ली परिमंडळात मी काम करीत असताना अमेरिकेचे अध्यक्ष बराक ओबामा व त्यांची पत्नी मिशेल ओबामा यांचं स्वागत करण्याची संधी मला मिळाली. हुमायूनचा मकबरा अन् इतर महत्त्वाची ऐतिहासिक स्मारके पाहून ते आश्चर्यचकित झाले. या स्मारकांच्या निर्माणशैलीच्या बाबतीत अन् निर्माणवेळेच्या बाबतीत त्यांनी माहिती विचारली. ओबामांबद्दल मला माहीत होतं की हा माणूस पारंपरिक धर्मापासून दूर असलेल्या मानवधर्माच्या आदर्शांवर विश्वास ठेवणारा अतींद्रिय तत्त्वज्ञान ज्ञात असलेला माणूस आहे. या आध्यात्मिक, तत्त्वज्ञानिक आशयाला मानणारा राल्फ वाल्डो इमर्सन, त्यांचे गुरू जर्मन तत्त्ववेत्ता ऑर्थर शुवैट, त्यांचे गुरू अॅक्युरल डेफ्रॉन इत्यादींवर भारतीय उपनिषदांचा फार मोठा प्रभाव होता. शहाजहानच्या मोठ्या पुत्राने दाराशिकोहने उपनिषदांचा पर्शियन भाषेत अनुवाद करून हे तत्त्वज्ञान जगाच्या समोर मांडलं.

नंतर अॅक्युरेल डेफ्रॉनने त्याचा लॅटिन भाषेत अनुवाद केला. उपनिषदांच्या अनुवादाने अमेरिकेच्या अतींद्रिय तत्त्ववेत्त्यांना प्रभावित केलं. ओबामा याच तत्त्वज्ञानाच्या संघाशी घनिष्ठ संबंध राखणारे आहेत. दाराशिकोहचा मकबरा हुमायूनच्या मकबऱ्याच्या बाहेरच्या भागात आहे, हे सांगितल्यावर कदाचित आत्मीय संबंध वाढले असावेत. मी जेव्हा दाराशिकोहचा मकबरा त्यांना दाखविला

तेव्हा दोघांनी आदराने तिथे मस्तक नमविले. शहाजहानचा मोठा मुलगा दाराशिकोह त्याच्या सत्तेचा वारस बनला नाही. सत्तापिपासू असलेल्या त्याच्या छोट्या भावाने औरंगजेबाने आपल्या मोठ्या भावाची दाराशिकोहची हत्या केली. संस्कृतमध्ये लिहिलेली उपनिषदं जगासमोर आणण्याचं फार महत्त्वाचं कार्य केल्यानंतर त्याला मारण्यात आलं. मी पाहिलंय की सर्व राष्ट्रनेत्यांच्या पत्नी उच्चविद्याविभूषित असतात. भारताच्या ऐतिहासिक स्मारकांच्या बाबतीत त्यांना फार चांगलं ज्ञानही असते. त्यांना जर पुरेसा वेळ मिळाला तर त्यांच्याकडे विचारण्यासाठी अनेक प्रश्नही असतात.

जर्मनीचे राष्ट्राध्यक्ष होरस्ट कोहलर यांच्या दौऱ्याचा माझ्यावर जास्त प्रभाव पडला. पर्यावरण अन् वातावरणाचा सन्मान करणारा हा माणूस होता. वातानुकूलनाचा उपयोग न करता हवामान नियंत्रित करण्याच्या बाबतीत ते बोलले. आधुनिक तंत्रज्ञानाचा उपयोग न करता पाणी एका जागेहून दुसऱ्या जागी घेऊन जाणारी हुमायूनच्या मकबऱ्याची पारंपरिक पद्धत त्यांनी निर्धारित नियमांची अजिबात पर्वा न करता अगदी जवळ जाऊन पाहिली अन् त्याची प्रशंसाही केली. तंत्रज्ञानात आघाडीवर असलेल्या जर्मनीच्या राष्ट्राध्यक्षांनीही असंच केलं. आपण मात्र प्राचीनतेला विसरून आधुनिकतेच्या मागे धावताना प्राचीनता व आधुनिकतेचा समन्वय साधून पुढे जाण्याचं विसरतो, एवढं मात्र खरं!

◆

भारतदर्शनासाठी प्रतिकृती संग्रहालय

सन २००८-१२च्या दिल्लीतील माझ्या नोकरीच्या कालावधीत एक सरकारी अधिकाऱ्याच्या पदापेक्षाही चांगल्या पद्धतीने काम करण्याची संधी मला मिळाली होती. राष्ट्रकुल खेळांच्या तयारीसाठी माझी भोपाळहून दिल्लीला बदली करण्यात आली. वटेश्वरसारख्या ठिकाणी चांगलं काम केल्यामुळे आणि सांस्कृतिक मंत्रालयाने माझी प्रशंसा केल्यामुळे असावे कदाचित; पण माझी दिल्लीत नेमणूक करण्यात आली. मला तीन गोष्टींवर भर देऊन काम करण्याचा सल्ला देण्यात आला होता. हा सल्ला अन् आदेशांपेक्षा काकणभर पुढेच जाऊन मी कार्य केलं. मी मला मिळालेल्या संधीचा फायदा उठविला. स्मारकांच्या समोर असलेल्या भागांची दुरुस्ती करून ते सुंदर बनविण्याची योजना होती. मी मला मिळालेल्या पैशातच स्मारकांच्या समोर असलेल्या भागांची दुरुस्तीच नव्हे तर तुटलेल्या, जीर्णशीर्ण झालेल्या इतर भागांची दुरुस्ती करून त्यांच्या देखभालीचं काम केलं. यामुळेच मी कुतुबमिनार, तुघलकाबाद, आदिलाबादसारख्या अनेक ठिकाणी फार मोठे बदल करू शकलो.

ज्या तीन बाबींवर लक्ष केंद्रित करून काम करण्याचा सल्ला मला मिळाला होता, त्या तीन बाबी होत्या...

१. राष्ट्रकुल खेळांमध्ये भाग घेण्यासाठी किंवा ते खेळ पाहण्यासाठी देश-विदेशांतील अनेक लोक दिल्लीत येतील. खेळ खेळून झाल्यानंतर किंवा मोकळा वेळ मिळाला की त्यातील अनेक लोक ऐतिहासिक स्मारके पाहण्यासाठीही जातील. त्यासाठी त्या स्मारकांच्या समोरच्या भागांची दुरुस्ती करून त्यांना सुंदर बनविण्यात यावं.

२. बागांना सुंदर व आकर्षक बनविण्यात यावं.

३. ऐतिहासिक स्मारकांची शोभा वाढविण्यासाठी तिथे रात्री विजेची रोषणाई करण्यात यावी.

मग कुतुबमिनार अन् लाल किल्ल्याबरोबरच इतरही स्मारकांच्या दुरुस्तीचं काम सुरू करण्यात आलं. ज्या ठिकाणी पर्यटक येतील अशा जागांना सुंदर बनविण्याची योजना सरकारने तयार केली व त्याचबरोबर ऐतिहासिकदृष्ट्या महत्त्वपूर्ण अशा तुघलकाबाद, आदिलाबादसारख्या ठिकाणांनाही व्यवस्थित तयार केलं गेलं. किल्ल्यांचे तुटलेले दरवाजे, खिडक्या व भिंतींचीही दुरुस्ती करून त्यांना त्यांच्या मूळ स्थितीत आणून आकर्षक बनविण्याचं कामही केलं गेलं.

देशाची राजधानी असलेल्या दिल्लीत प्रत्येक दिवशी देश अन् विदेशांतूनही हजारो लोक येतात. लाल किल्ला, हुमायूनचा मकबरा, कुतुबमिनार, आग्र्याचा ताजमहाल, आग्र्याचा किल्ला, फतेहपूर सिक्री इत्यादी अनेक प्रेक्षणीय व ऐतिहासिक स्थळे या लोकांना पाहण्यासाठी दिल्ली व आजबाजूच्या परिसरात आहेत. मुघलांच्या कारकिर्दीत या सर्व इमारती बनविल्या गेल्या आहेत. फक्त एवढ्याच गोष्टी पाहिल्यानंतर भारताच्या बाबतीत एखाद्या पर्यटकाचा दृष्टिकोन काय होणार? हे तर सारं काही मुसलमानांचं आहे, त्यांनी बनविलेलं. खरंतर 'भारत' म्हणजे दिल्ली व दिल्लीच्या आसपासचा परिसर नव्हे. तेवढंच पाहून भारताबद्दल कसं काय मत बनविता येईल? भारताच्या इतर राज्यांत अनेक राजवंशांनी बनविलेली व आपल्याला अभिमानास्पद असणारी अशी अनेक स्मारके आहेत. ती स्मारके पाहिल्याशिवाय भारताची कल्पनाच करणं शक्य नाही. दिल्लीत येणाऱ्यांना भारतातील विविध प्रकारची मंदिरे, शिल्पे- बृहदेश्वर मंदिर, महाबलीपुरम्, अजिंठा-वेरूळ, एलिफंटा इत्यादी गोष्टी पाहायची संधी मिळत नाही. त्यामुळेच विविधतेने संपन्न असलेल्या समृद्ध भारतीय संस्कृतीच्या बाबतीत दिल्लीत येणाऱ्या पर्यटकाला सगळी माहिती अजिबात मिळत नाही.

ही कमतरता भासू नये म्हणून दिल्लीत प्रतिकृती (रेप्लिका) संग्रहालयाची स्थापना करण्यात आली. दिल्लीत असलेल्या प्रमुख सांस्कृतिक केंद्राशेजारी म्हणजेच सिरीफोर्टच्या शेजारी हे संग्रहालय आहे. भारताच्या कानाकोपऱ्यात पसरलेल्या अन् मुख्य सांस्कृतिक व ऐतिहासिक स्मारकांची व शिल्पांची हुबेहूब नक्कल इथे प्रदर्शित करण्यात आली आहे. माझी बदली भारताच्या अनेक भागांत झाल्याने व अनेक भागांत काम करण्याची संधी मिळाल्याने कुठे कुठे ऐतिहासिक महत्त्वाची स्मारके व शिल्पे आहेत, याची माहिती मला फार चांगल्या प्रकारे आहे. काही ठिकाणांबद्दल मी पुस्तकांतूनही माहिती मिळविली आहे. पद्मश्री अजित कौर, त्यांची मुलगी व प्रसिद्ध चित्रकार अर्पणा कौर यांनी अतिशय पद्धतशीरपणे व नियमानुसार प्रयत्न करून या संग्रहालयासाठी आवश्यक अशी दोन एकरची जमीन भारतीय पुरातत्त्व सर्वेक्षणाला मिळवून दिली. स्वामी विवेकानंदांच्या आदर्शांचं अनुकरण करणाऱ्या अजित कौर यांनी स्वत: कष्ट व परिश्रम करून

'पर्यावरणासाठी सार्क लेखक संघ (SAARC Writers Forum for Enviornment) नामक संस्थेची स्थापना केली. केरळचे ज्येष्ठ साहित्यिक व ज्ञानपीठ पुरस्कार विजेता एम. टी. वासुदेवन नायर अन् ओडिसाचे एस. के. महापात्र यांच्यासारख्या दिग्गज व्यक्ती या संघाचे सभासद आहेत. स्वत:च्या खिशातून अजित कौर यांनी हे समाजसेवेचं काम केलं. अगोदर हे 'रेप्लिका संग्रहालय' दिल्ली विकास प्राधिकरणाच्या (DDA)अधीन होतं; पण माजी पंतप्रधान व्ही. पी. सिंह यांच्याबरोबर अजित कौर यांनी लोकहितास्तव या प्रकरणावर दावा दाखल केल्यानंतर हा मामला भारतीय पुरातत्त्व सर्वेक्षणाकडे आला. यासाठी जो काही पैसा खर्च झाला तो पैसाही या दोघांनीच खर्च केला होता. न्यायालयाचा निर्णयही भारतीय पुरातत्त्व सर्वेक्षणाच्या बाजूने लागला. मीही त्याचवेळी बदली होऊन दिल्लीत आलो होतो. त्या वेळी जमिनीचं हस्तांतरणही झालं नव्हतं. न्यायालयाच्या निर्णयात न्यायालयाने त्या जमिनीवर उभी करण्यात आलेली क्लबची इमारतही जमीनदोस्त करण्याचे आदेश दिले होते; पण इमारत तोडली तर सरकारचं आर्थिक नुकसान होईल, असं सांगून डीडीएने क्लब व जमीन भारतीय पुरातत्त्व सर्वेक्षणाला देऊन टाकली. अजित कौर व अर्पणा कौर यांच्या त्या जागेचं संरक्षण करण्यासाठी व त्यांना मदत करण्यासाठी दिवस-रात्र हातात काठी घेऊन तिथे उभं राहण्याचं फार मोठं काम भारतीय पुरातत्त्व सर्वेक्षणाचे एक कर्मचारी, प्रेम सिंह यांनी केलं. अर्पणा कौरनी तर स्वत: सांगितलं की प्रेम सिंह जर तिथे त्यांच्याबरोबर तेवढ्या ठामपणे उभा नसता राहिला तर ती जमीन कुणा धनदांडग्या व ताकदवान लोकांनी कधीच हडपली असती.

शहराच्या अगदी मध्यभागी असलेली ही जमीन जर उपयोग न करता तशीच रिकामी ठेवली तर कुणीही येऊन या जमिनीवर कबजा करेल म्हणून या जमिनीचा योग्य उपयोग कसा करावा, या बाबतीत चर्चा झाली. त्या चर्चेचं फलित म्हणजे हे संग्रहालय. अजित कौर व अर्पणा कौर यांच्याशीही या बाबतीत चर्चा करण्यात आली. तत्कालीन पर्यटन व सांस्कृतिक मंत्री श्रीमती अंबिका सोनींशी देखील श्रीमती कौरनी चर्चा केली अन् या चर्चेतून मुलांसाठीच्या या संग्रहालयाची कल्पना समोर आली. ही संकल्पना महानिर्देशक श्रीमती अंशू वैश्य व सहायक महानिर्देशक व्ही. एस. मदान यांनीही उचलून धरली. श्रीमती अंबिका सोनींनी स्वत: या संग्रहालयाचं उद्घाटन केलं. त्याचवेळी ही सूचनादेखील समोर मांडण्यात आली की जुन्या स्मारकांची दुरुस्ती केल्यानंतर जी रक्कम शिल्लक उरेल, त्यातून हे संग्रहालय तयार करण्यात यावं; पण काही लोकांनी म्हटलं, की या असं करण्याने ऑडिटच्या वेळेला समस्या येऊ शकते, अन् खर्च करण्यात

आलेली रक्कम माझ्या पगारातून कापण्यात येईल. काही लोकांनी हाही सल्ला दिला की उगाचच कुठल्याही गोष्टीत मागचा-पुढचा विचार न करता उडी मारणं योग्य नाही. ते धोकादायक ठरू शकतं.

"मुहम्मदने ठरवलंय ना, मग तो ते करीलच." एका अधिकाऱ्याने एवढं बोलून आपला विरोध मागे घेतला.

मग आम्ही, म्हणजे मी अन् बिहारचे डॉ. ए. के. पांडेय यांच्या ओळखीच्या ललित कलेच्या विद्यार्थ्यांना या कामासाठी खास बोलविण्यात आलं. संग्रहालयाच्या कामाला सुरुवात करण्यात आली. भारतातील विविध प्रदेशांतील सुंदर शिल्पांच्या दहा-पंधरा फूट उंचीच्या प्रतिकृती (Replica) बनविण्यात आल्या. त्या प्रतिकृतींच्या खाली त्यांचं महत्त्व सांगणारी छोटी छोटी वाक्यं लिहिली गेली. त्या जमिनीवर अतिक्रमण होऊ नये म्हणून जवळजवळ तीसहून जास्त प्रतिकृती बनवून तिथे उभ्या केल्या गेल्या. प्रत्येक शिल्पाचा बाजारभाव तसा सात-आठ लाख रुपये होता; पण माझ्यासाठी हा खर्च फक्त एक लाखाचा झाला. ते संग्रहालय पाहून भारतीय पुरातत्त्व सर्वेक्षणाचे निवृत्त पुरातत्त्ववेत्ता डॉ. बी. एम. पांडेय, पद्मश्री डॉ. आर. एस. बिष्ट, डॉ. आर. सी. अग्रवाल अन् डॉ. व्ही. आर. मणी फारच खुश झाले. प्रत्येक मूर्तीचं, शिल्पाचं संक्षिप्त विवरण डॉ. बी. एम. पांडेय यांच्या मार्गदर्शनाखाली तयार करण्यात आलं होतं.

माझी इच्छा होती की भारत अन् विदेशांतील अशा २०० मूर्ती तिथे स्थापित करण्यात याव्यात. जरा मोठा आवाका असलेली ही गोष्ट होती; पण त्यामुळे ते एक 'एशियन संग्रहालय' बनलं असतं अन् तिथे येणाऱ्या प्रत्येक व्यक्तीला व पर्यटकाला भारतासहित इतर देशांच्या सांस्कृतिक वारशाची फार चांगली माहिती मिळाली असती. ते संग्रहालय अजूनही पूर्ण झालेलं नाही अन् ते पूर्ण व्हावं, ही माझी तीव्र इच्छा आहे. आता या बाबतीत जी काही पावलं उचलायची आहेत, ती सरकारनेच उचलायला हवीत. माझ्या डोक्यात या संकल्पनेचं पूर्ण रूप आहे अन् त्यानुसार मी म्हणेन की भारतातील अनेक जागांचं प्रतिनिधित्व करणाऱ्या प्रतिकृती तिथे स्थापित करायला हव्यात. छत्तीसगढमध्ये रुद्र शिवाची अतिशय आकर्षक अशी प्रतिकृती आहे. या मूर्तीच्या चेहऱ्यावरील भाव मात्र रौद्र नाहीत. माझा अभ्यास अन् जे काही पुरावे मिळाले आहेत, त्यानुसार ही पशुपती शिवाची मूर्ती आहे. संपूर्ण विश्वाचा नायक असलेल्या भगवान शिवाची ही मूर्ती आहे.

भगवान शिव म्हणजे सगळ्या जीवांचं समन्वित रूप, जे आपल्याला छत्तीसगढच्या या मूर्तीत दिसतं. डोकं बांधायला सापाचा उपयोग, कान मोरापासून बनविले आहेत, मगर अन् बेडकाचे डोळे, दोन मासोळ्यांना जोडून बनविलेली

मिशी, खेकड्याच्या कवचापासून बनविलेली दाढी, मगरीच्या तोंडातून निघालेले हात, नवग्रहांची द्योतक असलेली नऊ मानवी तोंडे, कासवाच्या डोक्याचा उपयोग करून बनविलेले गुप्तांग, हत्तीचे पाय इत्यादी. सर्व प्राण्यांचे भरलेलं संमेलन म्हणजे छत्तीसगढच्या ताला मंदिरातील हा पशुपती शिव. याव्यतिरिक्त महाबलीपुरम्, हम्पी, बदामी, अजिंठा, वेरूळ, एलिफंटा, मथुरा, सारनाथ, पाटणासारख्या अनेक स्थळांच्या शिल्पाकृतींच्या प्रतिकृती इथे आहेत. एखाद्या भारतीयाने जर या सर्व कलाकृती पाहायचं ठरविलं तर त्याला या सर्व कलाकृती पाहायला कमीत कमी तीन महिने तरी नक्कीच लागतील; पण या संग्रहालयात एका तासात त्याला भारतदर्शन घडेल. आपल्या प्राचीन व महत्त्वाच्या संस्कृतीचं एक सर्वसाधारण चित्र जर तुम्हाला हवं असेल तर या संग्रहालयाची फार मोठी मदत होईल. या संग्रहालयाचा एक नवा खंड, जो पर्यटकांना आपल्याकडे वेधून घेतो, तो म्हणजे राष्ट्रीय संग्रहालयाचे प्रो. मानवी सेठ यांनी लावलेलं प्रदर्शन. या प्रदर्शनाला भारतीय पुरातत्त्व सर्वेक्षणाचे सहाय्यक निर्देशक व राष्ट्रीय संग्रहालयाचे कुलपती असलेले डॉ. विजय मदान यांचं मार्गदर्शन लाभलं होतं. आपण आपल्या समृद्ध वारशाचं संरक्षण करण्याच्या बाबतीत किती उदासीन व बेफिकीर आहोत, ही गोष्ट या प्रदर्शनातून खऱ्याखुऱ्या फोटोंच्या माध्यमातून अतिशय स्पष्टपणे दाखविली आहे. अतिक्रमण अन् वारशाशी संबंधित असलेल्या फ्रेम्स उद्ध्वस्त व नष्ट करण्याच्या बाबतीत आपली अनेक प्रकारची लबाडीही या प्रदर्शनातून अगदी स्पष्टपणे आपल्यासमोर मांडण्यात आली आहे. अजित कौर यांनी अधिकृत जमिनीसाठी मंजूर करण्यात आलेल्या बजेटच्या रकमेचा योग्य विनियोग करून अतिशय कमी खर्चात हे संग्रहालय बनविण्यात आलं. संकल्पित योजना (Concept Plan) अन् योग्य निधी नसतानाही फक्त सकारात्मक विचार अन् इच्छाशक्तीच्या बळावर शून्यातून जग कसं निर्माण करता येतं याचं उत्कृष्ट उदाहरण म्हणजे हे 'रेप्लिका संग्रहालय.'

आज हे संग्रहालय पाहण्यासाठी भरपूर लोक येतात. विद्यार्थ्यांची संख्या जास्तच असते. या संग्रहालयाची जबाबदारी भारतीय पुरातत्त्व सर्वेक्षणावर सोपविलेली आहे. आज हे संग्रहालय पाहण्यासाठी जे लोक येतात, त्यांना संपूर्ण संग्रहालय दाखविण्याची जबाबदारी प्रेम सिंह अन् अरविंद सेमवाली यांची असते.

हे संग्रहालय म्हणजे बीजेपीच्या डोक्यातील किडा आहे, असं म्हणून बऱ्याच लोकांनी या संकल्पनेवर सडकून टीकाही केली; पण खरं तर सत्तेत आल्यापासून बीजेपीकडे असल्या प्रकल्पांसाठी अजिबात वेळ नाहीये. या असल्या संग्रहालयाचं महत्त्व बीजेपीच्या नेतृत्वाला अजूनही उमगलेलं नाही; पण काही कारणांनी गडबड झाली अन् काही त्रासदायक घटकांनी इथली एखादी मूर्ती

उद्ध्वस्त केल्याचा बोभाटा झाला, तर मात्र बीजेपी सर्वांत आधी आपल्याच कुणा सहयोगी संघटनेला इथल्या भारतीय देवी-देवतांच्या मूर्तींच्या तथाकथित तोडफोडीच्या विरोधात धरणे धरण्यासाठी इथं पाठवून देईल. निश्चितच संस्कृतीच्या बाबतीत बीजेपीला खरंखुरं प्रेम नाहीये. पुरातत्त्व किंवा संस्कृतीची बीजेपीला अजिबात पर्वा नाहीये. जेव्हा सत्ता हातातून जाईल तेव्हा मात्र पुन्हा एकदा बीजेपी त्यांचा संस्कृतीचा मुद्दा घेऊन परत येईल.

ऐतिहासिक स्मारकांच्या संरक्षणाच्या कामात आता नवीन पिढीलाही सामील केलं पाहिजे. नवीन पिढीला ऐतिहासिक गोष्टींचं इतकं महत्त्व वाटत नाही. विद्यार्थ्यांना इतिहासाबद्दल माहिती द्यायलाच हवी, या उद्देशाने आम्ही एका कार्यक्रमाची सुरुवात केली- अशोकस्तंभासमोर विद्यार्थ्यांनी घेतलेली शपथ.

सम्राट अशोकाने संपूर्ण भारतात म्हणजेच भारताच्या काही भागांत शिलालेख बनविले होते. त्यांना चांगलं रूप देऊन नवीन अशोक शिलालेख तयार करून विद्यार्थ्यांना शपथ दिली गेली की 'मी ऐतिहासिक स्मारकांचा सन्मान करून त्यांचं संरक्षण करेन अन् त्यांच्यावर काहीही लिहून त्यांना खराब करणार नाही.' राष्ट्रीय स्मारक, सारनाथाच्या गर्जना करणाऱ्या वाघासमोर मुलांनी तशी शपथही घेतली. या कार्यक्रमाची सुरुवात आम्ही बिहारला केली अन् मध्य प्रदेशातील सांचीच्या स्तंभासमोर तत्कालीन राज्यपाल बलराम जाखड यांनी मुलांना शपथ दिली. दिल्ली व इतर काही ठिकाणीदेखील आम्ही हा कार्यक्रम आयोजित केला. विद्यार्थ्यांना इतिहासाबद्दल माहिती करून देण्याच्या कामी हा कार्यक्रम फारच उपयोगी ठरला. तरुण पिढी अन् विद्यार्थ्यांनी या वारसा संरक्षणाच्या कार्यात सहभागी व्हायलाच हवं. दिल्लीच्या अनेक कॉलेजेसनी विद्यार्थ्यांना एकत्र करून स्वच्छता मोहिमा राबविल्या. विस्मृतीच्या गर्तेत सापडलेल्या व अनाथ असलेल्या अशा अनेक स्मारकांची स्वच्छता करण्याचं फार मोठं काम या विद्यार्थ्यांनी केलं. त्यामुळे या स्मारकांना नवीन रूप अन् ऊर्जितावस्था प्राप्त झाली.

दिल्लीत सन २०१०ला होणाऱ्या राष्ट्रकुल खेळांच्या वेळी आयटीडीसीने एक वेगळा उपक्रम म्हणून जुन्या किल्ल्यात 'लाइट ॲन्ड साउंड' शो सुरू करण्याच्या बाबतीत आपला एक प्रस्ताव मांडला होता. तसं पाहिलं तर याचं स्क्रिप्ट पाहण्याची जबाबदारी दिल्ली सर्कलच्या अधीक्षण पुरातत्त्ववेत्त्याकडे सोपविली जाते. स्क्रिप्ट पाहून, त्याचं खोलवर व सर्वांगाने निरीक्षण व अभ्यास केल्यानंतरच ते महानिर्देशकांकडे पाठविलं जातं. महानिर्देशक विविध अंगांनी त्याचा अभ्यास व विवेचन व्हावं म्हणून भारतीय पुरातत्त्व सर्वेक्षणाच्या तज्ज्ञांची एक समिती नेमतात. ही समिती अनेक बैठकांतून यातील प्रत्येक मुद्द्याचा फारच गंभीरपणे विचार करून साधकबाधक चर्चा करते. जेणेकरून हा विषय जेव्हा लोकांच्या

समोर येतो तेव्हा त्यातील प्रत्येक बाबीवर सांगोपांग चर्चा झालेली असते अन् कुठल्याही ऐतिहासिक विवादाला जागाच उरणार नसते. भारताचा इतिहास हा नेहमीच फक्त इतिहासकारांमध्येच नव्हे तर प्रमुख राजकीय पक्षांतही विवादाचे कारण बनलेला असतो. असा एखादा वाद जेव्हा कळीचा मुद्दा बनतो तेव्हा समाजात तो एखाद्या वणव्यासारखा पसरतो अन् लोकांमध्ये तणाव वाढवितो. त्यामुळे असले काही वाद होऊ नयेत म्हणून भारतीय पुरातत्त्व सर्वेक्षण जरा जास्तच काळजी घेतं; परंतु 'जुन्या किल्ल्यांच्या लाइट अन् साउंड शोचं स्क्रिप्ट भारतीय पुरातत्त्व सर्वेक्षणाकडे पाठविलं गेलंच नाही. आता याची काय कारणं होती, ते फक्त आयटीडीसी शिवाय जास्त चांगल्या तऱ्हेनं कोण सांगू शकेल?

मला जेव्हा त्या कार्यक्रमाच्या पहिल्या शोसाठी बोलाविण्यात आलं तेव्हा तो कार्यक्रम पाहून मला तो लाल किल्ल्यावर होणाऱ्या साउंड ॲन्ड लाइट कार्यक्रमाच्या तुलनेत तांत्रिकदृष्ट्या फारच वरच्या दर्जाचा व चांगला वाटला; पण मला या गोष्टीचं आश्चर्य वाटलं की पांडवांनी आपली राजधानी म्हणून ज्या 'इंद्रप्रस्थ' नगरीची स्थापना केली होती अन् जिथे हा लाइट अन् साउंड कार्यक्रम आयोजित करण्यात आला होता, त्या इंद्रप्रस्थाचा स्क्रिप्टमध्ये कुठे उल्लेखच केला गेला नव्हता. पांडवांना करारापोटी जी पाच गावे- तिलपत, बागपत, सोनिपत अन् पानिपत या चार गावांबरोबरच मिळालेलं ते गाव, त्या गावाचा अजिबात कुठेच उल्लेख झाला नव्हता. राजपूत स्रोतांव्यतिरिक्त या 'इंद्रप्रस्थ' नावाचा उल्लेख हसन निजामी यांनी लिहिलेल्या 'ताजुल मआसिर' अन् इसामी यांनी लिहिलेल्या 'तारीख-ए-फिरोजशाही' या पुस्तकातून मिळतो. जुना किल्ला अन् हुमायूनचा मकबरा यांच्या मध्ये असलेल्या जागेत प्रोफेसर बी. बी. लाल अन् डॉ. बी. आर. मणी यांनी सालिमगढमध्ये केलेले संशोधन अन् उत्खननामुळे पुरेशा संख्येत जी काही धूसर पात्रे समोर आली आहेत, ती 'महाभारत पॉटरी' च्या नावाने लोकप्रिय आहेत. स्वातंत्र्यपूर्व काळात दिल्लीच्या महसुलासंबंधी कागदपत्रांत इंद्रप्रस्थ नावाचं गाव होतं अन् त्या गावात लोक राहायचे. त्यामुळे जुन्या किल्ल्यात आयोजित केल्या गेलेल्या त्या विशेष कार्यक्रमात इंद्रप्रस्थाचा उल्लेख नसणं, ही गोष्ट फारच आश्चर्यकारक व त्रासदायक होती; कारण हीच ती जागा होती, जिला इंद्रप्रस्थ हे नाव दिलं गेलं होतं. ऐतिहासिक व पुरातात्त्विक अनेक पुरावे असूनही एखादा ग्रूप कुठल्यातरी विशिष्ट हेतूने प्रेरित होऊन इतिहासातील एक महत्त्वाचं तथ्य लपवून ठेवत असेल तर ती गोष्ट भारतीय पुरातत्त्व सर्वेक्षण कधीही सहन करणार नव्हतं. मी लगेच हा विषय आयटीडीसीच्या कुमारांसमोर मांडला. कुमार त्या 'लाइट ॲन्ड साउंड'शोचे प्रभारी होते. त्यांनी मला हे सांगून शांत करण्याचा

प्रयत्न केला की हा फक्त ट्रायल शो आहे, अन् भारतीय पुरातत्त्व सर्वेक्षण, तसेच इतर विद्वान लोकांकडून ज्या काही सूचना येतील त्या सूचनांचा विचार हा शो लोकांसमोर आणायच्या आधी केला जाईल.

नंतरच्या स्क्रीनिंगसाठी मी अन् माझ्या व्यतिरिक्त भारतीय पुरातत्त्व सर्वेक्षणचे महानिर्देशक डॉ. गौतम सेन गुप्ता, संयुक्त महानिर्देशक डॉ. बी. आर. मणीही हजर होते. स्क्रीनिंग संपल्याबरोबर डॉ. गौतम सेन गुप्ता घाईघाईने जुन्या किल्ल्यातून लगेच बाहेर पडले; कारण शोचा विषय त्यांना अजिबात पटला नव्हता, ते विषयाशी सहमत नव्हते. मी अन् डॉ. बी. आर. मणीही त्यांच्यापाठोपाठ बाहेर पडलो. दुसऱ्या दिवशी डॉ. मणींनी त्या स्क्रिप्टमध्ये जी काही त्रुटी होती, त्याबद्दल एक नोट तयार करून दिली. त्यानंतर त्या स्क्रिप्टमध्ये बदल केले गेले अन् महाभारताचा तो भागही त्यात जोडला गेला; पण ज्या पद्धतीने तो जोडला जायला हवा होता, त्या पद्धतीने तो जोडला गेला नव्हता. खरंतर या कहाणीची सुरुवात महाभारत काळातील पी.जी.डब्ल्यू. (महाभारत पॉटरी) पासून सुरू व्हायला हवी होती; कारण ही एकच गोष्ट आहे, जी दिल्लीतील अनेक भागांत सुरुवातीलाच दिसून येते; पण ही साधीसुधी व स्पष्ट कहाणी दाखविण्याऐवजी महाभारताचा तो भाग आता उगाचच हुमायून अन् शेरशहाची असलेल्या दिल्लीशी संबंधित दीनपनाहशी जोडण्यात आला आहे. यामुळे सर्वांत जास्त त्रास प्रेक्षकांना होतो. बिचाऱ्या प्रेक्षकाला इतिहासाच्या प्रवाहाबरोबर वाहत जात असताना अचानक झटका लागतो अन् आपल्यासमोर नेमकं काय चाललंय, हेही त्याला कळत नाही.

हे स्क्रिप्ट जेएनयूचे एक प्रोफेसर नजफ हैदर यांनी लिहिलं होतं अन् ते अलिगढ मुस्लीम युनिव्हर्सिटीच्या प्रोफेसर इरफान हबीब यांचे आवडते शिष्य होते. ते जेव्हा अलिगढ मुस्लीम युनिव्हर्सिटीच्या इतिहास विभागात होते, तेव्हापासून मी त्यांना ओळखत होतो. माझी जेव्हा आग्र्याला नेमणूक झाली होती तेव्हा मला भेटायला ते दोनदा आले होते. एकदा ते आपल्या पत्नीसमवेत मला भेटायला आले होते. तेव्हा त्यांनी माझ्याबरोबर नाश्ताही केला होता अन् अलिगढ मुस्लीम युनिव्हर्सिटीच्या जनरल एज्युकेशन सेंटरमध्ये व्याख्यान द्यायला त्यांनी मला आमंत्रणही दिलं होतं. या व्याख्यानाचं आयोजन श्रीमती नजफ हैदर करीत होत्या.

ते दुसऱ्यांदा 'परस्पेक्टिव्ह' नामक मासिकाची संपादक असलेल्या एका महिलेला घेऊन माझ्याकडे आले होते. हे मासिक विदेश मंत्रालयाकडून प्रकाशित केलं जातं. संपादकांनी माझ्याकडे असलेला केसरिया स्तूपावर लिहिलेला माझा लेख छापण्यासाठी लगेच उचलला. केसरिया स्तूपाचं उत्खनन बिहारमध्ये माझी

पोस्टिंग असताना मी केलं होतं. संपादकांच्या म्हणण्यानुसार बुद्धाशी संबंधित असलेल्या या स्तूपाच्या उत्खननासंबंधीची बातमी विदेशातील लोक फारच आवडीने वाचतील; कारण हे मासिक अनेक परदेशी भाषांमध्ये प्रकाशित केलं जातं अन् परदेशातील अनेक लोक हे मासिक आवडीने वाचतात. मी त्यांना या लेखाशी संबंधित अनेक छान फोटोही दिले अन् त्या फोटोंसहित तो लेख प्रकाशितही करण्यात आला. सन २०१५ला मी कुठल्यातरी वर्तमानपत्रात ही बातमी वाचली की डॉ. नजफ हैदर यांच्याबरोबर मला भेटायला आलेल्या 'परस्पेक्टिव्ह' मासिकाच्या संपादक श्रीमती माधुरी गुप्ता यांना भारताची गोपनीय कागदपत्रे पाकिस्तानला देण्याच्या आरोपाखाली पोलिसांनी अटक केलीय.

महाभारताच्या त्या खऱ्या कहाणीला योग्य स्थान देण्याच्या बाबतीत जबाबदार असलेल्या लोकांपैकी मी एक होतो; पण प्रोफेसर नजफना मात्र मी कुठेच नको होतो. माझ्या विरोधात षड्यंत्र रचण्यात ते मग्न होते अन् मला कशा प्रकारे धडा शिकविला जावा, या संधीच्या ते शोधात होते. त्यांना ही संधी लवकरच मिळाली. अलिगढचे कम्युनिस्ट या प्रकारासाठी कुप्रसिद्ध आहेत. वटेश्वरमध्ये केलेल्या उत्खननासंबंधी लेक्चर देण्यासाठी जेव्हा मला जेएनयूच्या ऐतिहासिक अध्ययन विभागाच्या प्रोफेसर महालक्ष्मी यांनी जेएनयूमध्ये आमंत्रित केलं, तेव्हा या लोकांना संधी मिळाली. लेक्चरसाठी मी संमती दिली. तारीख व वेळही निश्चित करण्यात आली; पण ठरविलेल्या दिवसाच्या एक दिवस अगोदर मला जेएनयूमधून फोन आला की माझं लेक्चर रद्द करण्यात आलं. माझे जुने परिचित असलेल्या प्रो. रणवीर चक्रवर्तींकडे जेव्हा मी याबद्दल चौकशी केली तेव्हा मला त्यांनी सांगितलं की क्लासरूम उपलब्ध नसल्याने माझं लेक्चर रद्द करण्यात आलं आहे. जरा आणखी खोलात जाऊन चौकशी केली तेव्हा कळलं की प्रोफेसर नजफ हैदरनी त्यांना हे सांगून माझं लेक्चर रद्द करायला लावलं होतं की, मी बीजेपीचा माणूस आहे अन् मी जर जेएनयूमध्ये लेक्चर दिलं तर युनिव्हर्सिटीमध्ये नक्कीच गदारोळ होईल अन् कदाचित हिंसाही होईल. त्यानंतर याच विषयावर एकदा मी प्रो. महालक्ष्मी यांच्याशी चर्चा करीत असताना त्यांनी मला क्षमायाचना करीत म्हटलं की या सर्व गोष्टींबद्दल त्यांच्या पतीला फारच दु:ख झालं; कारण या सर्व आयोजनामागे त्यांची संकल्पना होती. त्यांनी बोलताना हेही वाक्य जोडलं, की माझी एवढी ताकद नाही, की मी प्रोफेसर नजफ हैदरच्या विरोधात जाऊन काही करेन.

राष्ट्रकुल खेळांच्या आयोजनाची तयारी जेव्हा युद्धस्तरावर सुरू झाली होती तेव्हा मी, डॉ. पुनाचा, डॉ. बी. आर. मणी, श्री. जे. शर्मा एका बैठकीत सामील झालो होतो. तेव्हा मी एक सूचना केली की प्रो. लालनी जुन्या किल्ल्याच्या ज्या

भागात खोदकाम केलं आहे, त्याच भागात आणखी उत्खनन केलं गेलं पाहिजे. त्यावर मग अतिशय छान व सुंदरसं कव्हर तयार करून व ते लावून अन् थरांना आणखी मजबूत करून सर्वसामान्य लोकांना उत्खनन केलेली ती जागा पाहण्याची संधी देण्यात यावी. त्याचबरोबर तिथे एक व्याख्यान केंद्रही सुरू करण्यात यावं, जे भारतीय पुरातात्त्विक शोधांचे काही चमत्कृतीपूर्ण क्षण लोकांसमोर मांडेल. जी भारतीय सभ्यता ६०० इसवी सनांपूर्वीची सांगितली जायची, तीच सभ्यता ६०० इसवी सनापासून २६०० इसवी सनापर्यंत प्राचीन कशी मानली गेली? जॉन मार्शलने इतिहासाच्या भूलभुलैयाच्या झरोक्यातून जेव्हा नवीन हडप्पा व मोहेंजोदडो संस्कृतीच्या जन्माची अस्पष्ट अशी झलक पाहिली तेव्हा तो काय म्हणाला? फाहियान अन् ह्युएनसंगच्या पावलावर पाऊल टाकीत मरखम किट्टो अन् अलेक्झांडर कनिंघमने कशा प्रकारे कौसांबी, संकिसा, पाटलिपुत्र, राजगीर, नालंदासारख्या ऐतिहासिक स्थळांची ओळख पटविली? प्रोफेसर लालनी कशा प्रकारे वायुपुराणात वर्णन केल्या गेलेल्या पुराचा संबंध हस्तिनापुरातील पुराच्या पातळीशी जोडला? या व अशा अनेक मनोरंजक अन् निर्णायक क्षणांना जुन्या किल्ल्याच्या व्याख्यान केंद्र-सह-संग्रहालयात मांडण्यात येणं गरजेचं होतं. या सर्व गोष्टी जेव्हा विस्तारपूर्वक सांगितल्या गेल्या तेव्हा संरक्षणचे निर्देशक जानवीच शर्मा फारच खुश झाले. महानिर्देशक के. एन. श्रीवास्तव (आय.ए.एस.) यांना तर नवीन व सकारात्मक विचारांचं स्वागत करण्यात नेहमीच आनंद वाटायचा. शेवटी प्रो. बी. लालनी ज्या भागाचं पूर्वी खोदकाम केलं होतं, त्याच जुना किल्ला व संबंधित भागाचेही पुन्हा उत्खनन करण्याचा निर्णय घेण्यात आला. तो भाग समोर आणला जावा, अवशेषस्तरांना स्थिर करण्यात यावं, पुरावशेषांना त्यांच्या मूळ स्थानी स्थापित करून पर्यटकांना या ऐतिहासिक परिसराचं एकत्रित भ्रमण करायची संधी मिळावी, हा या मागचा हेतू होता. हे भ्रमण पर्यटकांना इतिहासकालीन मुघल सल्तनत, राजपूत, हर्ष, गुप्त, कुषाण, शुंग, मौर्य, एन.बी.पी.(नॉर्दन ब्लॅक पॉलिश्ड वेअर), पी.जी.डब्ल्यू. (पेन्टेड ग्रे वेअर) आणि आर.बी.डब्ल्यू.च्या तत्कालीन काळाची अनुभूती देणारं ठरलं असतं. सर्वसामान्य लोकांना, खास करून विद्यार्थ्यांना इतिहासाचे वेगवेगळे स्तर बघण्याची संधी मिळणार होती अन् त्याचबरोबर पुरातत्त्ववेत्ते जमिनीच्या गर्भात दबलेली संस्कृती कशाप्रकारे शोधून जगासमोर आणतात, हेही पाहायला मिळणार होतं.

याच्या प्रस्तावनेच्या निमित्ताने, मी या विषयावर प्रोफेसर बी. बी. लाल यांच्याशी चर्चा केली. मी या विषयात घेत असलेला पुढाकार पाहून प्रो. लालना फार आनंद झाला. मग यासाठी अनुमोदन मिळविण्यासाठी मी भारतीय पुरातत्त्व सर्वेक्षणाकडे अर्ज दिला. तो अर्ज मग संपूर्ण देशात उत्खननाची परवानगी

देणाऱ्या त्यांच्या स्टॅन्डिंग कमिटीसमोर ठेवला गेला. समितीच्या सदस्यांपैकी एक सदस्या होत्या, डॉ. शिरीन मुस्वी ज्या ए.एम.यू. मध्ये प्रोफे. इरफान हबीब यांच्या फार जवळच्या सहयोगी म्हणून ओळखल्या जायच्या. त्यांनी 'पुराना किला'चे निर्देशक म्हणून माझं नाव ज्या क्षणी पाहिलं, त्या क्षणीच त्यांनी 'प्रोफेसर लालनी येथे अगोदरच उत्खनन केले असल्याने आता येथे उत्खनन करण्याची अजिबात गरज नाही' असं म्हणत अतिशय जोरदार विरोध केला. डॉ. बी. आर. मणींनी दबाव आणण्याचा प्रयत्न केला; पण डॉ. शिरीन मुस्वी अजिबात ऐकण्याच्या मनःस्थितीत नव्हत्या. त्या अडून बसल्या की उत्खननाचं काम के. के. मुहम्मदकडे अजिबात जायला नको. शेवटी ते उत्खनन झालंच नाही. इतिहासाच्या स्तराची ती सुरंग यात्रा व जमिनीच्या खाली बनविण्यात येणारं ते व्याख्यान केंद्र अस्तित्वातच आलं नाही. अशा तऱ्हेनं पर्यटकांना व विद्यार्थ्यांना भूमिगत इतिहास प्रवासापासून वंचित करण्यात आलं, अन् या सर्व गोष्टींचं श्रेय डॉ. शिरीन मुस्वींना जातं.

आय.ए.एस. कॅडरच्या फारच कमी महानिर्देशकांनी या विभागाला एका वेगळ्या उंचीवर नेण्याचा प्रयत्न केला. त्यांनी यात नवीन प्राण व ऊर्जा फुंकली. जेणेकरून याचे दरवाजे खासगी कंपन्या अर्थात एनटीपीसी, इंडियन ऑइलसाठी उघडले गेले. अजय शंकरसारख्या आय.ए.एस. अधिकाऱ्याच्या नेमणुकीने भारतीय पुरातत्त्व सर्वेक्षणाच्या सर्वच गोष्टींना व कामांना आपल्या पूर्ण ताकदीनिशी पुढे नेलं. त्यांनी संपूर्ण संघटनेला एक वेगळं परिमाण दिलं; पण एका अपघातात झालेल्या त्यांच्या अकाली मृत्यूने सारंच काही बदलून टाकलं. अजय शंकर धोरणात्मक निर्देशक बनून काम करायचे तर दिल्ली मुख्य कार्यालयाच्या दैनिक प्रशासनाची जबाबदारी एक कुशल व कर्मठ अधिकारी एस. बी. माथुर सांभाळायचे. अजय शंकरच्या मृत्यूनंतर त्यांच्या जागी महानिर्देशक म्हणून दुसऱ्या आय.ए.एस. अधिकारी श्रीमती कोमल आनंद म्हणून आल्या. तत्काळ निर्णय घेण्यात अन् ते निर्णय लागू करण्यात त्यांचा हातखंडा होता. तुघलकाबादचे अतिक्रमण हटविण्याच्या वेळी श्रीमती आनंद एखाद्या डोंगरासारख्या समर्थपणे उभ्या राहिल्या. गौरी चटर्जी अन् अंशू वैश्यसारख्या अधिकाऱ्यांनी आपली कामं अतिशय समर्थपणे व निष्पक्ष रीतीने हाताळली. अयोध्येचं जास्तीत जास्त खोदकाम, रामसेतू सारखे संवेदनशील मुद्दे या दोघींच्याच कारकिर्दीत हाताळले गेले होते. अतिरिक्त महानिर्देशक म्हणून प्रवीण श्रीवास्तव व श्रीमती जुधिका पाटणकर यांनी विभागाला अतिशय चांगल्या तऱ्हेने पुढे नेलं. श्रीमती पाटणकर स्वतः फारच गरीब कुटुंबातील होत्या. दिल्लीत असताना जुने कपडे गोळा करून गरिबांना वाटण्याची एक

वेगळी मोहीम मी सुरू केली होती. या मोहिमेत सर्वांत जास्त कपडे मला श्रीमती पाटणकरांकडूनच मिळायचे. त्या कपडे ड्रायक्लीन करून स्वत: घेऊन यायच्या.

अतिशय उल्लेखनीय आय.ए.एस., महानिर्देशक म्हणून श्री. के. एन. श्रीवास्तव या कर्नाटक कॅडरच्या अधिकाऱ्याचा उल्लेख करावाच लागेल. त्यांनी भारतीय पुरातत्त्व सर्वेक्षणाला अतिशय उंचीवर नेऊन ठेवलं. दुर्दैवाने त्यांचा कार्यकाल फार छोटा होता; पण त्या छोट्याशा काळातही त्यांनी अनेक कार्यालयांत आपल्या वैयक्तिक संबंधांचा उपयोग करून लोकांशी गोड बोलून वेगळ्या तऱ्हेने आपली प्रलंबित कामे करून घेतली, तसेच अधिकाऱ्यांना वेळेवर प्रमोशन मिळण्याचा रस्ताही मोकळा करून दिला.

चार मशिदीत नमाज पठणाला सुरुवात करून अतिक्रमण करणाऱ्या मुसलमानांच्या विरोधात त्यांनी आपली बाजू अतिशय स्पष्टपणे दिल्लीच्या तत्कालीन मुख्यमंत्री श्रीमती शीला दीक्षित यांच्यासमोर मांडली होती. मला आजही ती घटना आठवते. त्या वेळी हा वाद उभा करणारा आमदार त्यांच्या शेजारीच बसला होता. श्रीवास्तव सरांनी आपली बाजू एवढ्या दमदारपणे मांडली होती की त्या आमदाराचं तोंडच बंद झालं अन् नमाजी गटाबद्दल नरमाईचं धोरण ठेवणाऱ्या मुख्यमंत्री महोदयांना देखील आपला विचार बदलावा लागला. मी स्वत: यात अधीक्षण पुरातत्त्ववेत्ता असल्याने मला मुसलमानांच्या रोषाला बळी पडावं लागत होतं; पण या घटनेने मात्र मला थोडा दिलासा दिला. अशीच एक घटना अल्पसंख्याक आयोगाचे अध्यक्ष शफीक कुरेशी यांनी बोलाविलेल्या बैठकीत परत एकदा घडली. जेव्हा ही बैठक संपली तेव्हा या अल्पसंख्याक आयोगाच्या इतर सदस्यांविरुद्ध, तसेच भारतीय पुरातत्त्व विभागाच्या विरुद्ध तक्रार घेऊन आलेले इमामदेखील या बाबतीत सहमत झाले की भारतीय पुरातत्त्व सर्वेक्षण धार्मिक भेदभाव करीत नाही व आपल्या सिद्धान्तावर ठाम असते. हे लोक तर संतुष्ट होऊन निघून गेले; पण त्यानंतर भारतीय पुरातत्त्व सर्वेक्षणाने लाल किल्ल्याच्या समोर बांधलेली भिंत पाडण्यासाठी दिल्ली नगर निगमचे लोक आले तेव्हा मात्र मी के. एन. श्रीवास्तव यांच्याकडे मदत मागितली अन् त्यांनीही फार मोठ्या मनाने स्वत: तिथे येऊन एम.सी.डी.चे चेअरमन, जे त्यांचे बॅचमेटही होते, त्यांच्याशी बोलून हा तिढा सोडविला. श्रीवास्तवजी आणखी दोन-चार वर्षं जर तिथे राहिले असते तर त्यांनी पूर्ण संघटनेचा कायापलट केला असता अन् भारतीय पुरातत्त्व सर्वेक्षणाला एका वेगळ्याच उंचीवर नेऊन ठेवलं असतं; पण नशिबाच्या पुढे कुणीच जाऊ शकत नाही. तिथं काहीतरी वेगळंच लिहिलेलं असतं.

संस्कृत विभागाचे सेक्रेटरी- आर. सी. त्रिपाठी, बी. पी. सिंह, एन. गोपालास्वामी, धनेंद्र कुमार अन् जवाहर सरकार यांनीही भारतीय पुरातत्त्व सर्वेक्षणाला आपलं संपूर्ण सहकार्य दिलं. या लोकांनी जे काही वैयक्तिक सहकार्य दिलं त्यामुळे विभागाने फारच प्रगती केली. श्री. जवाहर सरकार म्हणजे नवीन कल्पनांची पोतडीच होती; पण त्यांच्या कल्पना प्रत्यक्षात आणण्यासाठी विभागाकडे पैसा तर नव्हताच; पण मनुष्यबळही नव्हतं, त्यामुळे मला नेहमीच सरकार यांची नजर चुकवून जावं लागायचं.

पुरातत्त्ववेत्त्यांची जमात अनेक वर्षांपासून एकाच गोष्टीची मागणी करीत होती की महानिर्देशकाच्या पदावर त्यांना एखाद्या ॲकॅडमिक पुरातत्त्ववेत्त्याची आवश्यकता आहे. सन २०००च्या पूर्वी ही मागणी रास्तही होती; पण त्यानंतर प्रशासनिक कामाची व्याप्ती एवढी वाढली की ॲकॅडमिक डी.जी.ने काम भागण्यासारखं नव्हतं तर तिथे असाधारण कुशल व्यक्तीची गरज होती. ॲकॅडमिक मानसिकतेच्या व्यक्तीमध्ये निर्णय घेण्याच्या बाबतीत एक ठरावीक प्रकारची कमतरता असते अन् ती कमतरता सन २०००पर्यंत चालू शकली असती; पण आता वेळ बदलली आहे अन् जबाबदाऱ्या अनेक पटींनी वाढल्या आहेत. सध्याच्या काळात एखाद्या सीनिअर आय.ए.एस. अधिकाऱ्यासाठीही ही गोष्ट एखाद्या आव्हानासारखी आहे अन् ते आव्हान सोपं नाहीये. त्या संबंधित आय.ए.एस. अधिकाऱ्याकडेही आपल्या वारशाबद्दल अगाध प्रेम असण्याबरोबरच इतर मंत्रालयांबरोबर अन् आपल्या अधीक्षण पुरातत्त्ववेत्त्यांबरोबरही चांगले संबंध असायला हवेत; कारण या पुरातत्त्ववेत्त्यांवरच संरक्षणाच्या कामाची मोठी जबाबदारी असते.

'स्वयं'च्या संस्थापिका अन् व्यवस्थापकीय संचालिका श्रीमती एस. मिनू जिंदाल, एक अतिशय वेगळं अन् बहुश्रुत व्यक्तिमत्त्व होतं, अन् माझ्या सुदैवाने मला त्यांच्याशी बोलण्याची संधी मिळाली. ज्या लोकांना चालताफिरता येत नाही, त्या लोकांना देशातील कुतुबमिनार, लाल किल्ला, ताजमहाल, पुराना किला यांसारख्या स्मारकांपर्यंत पोहोचण्याची जी व्यवस्था करण्यात आली, त्याचं सारं श्रेय श्रीमती एस. मिनू जिंदाल यांना जातं. श्रीमती मिनूंमुळेच पुरातत्त्व अन् पर्यटन उद्योगाच्या व्यवस्थापनाला स्मारकांमध्ये रॅम्पची गरज अन् महत्त्व कळून आलं. त्यामुळेच शारीरिकदृष्ट्या अपंग पर्यटक अन् वरिष्ठ नागरिकांनादेखील त्या स्मारकांचा कोपरान्कोपरा पाहणं सहज शक्य झालं.

हा प्रस्ताव जेव्हा मी पाहिला तेव्हा पैशाची विवंचना तर होतीच; पण तरीही मी तत्काळ ही गोष्ट लागू केली अन् कुतुबमिनारला भारताचे पहिले अडथळाविरहित स्मारक बनविले. आज इथल्या रॅम्पची फारच तारीफ होते. हा रॅम्प तसा अपंग पर्यटकांसाठी बनविला गेला होता; पण ज्यांना शारीरिक त्रास नाहीये असे

पर्यटकही या रॅम्पचा उपयोग करतात. एवढंच नव्हे तर या रॅम्प्समुळे प्रत्येक स्मारकाला एक शिस्त लागली, जी पूर्वी अजिबात नव्हती. विशेषत: जेव्हा शेकडो शालेय विद्यार्थी अशी स्मारके पाहण्यासाठी यायचे, त्या वेळी या शिस्तीची फारच गरज भासायची अन् आता ते शक्य झालं होतं. आमच्या या कामाने एवढं प्रभावशाली वातावरण तयार केलं की भारत सरकारच्या पर्यटन विभागाने कुतुबमिनारसाठी एका राष्ट्रीय पुरस्काराची घोषणाही केली अन् हा पुरस्कार भारतीय पुरातत्त्व सर्वेक्षण अन् श्रीमती एस. मिनू जिंदाल यांच्या 'स्वयं' या संघटनेला विभागून देण्यात आला.

दिल्लीत इंडियन नॅशनल ट्रस्ट फॉर आर्ट ॲन्ड कल्चरल हेरिटेज (INTACH) आणि आगाखान ट्रस्ट फॉर कल्चर (AKTC) या दोन संघटना फार सक्रिय कार्य करतात. भारतीय पुरातत्त्व सर्वेक्षण संरक्षणाच्या क्षेत्रातील प्रमुख संघटना असल्याने तिचे अनेक वेळा या दोन्ही संघटनांशी मतभेद व्हायचे.

ते ए.एस.आय.चे दिवस होते; पण तेव्हाही मी कमीत कमी संरक्षण व कमीत कमी हस्तक्षेप या गोष्टींना मानत नसल्याने मी नेहमीच जुन्या गोष्टींना त्यांच्या मूळ रूपात आणण्याच्या कामाचं समर्थनच केलं आहे. पूर्वेकडे, जिथलं हवामान अतिशय वेगवेगळं व खडतर आहे, तिथे पश्चिमेकडील संरक्षण पद्धतीचा उपयोग करून चालणार नाही, असं फाइव्ह स्टार हॉटेल्समध्ये बसलेले सिद्धान्तवादी सांगतात. त्याचबरोबर अनेक वर्षांपूर्वी जॉन मार्शलने आपले जे अनुभव शब्दबद्ध केलेत, त्यांचं आताच्या काळात शब्दश: पालन करणंही योग्य व गरजेचं नाही. अधीक्षण पुरातत्त्ववेत्ता निजामुद्दीन ताहि हे नेहमीच सांगतात की ते रूढीवादी, संरक्षणवादी आहेत अन् जर त्यांचे सिद्धान्त मानले तर वेगवेगळ्या जागांप्रमाणे संरक्षणाची पद्धती व तत्त्वज्ञान वेगवेगळं असायला हवं. जर आपल्याला कला, स्थापत्य, प्लास्टर अन् त्यावेळच्या लागलेल्या सामानाबद्दल माहिती असेल तर कोसळलेलं ते बांधकाम परत त्याच मूळ आकारात व रूपात उभं करायला काय हरकत आहे? जेणेकरून पर्यटकालाही जेव्हा ही इमारत उभी होती, तेव्हा ती कशी होती, याचा अंदाज किंवा कल्पना करता येईल. काही परंपरावादी पुरातत्त्ववेत्त्यांनी कमीत कमी हस्तक्षेप या गोष्टीचं अगदी कट्टरतेने पालन करण्याच्या हव्यासापोटी अन् प्रगतीचे अनेक पुरावे दाखविण्याच्या गरजेपोटी नालंदाच्या तीन नंबरच्या मंदिराला अतिशय विकृत अन् घाणेरड्या पद्धतीने उभं केलं आहे. त्यामुळेच ते मंदिर भारतातील बौद्ध स्तूप किंवा मंदिराच्या रूपात दिसण्याऐवजी कुठल्यातरी ख्रिश्चन कब्रस्तानातील युरोपियन मकबऱ्यासारखं दिसतं आहे. बांधकामाचं हे विकृत रूप आवश्यक सुधारणांसहित दुरुस्त करण्याची नितांत आवश्यकता आहे; पण ही दुरुस्ती कशी, किती प्रमाणात करायची, याचा निर्णय आंतरराष्ट्रीय

जाणकारांची एक समिती घेणार आहे.

या गुप्तकालीन तीन नंबरच्या मंदिराचं मूळ ड्रॉइंग पर्सी ब्राऊन यांनी तयार केलं होतं. मी मात्र सध्याच्या फ्रेममध्ये काहीही बदल न करता दुरुस्तीसाठी या गुप्तकालीन तीन नंबरच्या मंदिराचं स्केल मॉडेल बनवून ते मॉडेल स्तूपाजवळ प्रदर्शित केलं. ते मॉडेल पाहून चौथ्या-पाचव्या शतकात हा स्तूप कसा दिसत असावा, याचा एक अंदाज पर्यटकांना आला व त्यामुळे ते मॉडेल पाहून पर्यटक खुश झाले. पण जेव्हा माझी पाटण्याहून बदली झाली, अन् माझ्या जागी पुढच्या डीजी म्हणून श्रीमती कस्तुरी गुप्ता-मेनन, आय.ए.एस. यांनी कार्यभार घेतला तेव्हा त्यांना मात्र मी लावलेलं हे मॉडेल अजिबात आवडलं नाही व त्यांनी ते तिथून काढून टाकण्याचे आदेश दिले; पण त्यामुळे पर्यटनाचं फार नुकसान झालं.

सांचीच्या स्तूप नंबर १च्या शेजारी जेव्हा स्तूप नंबर ३ आढळला, तेव्हा त्याची स्थिती अतिशय वाईट होती. तो वाईट तऱ्हेने तुटला होता अन् त्याचे अवशेष सर्वत्र पसरले होते. तिथे पाहिलं तर फक्त उंचवटाच दिसत होता; पण अतिशय कठोर परिश्रम करून ब्रिटिश संरक्षकांनी हे पसरलेले दगड एकत्र जोडून तो दुरुस्त तर केलाच; पण परत उभाही केला, त्याचं पुनर्निर्माण केलं. त्या वेळी फक्त दुरुस्तीचीच गरज नव्हती तर पुनर्निर्माणही हवं होतं. या गोष्टीबद्दल त्यामुळे कुणी फारसा आरडाओरडा केला नाही.

याच पद्धतीने भारतीय पुरातत्त्व सर्वेक्षणाकडून ढिगारा हटवून मध्य प्रदेशातील सतधारा स्तूपाचं उत्खनन व पुनर्निर्माण केलं गेलं. या कामाची सुरुवात डॉ. आर. सी. अग्रवाल यांनी केली अन् या कामाला माझ्याबरोबर पुढे नेण्याचं कार्य डॉ. ए. के. सिन्हा, पी. के. मिश्रा, डॉ. एस. बी. ओट्टा यांनी केलं. पूर्वी इथे सारं काही अस्ताव्यस्त पसरलेलं होतं. महत्त्वाचा प्रश्न हा होता, की त्या अस्ताव्यस्त पसरलेल्या गोष्टी तशाच ठेवून त्यांचं संरक्षण करायचं की एक एक दगड व्यवस्थित ठेवून, सांभाळून पुनर्निर्माण करायचं. गोव्यात डॉ. ताहिरनी पहिली पद्धती (Insitu Conservation) स्वीकारली होती; पण युनेस्कोचे विशेषज्ञ योजनाबद्ध व सुव्यवस्थित संरक्षणाचं समर्थन करतात, ज्यात प्रत्येक दगडाचा उपयोग करण्यावर भर दिला जातो व त्याचा योग्य उपयोग केला जातो. सतधारा स्तूपाच्या पुनर्निर्माणाचं काम युनेस्कोकडून आलं होतं. त्यामुळेच पुनर्निर्माणाची प्रत्येक पायरी त्यांच्या नजरेखाली पार केली गेली. आपल्याकडे पुनर्निर्माणाचं काम कसं करावं किंवा कसं असावे, असू नये, हे सांगणारे अनेकजण असतात अन् युनेस्कोला नेमकं या लोकांचं वावडं असतं. त्यांना दुरुस्ती किंवा पुनर्निर्माणाबद्दल काहीच समस्या नसते.

सिकंदरासारख्या स्मारकांमध्ये असलेल्या चित्रांमध्ये सुधारणा केल्यानंतर

मुघल चित्रकलेबद्दल बरीच माहिती मिळते; पण ज्या भागात सुधारणाच केलेली नाही, त्या भागातील चित्रकलाच गायब आहे. आता यातील खऱ्या अर्थाने केलं गेलेलं संरक्षण कुठलं? खरं संरक्षण कोणतं आहे? ज्याने काळाच्या ओघात याला नष्ट होऊ दिलं ते की ज्याने त्याचं संरक्षण करून त्याला वाचविलं? अतिशय निष्णात चित्रकारांकडून या चित्रांवर रंगसंस्कार करणं गरजेचं आहे. अजिंठा व वेरूळच्या जास्तीत जास्त चित्रांना याची गरज आहे. ब्रिटिशांच्या काळात सिकंदराचे काही मिनार ढासळले होते. आज आपण जो सिकंदरा पाहतोय, त्यातल्या अनेक भागांची फक्त दुरुस्तीच नव्हे तर पुनर्निर्माणही केलं गेलं आहे. देशातील इतर शेकडो स्मारकांनाही या गोष्टीची आवश्यकता आहे. त्या वेळी जर त्यांची दुरुस्ती व पुनर्निर्माण करण्याची परवानगी मिळाली नसती तर आता ही स्मारके ज्या स्थितीत आपल्याला पाहायला मिळताहेत, ती त्या स्थितीत अजिबात दिसली नसती. संरक्षणाच्या क्षेत्रात काम करणाऱ्यांना फार चांगल्या रीतीने ही गोष्ट माहीत असते की जे लोक संरक्षणाबद्दल शिक्षण अन् उपदेश देतात, त्यांच्यासाठी कमीत कमी हस्तक्षेपाचा मंत्र काम करतो, पण जे लोक व्यावहारिकदृष्ट्या काम करतात, त्यांच्यासाठी हा मंत्र अजिबात नसतो. व्यावहारिक स्तरावर काम करणाऱ्यांना काळाबरोबर येणाऱ्या अडचणींवर मात करण्याचंही ज्ञान मिळतं अन् त्या अडचणींनुसार ते त्याच्यावर उपायही शोधून काढतात, जो संरक्षणाच्या बाबतीत शिक्षण देणाऱ्यांपेक्षा वेगळा असतो. पारंपरिक संरक्षणकर्त्यांबरोबर उगाचच मतभेद किंवा भांडण नको म्हणूनही पुनर्निर्माणाचं काम करणारेदेखील पुनर्निर्माणाच्या बाजूने मोकळेपणाने आपलं मत व्यक्त करीत नाहीत; पण आता असं करून चालणार नाही. व्यावहारिक संरक्षणाचं कार्य करणाऱ्यांनीही आता पुढे येऊन मोकळेपणाने बोलायची गरज आहे.

भारतीय पुरातत्त्व सर्वेक्षणातून निवृत्त झाल्यानंतर मी ए.के.टी.सी.साठीही काम केलं. हुमायूनच्या मकबऱ्याचं संरक्षण अन् दुरुस्तीचं काम ए.के.टी.सी.ने फार चांगल्या पद्धतीने केलं होतं. भारतीय पुरातत्त्व सर्वेक्षण विभागातील माझे काही सहकारी, म्हणजे निर्देशक डॉ. जमाल हसन. संयुक्त महानिर्देशक डॉ. एस. बी. ओट्टा हे लोक या प्रकारच्या संरक्षणाचे फार मोठे टीकाकार आहेत, तर पूर्व संयुक्त महानिर्देशक डॉ. आर.सी. अग्रवाल अन् अतिरिक्त महानिर्देशक डॉ. बी. आर. मणीसारख्या लोकांचा दुसरा ग्रूप यासारख्या कामांची प्रचंड प्रशंसा करतो. आता या विषयातील जाणकारांमध्ये जे मतभेद आहेत, ते आपण समजून घेऊ शकतो; पण भारतीय इतिहास कॉंग्रेसच्या इतिहासकारांनी यात आपलं नाक उगाचच खुपसणं, त्यांचं या क्षेत्रातील 'अगाध ज्ञान' पाहता अजिबात योग्य नाहीये. त्यांचा हा हस्तक्षेप त्यांच्या

इमानदारीबद्दल शंका उत्पन्न करणारा आहे.

ए.के.टी.सी.चे सीईओ रतीश नंदा यांनी ए.के.टी.सी.ला अगदी शून्यातून उभं केलं आहे. आपल्या असामान्य दूरदृष्टीचा उपयोग करून या माणसाने संरक्षणासाठी आवश्यक असलेलं असं बरंच सामान गोळा केलं आहे, जे पुढच्या काही वर्षांत आपल्याला दिसणारही नाही; कारण अनेक न्यायालयांनी त्यांच्या खननावर बंदी घातली आहे. ए.के.टी.सी.ने हुमायूनच्या मकबऱ्याची दुरुस्ती करण्यासाठी जे सामान वापरलं आहे ते पुढच्या दहा वर्षांत पाहायलाही मिळणार नाही. कदाचित तेव्हाच ए.के.टी.सी.वर टीका करणाऱ्या व वारशाबद्दल थोडी का होईना काळजी वाटणाऱ्या लोकांना हे कळून येईल की हुमायूनच्या मकबऱ्यासाठी ए.के.टी.सी.ने केवढं मोठं काम केलंय ते.

ए.के.टी.सी.ची चुना कार्यशाळा भारतातील एकमेव अशी कार्यशाळा आहे, जिथे भारतीय पुरातत्त्व सर्वेक्षणाच्या अनेक तरुण संरक्षकांना अल्पकालीन कोर्सद्वारे प्रशिक्षण देण्यात आले आहे.

याअगोदर भारतीय पुरातत्त्व सर्वेक्षणाची संरक्षित जमीन, विशेषत: छोटा बताशा व बडा बताशाच्या आजूबाजूची जमीन अनेक ताकदवर लॉबींच्या ताब्यात होती. या लॉबीजना राजकीय संरक्षण होतं. या जमिनीसाठी भारतीय पुरातत्त्व सर्वेक्षणाची न्यायालयीन लढाई अन् दिल्लीच्या मधोमध असलेल्या या ३५ एकर जमिनीवरील अतिक्रमण हटविण्याचं श्रेय ए.के.टी.सी.लाच जातं. अतिक्रमण हटविण्याच्या या प्रचंड मोठ्या लढाईत भारतीय पुरातत्त्व सर्वेक्षणाचं ऑफिस अन् ए.के.टी.सी. माझ्या मागे एखाद्या डोंगराप्रमाणे उभे राहिले. अतिक्रमण हटविण्याच्या या मोठ्या कामाचं विशेष श्रेय डॉ. वसंत स्वर्णकार, डॉ. ए. के. पांडे, चंडिदास मिश्रा, अश्री, सतबीर सिंह, दीपक भारद्वाज, आर. के. झिंगन, अजय सिंह अन् कॉन्ट्रॅक्टर हिमांशु शर्मांना जातं. भारतीय पुरातत्त्व सर्वेक्षणाचे वकील जयंत त्रिपाठी, ही मोहीम पूर्ण होईपर्यंत तिथेच थांबले होते. ए.के.टी.सी.ने ही मोहीम फत्ते करताना हजरत निजामुद्दीन दर्गाहच्या परिसरातील अनेक घरांना तिथून उचलून त्यांचं इतर जागी पुनर्वसन केलं. हे काम जर भारतीय पुरातत्त्व सर्वेक्षणावर सोपविलं गेलं असतं तर चित्र जरा वेगळं असतं. एवढ्या मोठ्या प्रमाणात अतिक्रमण हटविणं भारतीय पुरातत्त्व सर्वेक्षणाला शक्यच झालं नसतं; कारण त्यांच्यामागे जगमोहनजींसारख्या व्यक्तीची ताकद नव्हती.

सराय शाहजी अन् बिजय मंडलवरील अतिक्रमणही अशाच प्रकारे हटविलं गेलं. या मोहिमेत अनेक दुकाने व घरे पाडली गेली व त्या जागेवरून त्यांना हटविलं गेलं. इतर दोन संवेदनशील मामल्यांतही निदर्शने करण्यासाठी जमाव एकत्र येण्याअगोदर कुदसिया मशिदीच्या इमामाचं घर अन् फिरोजशहा कोटला

मैदानाच्या मागे असलेला एका दर्ग्याचा अतिरिक्त वाढविलेला भाग हटविण्यात आला.

हुमायूनच्या मकबऱ्याच्या शेजारी व्याख्या केंद्र (Interpretation Centre), संग्रहालय, पार्किंग अन् कॅफेटेरिया उघडण्यात आल्यामुळे ए.के.टी.सी., दिल्लीला येणाऱ्या पर्यटकांना एक आगळावेगळा अनुभव देऊ शकेल.

◆

तो क्षण कधीच विसरू शकणार नाही

सन २०१०ला दिल्लीत राष्ट्रकुल खेळांच्या आयोजनाच्या निमित्ताने ऐतिहासिक स्मारकांच्या जीर्णोद्धाराचं काम सुरू झालं. एक एक करून प्रत्येक स्मारकाच्या नूतनीकरणाचं काम सुरू करण्यात आलं. या नूतनीकरणाच्या निमित्ताने मला एका जागेवरून दुसऱ्या जागी जावं लागायचं. या प्रवासाच्या दरम्यान एक दृश्य मला दिसलं. ट्रॅफिक जॅम झालं होतं अन् एक बालभिकारी माझ्यासमोर हात पसरून उभा राहिला होता. ही गोष्ट जिथे जीर्णोद्धार चालायचा, तिथे आसपास मला नेहमीच दिसायची. या बाबीची मी जरा आतून चौकशी केली तेव्हा मला एक गोष्ट कळली की देशातील अनेक भागांतून जीर्णोद्धाराचं काम करण्यासाठी अनेक मजूर यायचे. त्यांच्याबरोबर त्यांची मुलंही असायची. या मुलांचं वय असायचं सहा ते दहा वर्षांचं. हीच मुलं मग भिकारी बनून फिरताना दिसायची. आई-वडिलांची कामाची जागा बदलत राहायची अन् त्यामुळे या मुलांना शिक्षणासाठी वेळच मिळत नसे. एकदा का आई-वडील कामाला बाहेर पडले की अतिशय अस्वच्छ जागेत राहणारी ही मुलं आपल्या लहान भावंडांना बरोबर घेऊन भीक मागण्यासाठी बाहेर पडायची. कधी कधी जागा बदलल्याने त्यांना चांगली भीकदेखील मिळत असे. ही सर्व माहिती मिळाली अन् मला कळेना या मुलांचं काय करावं? या मुलांना या हीन प्रवृत्तीतून कसं बाहेर काढावं, या चिंतेने माझा जीव व्याकुळला. काहीतरी नक्कीच करायला हवं होतं. माझ्या सुदैवाने असंख्य अज्ञात लोकांच्या प्रार्थनांचा व कृपेचा परिणाम म्हणजे मी आताच्या या स्थितीत आहे. नाहीतर माझ्यात व या भिकाऱ्यांत काहीच फरक नसता. या भिकाऱ्यांना त्यांच्या या दुरवस्थेतून मोकळं करणं ही आमची सामाजिक जबाबदारी असायला हवी, नाही का? या अतिशय दयनीय स्थितीबद्दल मी माझी पत्नी राबियाशी बोललो. तिचं म्हणजे एका आईचं हृदय हे सारं ऐकून या समस्येचं समाधान शोधण्याच्या दृष्टीने विचार करू लागलं. शेवटी आम्ही निर्णय घेतला, की शिक्षणाची संधी न

मिळाल्याने एका पिढीकडून दुसऱ्या पिढीकडे सरकत जाणारी ही बाल भिक्षावृत्ती निदान भारतीय पुरातत्त्व सर्वेक्षणाच्या कामाच्या जागी तरी आम्ही संपवण्याचा प्रयत्न करू. आम्ही हा निर्णय आमच्यापुरता घेतला. संरक्षित केल्या गेलेल्या स्मारकांच्या जागी छोटेसं, अस्थायी स्वरूपाचं घर बनवून आम्ही तिथे लहानशी शाळा सुरू केली. या शाळेतून इंग्रजी, गणित व हिंदी या मूलभूत विषयांबाबत त्यांना माहिती व ज्ञान देण्याचा आमचा उद्देश होता. ही मुलं मोठी झाली की त्यांना या शोषणापासून मुक्ती मिळावी, हेच आमचे ध्येय होतं.

सुरुवातीला ही मुलं आमच्या शाळेत यायला तयार नव्हती; पण त्यांनी शाळेत यावं म्हणून आम्ही त्यांना अनेक प्रकारची आमिषं दाखविली. जेवण, कांबळी, कपडे, खेळणी अन् काय काय...या गोष्टींसाठी का होईना, मुलांनी शाळेत यायला सुरुवात केली. सारख्या विचारांच्या माणसांची मदत, ही गोष्ट शाळेच्या संचालनाची संजीवनी होती. आम्ही कुणाकडूनही शाळेच्या मदतीसाठी पैसे घेतले नाही. किंबहुना, ज्या लोकांनी आर्थिक मदत देण्याची इच्छा व्यक्त केली, त्या लोकांनी जी काही मदत द्यावी, ती सरळ मुलांनाच द्यावी, अशी व्यवस्था आम्ही केली. या सर्व गोष्टींना विरोध करणारेही अनेक लोक होते. आमच्यावर टीका करणाऱ्यांना आम्ही एकच उत्तर दिलं की हा पैसा आम्ही चोरी-लबाडी करून उभा केलेला नाहीये. आम्ही अतिशय प्रयत्नपूर्वक हे धन एकत्र केलंय अन् त्यातील एकही पैसा वाया जाणार नाही अन् पै अन् पै योग्य ठिकाणी खर्च होईल, याची काळजी आम्ही घेऊ. लोकांना आमच्या बोलण्यातील अर्थ कदाचित कळला असावा. अनेक विरोधांना पाठीमागे टाकीत आम्ही दैनंदिन खर्चासाठी सरकारवर अजिबात अवलंबून न राहता सलग दोन वर्षं ती शाळा चालविली. या शाळेची जबाबदारी मी, माझी पत्नी राबिया व माझ्या इतर मित्रांवर सोपविली होती. पवन जैनसारख्या माझ्या अनेक मित्रांनी व भारतीय पुरातत्त्व सर्वेक्षणाच्या ठेकेदारांनी ही शाळा चालविण्याच्या कामात आम्हाला फार मदत केली. योजना कितीही मोठी असू दे किंवा छोटी, जेव्हा त्या योजनेसाठी प्रवासी कामगारांची आवश्यकता असते तेव्हा या कामगारांसाठी शौचालय अन् त्यांच्या मुलांच्या शिक्षणाची व्यवस्था होणं फार गरजेचं असतं. 'सर्व शिक्षा अभियाना'ने बऱ्याच गरीब मुलांना मदत केली असेल; पण या भटक्या मजुरांच्या मुलांशी कुणाला काहीच देणं-घेणं नसतं. ही मुलं काही महिन्यांसाठी फक्त एका जागी असतात. त्यामुळे 'सर्व शिक्षा अभियाना'चा त्यांना काहीच फायदा मिळत नाही. फक्त आर्थिक मदतीच्या व लोकांच्या करुणेच्या बळावर प्रत्येक दिवशी २०० मुलं शाळेत यायची अन् ही गोष्ट सरकारने 'सर्व शिक्षा अभियाना'ची सुरुवात करण्याअगोदरची आहे. सी.एन.एन., ए.बी.एन. चॅनलवाल्यांनी शाळेच्या उपक्रमांची

माहिती त्यांच्या माहितीपटांद्वारे लोकांना दिली. इतर चॅनल्सनी देखील रिपोर्टिंग केलं. एवढंच नव्हे तर सी.एन.एन., ए.बी.एन. चॅनलवाल्यांनी सन २०१० साठी 'सिटीझन जर्नलिस्ट' मधील एक म्हणून माझी निवड केली. सुपरस्टार अमिताभ बच्चन यांच्या हातून तो पुरस्कार स्वीकारताना त्या पुरस्काराची शोभा आणखीनच वाढली.

याच काळात अमेरिकेचे अध्यक्ष बराक ओबामा यांचं भारतात आगमन झालं. मी त्यांचा गाइड असल्याने अमेरिकन दूतावासाच्या अगदी नजरेत भरलो. कदाचित दूतावासाने बराक ओबामांना आमच्या शाळेच्या उपक्रमांबद्दल सांगितलं असावं. त्यामुळे ओबामांनी शाळेतल्या त्या मुलांबरोबर काही वेळ घालविण्याची इच्छा व्यक्त केली. एवढंच नव्हे तर त्यांनी तसा आग्रहच धरला. अन् आतापर्यंत त्या शाळेला जो विरोध होता तो एकदम विरघळूनच गेला. आमच्या या प्रयत्नांची मोठ्या प्रमाणात प्रशंसा करण्यात आली; पण अमेरिकन अध्यक्षांनी माझ्या या प्रयत्नांचं जे कौतुक केलं त्याबद्दल आमच्या सरकारचं काय म्हणणं होतं? त्यांनी या गोष्टीकडे कसं पाहिलं? मला लगेच एक 'कारणे दाखवा' नोटीस मिळाली. ऐतिहसिक स्मारकांमध्ये अशा प्रकारची शाळा सुरू करण्याची परवानगी तुम्हाला कुणी दिली, हा त्यांचा प्रश्न होता. त्या प्रश्नाला उत्तर देताना मी त्यांना सांगितलं की, मी स्वत:चे पैसे खर्च करून हे चांगलं काम करतोय. माझ्या या उत्तरानंतर मात्र तिकडून फारसे नवीन प्रश्न आले नाहीत. कदाचित, अमेरिकन दक्षता विभागाने या शाळेच्या बाबतीत अधिक चौकशी करून माहिती मिळविली असेल अन् त्यांना सत्य स्थिती कळली असावी. त्यामुळेच काही अधिकाऱ्यांनी स्वत:हून यातील काही मुलांना दत्तक घेण्याचा व वेगळ्या अर्थाने मदत करण्याचा निर्णय घेतला.

अमेरिकेच्या अध्यक्षांनी या मुलांशी गप्पा मारल्या. ते मुलांना म्हणाले, ''मला माहितीय तुम्हाला फार त्रास होतोय, अनेक अडचणींना तोंड द्यावं लागतंय; पण त्रास सहन करूनही अभ्यास करणं, शिक्षण मिळविणं, या गोष्टी तुम्हाला आयुष्यात विजय मिळवून देण्यासाठी उपयोगी ठरतील, तुमच्या विजयाचा हाच मार्ग आहे.'' त्यांचं हे म्हणणं मी हिंदी अनुवाद करून मुलांना सांगितलं; पण खरं तर ओबामा नेमके कोण, त्यांचं महत्त्व किंवा त्यांच्या पदाचं महत्त्व या सर्वच बाबतीत ती मुलं अनभिज्ञ होती.

चार वर्षांनंतर पंतप्रधान नरेंद्र मोदीजींच्या आमंत्रणाला मान देऊन सन २०१५ ला दुसऱ्यांदा प्रजासत्ताक दिनासाठी 'मुख्य पाहुणे' म्हणून बराक ओबामा भारतात आले. त्यांचं दुसऱ्यांदा येथे आगमन होण्यापूर्वी, काही दिवस अगोदरच मला अमेरिकन दूतावासातून एक फोन आला. 'विशालला शोधून काढायचं

आहे' माझ्यासाठी हाच संदेश त्या फोन कॉलद्वारे देण्यात आला. आपल्या पहिल्या भारत दौऱ्याच्या वेळी अमेरिकेचे अध्यक्ष बराक ओबामा हुमायूनच्या मकबऱ्यात विशालला भेटले होते. या सगळ्या गडबडीत मी विशालला पार विसरून गेलो होतो; पण ते मात्र विशालला विसरले नव्हते. मी त्या मुलाला शोधून काढलं. तो मुलगा त्या वेळी दिल्लीच्या सेंट कोलंबस स्कूलमध्ये शिकत होता. दि. २७ जानेवारी, २०१५ला दिल्लीच्या सिरीफोर्ट भवनात खास आमंत्रित प्रेक्षकांना संबोधित करताना बराक ओबामा म्हणाले, "भारताची तरुण पिढी अतिशय आशादायक आहे. हुमायूनच्या मकबऱ्यात मी ज्या मुलांना पाहिलं, ती मुलं या आशादायक स्थितीचं अतिशय चांगलं उदाहरण आहे. चांगलं शिक्षण मिळावं म्हणून त्या मुलांमध्ये उत्साह होता अन् अशा मुलांमधलाच एक आहे, आमचा हा विशाल." चार वर्षांपूर्वी पाहिलेल्या विशालला खास बोलावून त्याच्यासमोर ओबामांनी हे वक्तव्य केलं. फक्त आंतरराष्ट्रीय व्यापार संबंध, अण्वस्त्रांबद्दलच ते बोलले नाहीत तर समाजातील तळागाळातील लोकांची प्रगती व उन्नती कशी शक्य होईल, याबाबतही त्यांनी आम्हाला आठवण करून दिली.

माझ्या आयुष्यात मी अनेक चांगली कामं करण्याचा प्रयत्न केला; पण मला विचाराल तर शाळा सुरू करण्याच्या माझ्या कामाला मी माझं सर्वांत चांगलं व प्रशंसनीय काम मानतो. समाजाच्या बाबतीत आपल्या प्रत्येकाची जबाबदारी असते; कारण समाज आपल्या फक्त समोरच नसतो, तर आजूबाजूलाही असतो. समाजाकडे अजिबात दुर्लक्ष करून चालणार नाही, तर अतिशय वचनबद्ध होऊन या समाजाची सेवा आपण करायला हवी. पैसा किंवा वेळेची सबब न देता आपल्याकडे असलेल्या चोवीस तासांचा पुरेपूर उपयोग करून, वेळेचं महत्त्व समजून घेऊन वेळेचा सदुपयोग करणं फार महत्त्वाचं आहे. प्रचंड कार्यांशी बांधील असलेले अमेरिकेचे अध्यक्ष जर या प्रकारच्या सकारात्मक कार्यांसाठी आपला बहुमूल्य वेळ खर्च करीत असतील तर ते आपल्याला का जमू नये? या असल्या प्रकारच्या कामांना फक्त विरोध न करता कमीत कमी या कामांना प्रोत्साहन देण्यासाठी तरी आपल्याला पुढे यायला हवं, काही वेळ द्यायला हवा.

सन २०१६ला मला माता सुंदरी कॉलेजच्या इतिहास विभागाने एका व्याख्यानासाठी आमंत्रित केलं होतं. मी तिथल्या शिक्षकांशी व विद्यार्थ्यांशी विशालची ओळख करून दिली अन् त्यानंतर त्या सर्वांनी मिळून विशालला आर्थिक मदत केली.

◆

ऐतिहासिक नगरी काशी

काशी हिंदूंचे महत्त्वाचे धार्मिक शहर तर आहेच; पण ऐतिहासिक दृष्टीनेही काशी फार महत्त्वाचे नगर आहे. इसवी सन १५००च्या अगोदरपासूनच इथे लोक राहायचे. कुठल्याही देशाच्या इतिहासाचं जेव्हा विश्लेषण करण्यात येतं तेव्हा आपल्याला कळतं की नैसर्गिक संकटांच्या किंवा युद्धाच्या वेळी लोकांना आपली जागा सोडून जावे लागते; पण काशीच्या बाबतीत मात्र असं काही घडलं असावं, असं मला वाटत नाही. त्यामुळेच इतिहासकारांचं आवडतं शहर म्हणजे काशी होय.

काशी, बनारस, वाराणसी अशी अनेक नावं या शहराला दिली गेली; पण हे शहर मात्र एकच आहे. काशीत मृत्यू आला तर माणूस सरळ वैकुंठाला पोहोचतो व त्याला मोक्ष मिळतो, अशी लोकांची श्रद्धा आहे. त्यामुळेच या मोक्ष-प्राप्तीसाठी विधवाच नव्हे, तर इतरही लोक आयुष्याचे शेवटचे दिवस काशीत घालविण्याच्या उद्देशाने काशीत येतात.

काशीत अनेक घाट आहेत; पण त्यापैकी दशाश्वमेध घाट अन् मणिकर्णिका घाट फार महत्त्वाचे मानले जातात. मणिकर्णिका घाटावर अष्टौप्रहर चिता जळत असतात. अनेक ठिकाणांहून जाळण्यासाठी प्रेतं येथे आणली जातात. प्राचीन काळात अनेक राजे येथे खास पर्यटनासाठी यायचे. हे राजांचं पर्यटन केंद्र होतं. या राजांनी स्वत:च्या उपयोगासाठी स्वत:ची अनेक घरं व स्नानगृहं येथे बांधली. या व अशाच अनेक कारणांमुळे काशी अनेक संस्कृती व सभ्यतांचं केंद्र बनलं आहे.

जगातील एकंदरीत २५० शहरांना 'जगातील प्राचीन शहर' हा मान मिळाला आहे. काशी शहर या यादीत जोडण्यासाठी सर्वथैव योग्य शहर आहे; पण भारत सरकार अन् भारतीय पुरातत्त्व सर्वेक्षणाला यात यश मिळालं नाही अन् 'विश्व वारसा यादी'त काशीला जागा मिळाली नाही. दुर्दैवाने भारतातील एकही शहर या

यादीत आपली जागा मिळवू शकलेलं नाही. श्रीलंका व नेपाळमधील दोन-दोन शहरांना या यादीत जागा मिळाली आहे; पण यातील एकही शहर काशीएवढं ऐतिहासिक महत्त्व असलेलं नाहीये. काशीचं ऐतिहासिक महत्त्व प्राचीन अन् वादातीत आहे; पण ही गोष्ट जगासमोर मांडण अन् काशीचा पुनरुद्धार करणं, या दोन्ही गोष्टींत सरकारने अजिबात स्वारस्य दाखविलं नाही. दिल्ली, मुंबई, अहमदाबाद इत्यादी शहरांना 'विश्व वारसा यादी'त समाविष्ट करण्यात यावं, यासाठी अगोदरच पत्र पाठविलं गेलं आहे; पण या शहरांपेक्षाही ऐतिहासिकदृष्ट्या काशीनगरीचं महत्त्व अधिक आहे अन् त्यासाठी सरकारला जरा जास्त परिश्रम करावे लागतील. इथे पैसा खर्च करून जर काही केलं गेलं तर तो पैसा नक्कीच परत मिळेल; पण त्यासाठी सकारात्मक अन् दीर्घ दृष्टिकोनाची गरज आहे. बरंच काही करावं लागेल. भगवान शिवाच्या या नगरीत शिव अन् गंगेचं महत्त्व प्रदर्शित करणारं असं एखादं संग्रहालयदेखील नाहीये. काशीत लोकांची फारच गर्दी असते. त्यामुळे इथे एखादी इमारत बांधणं व त्यासाठी जमीन मिळणं, या गोष्टीदेखील अशक्य आहेत. भारतीय पुरातत्त्व सर्वेक्षणाकडे असलेल्या मान मंदिरात संग्रहालय बनविण्यात यावं म्हणून २००१ला मी स्वत: संस्कृती सचिव श्री. अय्यर यांच्यासमोर एक प्रस्ताव ठेवला होता; पण त्यांच्याकडून उत्तर यायच्या अगोदरच माझी तिथून बदली झाली. गंगा नदीच्या काठी असलेल्या अन् सर्वांत मोठ्या दशाश्वमेध घाटाच्या जवळ असलेल्या 'मान मंदिरा'चा मी संग्रहालयासाठी योग्य जागा म्हणून निर्देश केला होता. प्रत्येक दिवशी जवळजवळ दहा हजार पर्यटक या शहरात येतात. त्यामुळे या शहरात असं एखादं संग्रहालय झालं तर त्यामुळे उत्पन्नाचा एक चांगला स्रोत निर्माण होईल. त्याव्यतिरिक्त आपला सांस्कृतिक वारसा लोकांपर्यंत पोहोचविण्याचा तो एक अतिशय चांगला मार्गही होऊ शकतो.

ही गोष्ट २०१४मध्ये वाराणसीच्या विकासाच्या संदर्भात आयोजित करण्यात आलेल्या परिसंवादात मी मांडली. हिंदीतील लोकप्रिय वर्तमानपत्र 'दैनिक जागरण'ने हा परिसंवाद आयोजित केला होता. या परिसंवादासाठी वाराणसीच्या बाहेरून फारच कमी लोकांना बोलाविण्यात आलं होतं अन् मी त्यापैकी एक होतो. मी वाराणसीला जेव्हा नियुक्त होतो तेव्हा वाराणसीसाठी मी अनेक पावलं उचलली होती अन् त्यामुळे तिथले बरेचसे लोक अन् बुद्धिजीवी मला ओळखत होते.

माझं भाषण पहिल्या सत्रात होतं. मी म्हटलं, "वाराणसी सर्वांत प्राचीन शहरांपैकी एक आहे अन् त्यामुळे या शहराला विश्व वारसा शहराच्या यादीमध्ये स्थान मिळावं म्हणून आपण प्रयत्न केले तर ती गोष्ट काशीच्या विकासासाठी मैलाचा दगड बनेल." माझं हे बोलणं ऐकून लोकांनी टाळ्यांचा कडकडाट

केला. मी जेव्हा वाराणसीला 'आर्यावर्ताचं हृदय' म्हटलं तेव्हा सभाही माझ्याशी सहमत झाली. भगवान शिव अन् गंगामैयासाठी संग्रहालय बनविण्याची बाब सभेने सहर्ष स्वीकारली, त्याचं स्वागत केलं.

दुपारच्या जेवणाच्या वेळी 'दैनिक जागरण'च्या व्यवस्थापकीय संचालकांनी– महेंद्र मोहन गुप्तांनी– मला सांगितलं की 'विश्व वारसा यादी'त वाराणसीला स्थान देण्यासंबंधीची जी गोष्ट आहे, ती भाजपा अध्यक्ष अमित शहांसमोर मांडली जाईल. जेव्हा अमित शहाजी आले तेव्हा त्यांच्यासमोर सर्वांत आधी वाराणसीला 'विश्व वारसा यादी'त समाविष्ट करण्याचा प्रस्ताव मांडला गेला. त्यांनी लगेच या गोष्टीला सकारात्मक सहमती दिली; पण बाब त्यानंतर पुढे सरकलीच नाही. विश्व वारशासाठी अनेक अडचणी आहेत, मला माहीत आहे; पण शिव अन् गंगाजीसाठी संग्रहालय बनविण्यात तशी कुठलीच अडचण नव्हती. पुरातत्त्व विभागाने फक्त एक सूचना जारी करायची आवश्यकता होती; पण तेही झालं नाही. खरं तर भारतीय पुरातत्त्व सर्वेक्षणाला एकत्र येऊन काम करायला फारच उशीर झाला आहे. आपण ही आशा करू या की पंतप्रधान नरेंद्र मोदी आपल्या लोकसभा निवडणूक क्षेत्राला, वाराणसीला 'विश्वनगरी' ही पदवी देण्यासाठी आवश्यक ती पावलं नक्कीच उचलतील अन् मान मंदिरात एक शिव-गंगा संग्रहालयही तयार करतील.

यासाठी खूप पैशाची गरज आहे, असंही नाही. फक्त यासाठी एका वेगळ्या दृष्टिकोनाची अन् पुढाकार घेण्याची गरज आहे. बी.जे.पी. शासनाच्या वर्तमान मंत्रालयात या गोष्टीची वानवा आहे.

२०१७ला बनारस विश्व हिंदू विश्वविद्यालयाच्या आमंत्रणावरून मी व्याख्यान द्यायला तिकडे गेलो होतो. या वेळी मला मानमहाल तसेच शिव अन् गंगा संग्रहालय बनविण्यासाठी जो प्रस्ताव दिला गेला होता, तो पाहण्याचीही संधी मिळाली. दुःखाची बाब म्हणजे यात काहीही नवीन केलं गेलेलं नाहीये अन् कुणालाही या बाबतीत काहीच माहिती नाहीये. अर्थात ही गोष्ट एकच बाब आपल्या निदर्शनास आणून देते की वर्तमान मंत्रालयाच्या अधीन ए.एस.आय.ची स्थिती कशी आहे.

◆

भाग दोन

अनुभवाचा धडा

काळ कुठलाही असू दे, वेदकाळ असू दे, सिंधू संस्कृती असू दे किंवा मौर्य, हर्षवर्धन, सुलतान, मुघल किंवा ब्रिटिशांचा काळ असू दे. प्रत्येक व्यक्तीची ओळख असते तिचा सांस्कृतिक वारसा. सांस्कृतिक वारशाच्या या सर्व गोष्टी आपण समजून घेतल्या नाहीत तर आपण स्वतःला भारतीय कसं बरं म्हणू शकतो? धर्माच्या नावाखाली राम व कृष्णाला आपल्या संस्कृतीचे पितामह म्हणून न स्वीकारणारा मुसलमान, खरा भारतीय होऊच शकणार नाही. त्याचप्रमाणे कुतुबुद्दीन ऐबक किंवा अकबराला न मानणारा हिंदूही खरा भारतीय असू शकणार नाही.

दुःख एकाच गोष्टीचं आहे की आजचा इतिहास अन् त्या इतिहासाचा अभ्यास सांप्रदायिक दृष्टिकोनातूनच केला जातो अन् ही गोष्ट खरंच चुकीची आहे. धर्माच्या बाबतीत हिंदू, मुसलमान, ख्रिश्चन म्हणून प्रतीकांचं वर्गीकरण करणं, म्हणजे इतिहासाची चेष्टा करणं होय. असं करणारा माणूस खरा भारतीय असूच शकत नाही. काही माणसं ऐतिहासिक स्मारकांची मंदिर अन् मशीद अशी वाटणी करून लोकांच्या धार्मिक भावना भडकवितात अन् लोकांच्या एकतेला सुरुंग लावण्याचा प्रयत्न करतात. मला विचाराल तर एक धर्म हा नेहमीच दुसऱ्या धर्मावर आपला प्रभाव पाडत असतो. उदाहरणार्थ, माझे मित्र जर हिंदू, बौद्ध, जैन, शीख किंवा ख्रिश्चन असतील तर त्यांच्याबरोबर असणाऱ्या माझ्यावर त्यांच्या धर्माचा प्रभाव पडणं साहजिकच आहे.

आपली संस्कृती एवढी व्यापक आहे की या प्रकारचं देणं-घेणं आपल्याला अजिबात नवीन नाहीये. अन् या गोष्टी फार मोठ्या प्रमाणावर घडत आलेल्या आहेत. कुणाला जर ही गोष्ट पटत नसेल तर याचा अर्थ एवढाच होतो की त्याने इतिहासाचा अभ्यास अजिबात केलेला नाही. काही लोकांची ही धारणाही असते की त्यांना सर्व काही कळतं अन् त्यांना या गोष्टीचा अभिमान असतो की त्यांचे

विचारच सर्वश्रेष्ठ आहेत व त्यामुळेच जे काही सत्य किंवा खरं आहे, त्याचा स्वीकार करणं त्यांना पटत नाही. भारतीय संस्कृतीत, विशेषत: आपल्या उपनिषदांत आपल्याला संकुचित विचार प्रवाहातून बाहेर पडून मनाला विशाल करण्याचा उपदेश दिला जातो,

सर्वे भवन्तु सुखिन: सर्वे सन्तु निरामया:।

या व अशा विचारांनी जर समाजावर गारूड केलं तर सर्वच अडचणी कुठल्या कुठे निघून जातील. अनेक धर्मग्रंथांनाही याच चिंतेनं वेढलेलं दिसतं. माणसांना चांगल्या विचारांचं खतपाणी द्यायला हवं अन् हे सद्‍विचार माणसाने स्वत:ही आत्मसात करायला हवे.

प्रश्न हा आहे की भारतीय पुरातत्त्व सर्वेक्षण विभागात नोकरी करून मला काय मिळालं? आता या प्रश्नाचं उत्तर एका वाक्यात कसं काय देता येईल? मी तसा मुस्लीम धर्माचा; पण माझ्या अनुभवांनी व मला मिळालेल्या ज्ञानाने मला सर्व धर्मांचा आदर व सन्मान करायला शिकविलं आहे. जे मला योग्य वाटत नाही, त्याबद्दल मी नेहमीच आवाज उठवला. राजकारणातील अनेक लोकांनी मला विरोधही केला अन् मला पाठिंबाही दिला. त्यांच्यापैकीच काही लोक माझे खास मित्रही बनले.

मध्यकालीन मुस्लीम शासनकर्त्यांनी अनेक चुका केल्यात. या चुका मान्य करण्याची तयारी मुस्लीम लोकांनी ठेवली पाहिजे अन् त्या चुका माफ करण्याचा मोठेपणा हिंदूंनीही दाखविला पाहिजे. हे झालं तरच राष्ट्राचा विकास होण्याचा मार्ग सुकर होईल.

हिंदू राजांचा शासनकाळ भारतासाठी 'सुवर्णयुग' होतं. त्या सुवर्णयुगात परत जाण्याची हिंदू पक्षवाल्यांची इच्छा आहे. त्यांनी जे काही शोध लावले आहेत, त्यानुसार कुतुबमिनार अन् ताजमहाल या दोन्ही इमारती म्हणजे पूर्वीची मंदिरं होती. आक्रमणकर्त्या मुस्लीम राज्यकर्त्यांनी ही मंदिरं आपल्या ताब्यात घेऊन त्यांचं रूपांतर सध्याच्या या इमारतींत केलं आहे. मिनार, मेहराब किंवा घुमटाच्या विकासकामांचा किंवा परिणामांचा अभ्यास न करता हे लोक आपापले तर्क अन् तथाकथित संशोधन घेऊन पुढे येतात अन् मग त्यांचे हे तर्क हास्यास्पद बनतात. ताजमहालला 'तेजो महालय शिव मंदिर' मानणाऱ्या लोकांना जेव्हा हिंदू वास्तुशास्त्रातील 'मानसारा', 'मायामता' 'समरांगण सूत्रधार' इत्यादी ग्रंथांत मिनार, मेहराब किंवा घुमट या गोष्टींचा उल्लेखदेखील नाहीये, हे सांगितलं तर त्यांच्याकडे काहीच स्पष्टीकरण किंवा उत्तर नाहीये. मुघल वास्तुकलेच्या विकास परिणामाचा अभ्यास करताना आपल्याला कळतं की ताजमध्ये दृश्य व अदृश्य घुमट (Double Dome), मिनारे किंवा मेहराब या सर्वच गोष्टी शहाजहानच्या काळातील आहेत.

या गोष्टी आपल्याला जहांगीर किंवा अकबराच्या जमान्यात दिसणार नाहीत. मुघल शासनकाळाचा अभ्यास करताना तुम्हाला एक गोष्ट दिसून येईल की अकबर, जहांगीर, शहाजहान इत्यादी बादशहांच्या काळातील घरे किंवा त्यांचे महाल अगदीच वेगवेगळे आहेत. त्या काळी वास्तुकलेचा विकास अगदी ऐन बहरात होता. त्यामुळेच तथ्य किंवा सत्य जाणून घेतल्याशिवाय उगाचच चर्चा करण्यात काहीच अर्थ नाही. हिंदू इतिहासकारांनी अतिशय रहस्यमयरीत्या ताजच्या लाकडी दरवाज्याच्या तुकड्याचे एका खासगी संस्थेच्या वतीने कार्बन परीक्षण केले अन् त्यांना असं आढळून आलं की हा तुकडा अकराव्या शतकातील आहे; पण हा शोधप्रकार अगदी विचित्र आहे; कारण कार्बन परीक्षणच्या बाबतीत थोडीशी माहिती असलेला माणूसही या गोष्टीवर अजिबात विश्वास ठेवणार नाही. ताजच्या अनेक महत्त्वाच्या व मूल्यवान गोष्टी मुघल शासनकाळाच्या शेवटच्या टप्प्यात लुटल्या गेल्या आहेत अन् आता जे दरवाजे आहेत, ते लॉर्ड कर्झनच्या काळात बनविले गेले आहेत. विसाव्या शतकातील लॉर्ड कर्झनच्या जमान्यात बनविला गेलेला तो दरवाजा कार्बन परीक्षणानंतर अकराव्या किंवा बाराव्या शतकातील कसा बनेल? याला काहीच ठोस आधार नाहीये अन् काहीच तर्क नाहीये.

ताजमध्ये जो द्विमान घुमट दाखविला जातो, तो अकराव्या शतकात भारतात कुठेच दिसत नाही अन् ही गोष्ट या लोकांना अजिबात माहीत नाहीये. ताजमहाल ज्या जमिनीवर बनविला गेलाय ती जमीन मुमताजचा मकबरा बनविण्यासाठी राजा जयसिंहकडून खरेदी केली गेलीय अन् या गोष्टीचा पुरावा जयपूर व बिकानेरच्या ग्रंथालयातून मिळाला आहे. वाईट एकाच गोष्टीचं वाटतं की कुठल्याही गोष्टीची शहानिशा न करता आपण काहीतरी बरळतो अन् त्यातून उगीचच काहीबाही बाहेर येत राहतं.

मार्क्सवादी इतिहासकारांबद्दल तर बोलावं तेवढे थोडंच, ते काहीतरी वेगळेच विचार आपल्यासमोर मांडतात. महमूद गझनी, मुहम्मद घोरी किंवा औरंगजेबाने मंदिरं यासाठी तोडली की ही सर्व मंदिरं सोन्यानाण्यांनी भरलेली अन् सोन्याचांदीचा खजिना होती. धार्मिक भावनेपेक्षा या मंदिरांतील संपत्ती लुटण्यासाठी ही मंदिरं तोडली गेली, लुटली गेली. मुसलमानांचं हे मंदिरं तोडण्याचं काम अजिबात चुकीचं न मानता त्याकडे आर्थिक दृष्टिकोनातून पाहताना मार्क्सवादी इतिहासकारांनी जाणता-अजाणता त्यांच्या पापांची संख्या कमी करून, त्या मुसलमान रूढीवाद्यांना एक प्रकारे मदत करण्याचाच प्रयत्न केलाय. त्यामुळेच हिंदू रूढीवाद्यांना आपली तिखट प्रतिक्रिया द्यायलाही प्रेरणा मिळाली.

आता या दोन्ही पक्षांत जे मतभेद आहेत किंवा विवादास्पद गोष्टी आहेत,

त्यात नेमकं खरं काय आहे, हे मात्र कुणीच ऐकत नाही. कुतुबमिनारच्या शेजारी असलेल्या, 'कुव्वत-उल-इस्लाम मशीद' (सुलतान भारताची पहिली मशीद), मथुरेच्या कृष्ण मंदिराच्या शेजारी असलेल्या मशिदीच्या बाबतीत कार्यक्रम करताना मला अनेक प्रश्नांचा सामना करावा लागला. 'कुव्वत-उल-इस्लाम मशीद' बनविण्यासाठी २७ मंदिरांच्या भागांचा वापर करण्यात आलाय. मशिदीच्या पुढच्या भागात या बाबतीत अरबी भाषेत लिहिलं गेलं आहे. मंदिराच्या खांबांना मशिदीचे खांब बनविलं गेलं. कित्येक भिंती अन् खांबांवर बऱ्याच ठिकाणी देवी-देवतांच्या प्रतिमा दिसतात. इथेच विष्णू, गणपती अन् इतर देवतांच्या मूर्तीही सापडल्या आहेत. आता ही गोष्ट जर उघडपणे सांगितली गेली तर कट्टर मुसलमान फक्त एवढंच सांगणार की एकाच भागातल्या लोकांचं एकत्र धर्मांतरण झालं की मंदिरांना स्वाभाविकपणे मशिदीत स्वेच्छेने बदललं गेलंय. यात मुसलमान राज्यकर्त्यांनी चूक केलीय ही गोष्ट ते कधीच कबूल करणार नाहीत. कुतुबमिनारच्या शेजारी असलेली 'कुव्वत-उल-इस्लाम मशीद' मंदिरांचे खांब वापरून बनविण्यात आली नाही, असं म्हणणंही योग्य नाही. या इमारतीच्या बांधकामासाठी मंदिरं तोडली गेली अन् मंदिरांच्या खांबांचा वापर करूनच मशीद बनविण्यात आली असली तरीही कुतुबमिनार किंवा ताजमहालला मंदिर म्हणता येणार नाही. ते योग्यही नाहीये. या दोन्ही इमारती मुसलमान वास्तुशैलीची उत्कृष्ट उदाहरणं आहेत; पण त्यांच्यावर हिंदू वास्तुशैलीचाही प्रभाव आहे, ही गोष्टही नाकारता येत नाही. कुतुबमिनार बनण्याअगोदर गझनी, ख्वाजा सियापोश, समरकंद अन् बुखारासारख्या ठिकाणी अनेक मिनार बनविले गेले होते. त्यामुळे या प्रश्नाचं उत्तर देताना मी एवढंच म्हणेन की या सर्व गोष्टींना त्यावेळचे राज्यकर्तेच जबाबदार आहेत. त्यांची ही केवळ चूकच नाही तर घोर अपराध आहे. तसं पाहिलं तर इतिहासकाळात अनेक चुका झाल्यात; पण ही चूक मात्र सगळ्यात मोठी आहे. त्यामुळेच भारतातील मुसलमान आपल्या पूर्वजांनी केलेल्या चुकांचं ओझं आपल्या खांद्यावर वाहत गतिहीन आत्म्यासारखे भटकत आहेत. चुका त्यांना मान्य नाहीत. याउलट ते मार्क्सवादी आर्थिक दृष्टिकोनातून मिळालेल्या सिद्धान्तांचा उपयोग करून आपली पापभावना कमी करण्याचा प्रयत्न करतात. आत्मचिंतन किंवा आत्मविश्लेषण करण्याचा मुसलमानांचा रस्ता या मार्क्सवादी इतिहासकारांनी बंद करून टाकलाय.

या बाबतीत भारतीय मुसलमानांनी गोव्याच्या ख्रिस्ती बांधवांचं उदाहरण डोळ्यांसमोर ठेवायला हवं. मी सात वर्षं जुन्या गोव्यातील ख्रिस्ती चर्चवर काम करीत होतो. माझी मुलं या चर्चच्या अंगणात खेळतच मोठी झालीत. गोव्यात पोर्तुगिजांनी हिंदूंना फार त्रास दिला, त्यांची अनेक देवळं उद्ध्वस्त केली; परंतु

तिथल्या ख्रिस्ती बांधवांनी कधीच या गोष्टीची भलामण केली नाही किंवा त्यांनी कधीच ही गोष्ट योग्य असल्याचं म्हटलं नाही. उलट जेव्हा जेव्हा त्यांना या गोष्टीची निंदा करण्याची संधी मिळाली, त्यांनी या गोष्टीची निंदाच केली. त्यामुळेच गोव्यात हिंदू-ख्रिस्ती संबंध अगदी मजबूत अन् सुदृढ आहेत.

मध्यकालीन भारतातील मंदिरभंजकांची पुढची पिढी आता पाकिस्तान, अफगाणिस्तान, सीरिया आदी देशांतून इस्लामच्या नावाखाली सामूहिक हत्या करण्यात व्यस्त आहे. सर्वांत दु:खद बाब हीच आहे की मानवी मनाला धक्का देणारे अपराध करतानाही ते अल्लाह अन् शांतीचा संदेश देणाऱ्या मुहम्मद नबीच्या नावाचा जयघोष करतात. इस्लामच्या बाबतीत गैरसमज पसरविण्यासाठी यापेक्षा आणखी काय हवं? खरं सांगायचं तर भारतीय मुसलमानांचा सगळ्यात मोठा दुश्मन किंवा शत्रू हिंदू दहशतवादी नव्हे तर मुस्लीम दहशतवादी, पाकिस्तानी दहशतवादी अन् त्यांची मानसिकता किंवा विचारधारा आहे. मुस्लीम दहशतवादाचा हा काळा चेहरा भारतीय मुसलमानांनाही मान्य नाही, ही आपल्यासाठी आनंदाची बाब आहे; पण आजची स्थिती पाहता ते तेवढं पुरेसं नाही. मुस्लीम दहशतवाद, पाकिस्तानी दहशतवादाच्या विरोधात आपली परखड मतं मांडून ती जगासमोर आणण्याची गरज आहे. ही गोष्ट जमायते-इस्लामी, मुस्लीम लीग, नदुवत्तुल मुजाहिदीन, केरळातील सुन्नी समुदाय तसेच हैदराबादमधील एमआयएम सारख्या मुसलमान संघटनांनी करायला हवी. तसं झालं तरच सद्य:स्थिती सुधारेल. या ऐतिहासिक सत्याकडे पाठ फिरवणं गैर ठरेल आणि आपण एक संधी गमावून बसू. इस्लामला बदनाम करणाऱ्या मुसलमान गटांना असंच सोडून देऊन चालणार नाही. माझी ही नोंद मी मार्च, २०१५मध्ये नोंदवून ठेवली होती. दुसऱ्याच दिवशी वर्तमानपत्रांतून माझ्या वाचनात आलं की सीरियात झालेल्या मुसलमान दहशतवादाची नदुवत्तुल मुजाहिदीनने कठोर शब्दांत निंदा केलीय. एवढं करून ते थांबले नाहीत, तर इतर मुसलमान संघटनांनी देखील याविरोधात आवाज उठवावा, असा त्यांचा आग्रह होता. नदुवत्तुल मुजाहिदीनने घेतलेल्या या भूमिकेबद्दल मी त्यांचं मनापासून अभिनंदन करतो. हा एका परिवर्तनाचा प्रारंभ आहे अन् हे परिवर्तन नक्कीच आशादायक आहे.

पाकिस्तानने फूस लावलेल्या अन् आर्थिक पाठबळ दिलेल्या लष्कर-ए-तोयबा अन् हिजबुल मुजाहिदीनसारख्या दहशतवादी संघटनांना इथल्या मुसलमानांनी नोटीस पाठवावी अन् या संघटनांच्या मायाजालात न फसण्याच्या बाबतीत काश्मिरी युवकांना सावधान करावं. काश्मिरी मुसलमानांनी काश्मिरी हिंदूंचं श्रीनगर अन् आसपासच्या भागात पुनर्वसन करावं, असा आग्रहही मुस्लीम नेत्यांनी धरायला हवा. काश्मिरी हिंदूंना स्वत:च्याच देशात शरणार्थी म्हणून

आसरा घ्यावा लागतो, यापेक्षा दुसरा दैवदुर्विलास कुठला?

खरं सांगायचं तर मुस्लीम दहशतवादाच्या विरोधात मुस्लीम भावना अगदीच गुळमुळीत झाल्यात. या भावनांना उकळी फुटण्याची गरज आहे. तशी उकळी फुटली तरच नवीन विचारांचा अन् परिवर्तनांचा नवीन मार्ग शोधला जाईल अन् शांततेचा पुरस्कार करणाऱ्या इस्लामचा शांती मार्ग सगळ्या जगासमोर येईल.

◆

सरकारी कर्मचारी व मीडिया

मला विचाराल तर प्रजासत्ताकाचा चौथा स्तंभ म्हणून काम करणाऱ्या माध्यमांचे, सरकारी कर्मचाऱ्यांशी फार चांगले संबंध असायला हवेत; पण असं होत नाही. विभागप्रमुख अन् राजकारणी लोक माझ्या या मताच्या विरोधात आहेत; पण सरकारी सेवेत असताना मला मात्र नेहमीच मीडियाने अगदी भरघोस पाठिंबा दिला.

माझ्या सामाजिक जीवनाची सुरुवात वाचनानेच झालेली आहे. त्या वेळी गावात येणाऱ्या 'मातृभूमी', 'मनोरमा', 'चंद्रिका', 'प्रदीपम्', 'केसरी', 'देशाभिमानी', 'प्रबोधनम्', 'सुन्नि टाइम्स' इत्यादी वर्तमानपत्रं माझ्यासाठी वाचनमेवा घेऊन यायची. प्राथमिक शिक्षण घेतानाच लायब्ररीतून ही वर्तमानपत्रं घेऊन मी अधाश्यासारखी वाचून संपवीत असे.

नोकरी मिळाल्यानंतर मीडिया अन् मीडियातील कर्मचाऱ्यांशी माझा जवळचा संबंध आला. ते सतत माझ्या संपर्कात असत; पण गोव्याला गेल्यानंतर मात्र या लोकांशी माझे वैयक्तिक संबंध जुळून आले. त्यांच्या सहकार्यामुळेच माझ्या सरकारी नोकरीत कणभरही व्यत्यय न येता मी सर्वसामान्य माणसांशी जोडला गेलो. त्यामुळे माझ्या विचारांना विरोध करणाऱ्या लोकांनाही मी स्पष्टपणे माझी मते सांगू शकलो अन् त्या लोकांकडून पाठिंबाही मिळवू शकलो.

आमची पहिली राजधानी होती राजगीर अन् दुसरी पाटलिपुत्र. त्या वेळी सम्राट अशोकाची राजधानी कुमराहार अगदीच अनाथ अवस्थेत होती, तिचा कुणी वाली नव्हता. चारी बाजूंना कुंपण किंवा भिंत नसल्याने लोक अतिक्रमण करायचे. भारतीय पुरातत्त्व विभागाने भिंत बांधून त्या जागेचं संरक्षण करण्याचा प्रयत्न केला; पण समाजकंटकंनी ती भिंत तोडून टाकली अन् गुन्हेगार लोकांनी या जागेचा उपयोग आपला लपण्याचा अड्डा म्हणून करायला सुरुवात केली. मीडियाने मात्र याबाबतची बातमी प्रसिद्ध करून मला मदत केली.

डाव्या विचारसरणीचे मुख्य इतिहासकार आर. एस. शर्मांची मात्र मी आवडती व्यक्ती होतो. माझ्या अन् प्रोफेसर इरफान यांच्यात असलेला बेबनाव ते जाणून होते. निवृत्तिनंतर ते कधी कधी पाटण्यामधील कार्यालयात मला भेटायला यायचे. पाटण्यामधील माझ्या अनेक सभांचे अध्यक्ष म्हणून ते हजर राहिले आहेत. शर्मांचा गट अन् भाजपावाल्या बी. पी. सिन्हांच्या गटांमध्ये मतभेद होते; पण माझ्या विनंतीला मान देऊन सम्राट अशोकाच्या राजधानीचं संरक्षण करण्याच्या बाबतीत मात्र हे दोन्ही गट एकत्र आले. या दोन्ही गटांनी एकत्र येऊन भिंत बनविण्यासाठी पहिली कोनशिला बसविली. पाटलिपुत्रचं हृदयस्थान आम्ही अशा तऱ्हेने सुरक्षित केलं. दगड-मातीची भिंत बनविण्यासाठी सगळ्या मीडियावाल्यांनी पुढाकार घेतला. सगळ्यांनी मिळून जेव्हा अशोकाच्या राजधानीचं संरक्षण करण्याचं ठरविलं तेव्हा मात्र सर्व असामाजिक तत्त्वांनी काढता पाय घेतला. या स्थितीचा फायदा घेऊन भारतीय पुरातत्त्व सर्वेक्षणने भिंत बांधण्याचं काम पूर्ण केलं.

वटेश्वरला आम्ही मीडियाचा प्रभाव अन् मीडियाच्या ताकदीचा अनुभव घेतला. माझ्या अनुभवावरून मला वाटतं की सरकारी कर्मचाऱ्याला एक सामाजिक कार्यकर्ता म्हणून काम करायला हवं. अन्यायाकडे डोळेझाक न करणाऱ्या माणसाची प्रतिक्रिया वर्तमानपत्रे हातोहात उचलतात, ती प्रतिक्रिया छापतात. माझ्या मते कुठल्याही माणसाने धर्म, राजकारण किंवा बाह्य दबावाला बळी न पडता, आपल्या आत्म्याचा आवाज ऐकून त्याप्रमाणे समाजाच्या हिताच्या दृष्टीने काम करायला हवं. आपल्या विचारात चुका असू शकतात; पण योग्य निर्णय घेऊन त्याची अंमलबजावणी करताना सत्याचा शोध घेऊन ते जगासमोर आणणं, तेवढंच गरजेचं असतं. या बाबतीत मीडियाने मात्र मला बरीच मदत केली आहे. तसं पाहिलं तर सरकारी नीतिनियमांप्रमाणे सरकारी कर्मचाऱ्यांनी मीडियापासून स्वतःला दूर ठेवणं जास्त योग्य असतं; पण मला विचाराल तर अनेक समस्या सोडविण्यासाठी प्रसारमाध्यमांनी मला फार मदत केली आहे. कधी कधी सरकारी कारवाईच्या कामात उशीर होण्याची शक्यता असते; पण मीडियाचा हस्तक्षेप झाला तर हे काम जरा जास्त वेगाने पुढे सरकू शकतं. त्यामुळे सरकारी कर्मचारी हा फक्त सरकारी कर्मचारी असून चालणार नाही, तर तो एक सामाजिक कार्यकर्ता किंवा कृतिशील बनला पाहिजे.

२००२मध्ये ताजमहालच्या मागच्या भागात असलेल्या मंदिराचा विस्तार करण्यासाठी पुढे सरसावलेल्या हिंदू संघटनांना विरोध करण्यासाठी मी पुढे आलो. माझ्यावर असलेल्या अतूट विश्वासापोटी माझ्याबरोबर माझे सर्व कर्मचारी मला समर्थन देत होते. केंद्रात भाजपा सरकार असल्यामुळे केंद्र सरकारचा कुठलाही सरकारी अधिकारी मंदिर विस्ताराला विरोध करणार नाही, या विचाराने

हे काम सुरू करण्यात आलं. एके दिवशी ताजच्या मागच्या भागाचं निरीक्षण करताना हे नियमांच्या विरुद्ध चालणारं काम माझ्या नजरेस पडलं. मी तत्काळ जिल्हाधिकारी अन् पोलीस कमिशनर यांना याची माहिती दिली. या नवनिर्मित मंदिराचा भाग माझ्या नेतृत्वाखाली बुलडोझर लावून तोडण्यात आला. त्या वेळी आग्र्याच्या जुन्या चौकात विश्व हिंदू परिषद अन् बजरंग दलवाल्यांनी माझे पुतळे बनवून जाळले. त्यांना इतर काही राजकीय पक्षांनी पडद्याआडून मदत केली होती; पण समोर यायची मात्र कुणाची हिंमत नव्हती. आग्र्यासाठी मी नवीन नव्हतो, आग्र्याचे लोक मला ओळखायचे, मीडियावाल्यांबरोबरही माझी ऊठबस होती. माझ्या कामाबद्दल मला जाणून असणारेही लोक होते.

महावीरांचं जन्मस्थान अन् गौतम बुद्धांचं जन्मस्थान असलेल्या वैशाली नगरीत जेव्हा शास्त्रीय उत्खननाला सुरुवात झाली तेव्हा कोटेशन (Quotation) संघांनी ते उत्खनन थांबविण्याचा आटोकाट प्रयत्न केला. शेवटी मला पोलीसप्रमुखांना या गोष्टीची माहिती द्यावी लागली. दुसऱ्या दिवशी वर्तमानपत्रात बातम्या आल्याने शासन करणाऱ्या पार्टीच्या कार्यकर्त्यांच्या कोटेशन संघाला काम बंद करावं लागलं; पण त्यानंतर मात्र कुठल्याही कोटेशन संघाने वैशालीच्या उत्खननाचं काम थांबविण्याचा प्रयत्न केला नाही. या संधीचा फायदा उठवीत आम्हीही वैशालीचं उत्खनन पूर्ण केलं. आज या ऐतिहासिक स्थळाचं दर्शन घेण्यासाठी जगातील अनेक भागांतून गौतम बुद्धाचे अनुयायी येतात.

नव्या पिढीला इतिहासाची आवड आहे; पण इतिहास शिकण्यासाठी कुणीच समोर येत नाही. कदाचित उच्चशिक्षणाच्या क्षेत्रात सूचना प्रौद्योगिकीचे वर्चस्व, हे त्याचं एक कारण असू शकतं. एखादी पदवी मिळविण्यासाठी किंवा स्वत:च्या फायद्यासाठी काही लोक इतिहासाचा अभ्यास करण्यासाठी येतात; पण ते तेवढ्यापुरतेच. तुम्हाला जर एखाद्या विषयाची आवड नसेल तर त्यात तुम्ही विशेष प्रावीण्य किंवा यश मिळवू शकत नाही. पुरातत्त्व खात्यात नोकरीच्या संधी फार कमी आहेत अन् त्यामुळे नवीन पिढी या अभ्यासक्रमाकडे वळतच नाही. याचा परिणाम म्हणजे भारतीय पुरातत्त्व सर्वेक्षण विभागात तज्ज्ञांची कमतरता आहे.

◆

विकास व्हायलाच हवा

देशाच्या विकासासाठी इजिप्तमध्ये ऐतिहासिक स्मारकांचा कायापालट करून त्यांची पुनर्स्थापना करण्यात आली आहे. प्रसिद्ध 'अबू सिंबल'मध्ये याच पद्धतीने बदल घडवून त्याची दुसऱ्या ठिकाणी स्थापना करण्यात आली. माझ्या नेतृत्वाखाली अशा तऱ्हेने दोन मंदिरांना एका जागेवरून दुसऱ्या जागेवर स्थापित केलं गेलं. गोव्याचं कुरुटी महादेव मंदिर, त्याच्या अगोदरच्या जागेपासून १८ कि.मी. दूरवर अन् मध्य प्रदेशातील चोवीस अवतार मंदिर त्याच्या अगोदरच्या जागेपासून पाच कि.मी. दूर असलेल्या ठिकाणी बदलून स्थापित केलं गेलं. धरणाच्या बांधकामामुळे हे करावे लागलं. ही दोन्ही मंदिरं जंगलात होती अन् त्यामुळे तिथे पूजाअर्चाही फारशी होत नसे; पण एकंदरीत मंदिरांना उचलून दुसऱ्या ठिकाणी नेणं फार जिकिरीचं व त्रासाचं काम असल्याने माझ्या अगोदर असलेल्या अधिकाऱ्यांनी ते काम टाळण्याचा प्रयत्न केला. काही लोकांनी तर काम अर्धवट सोडून दिलं. शेवटी ही दोन्ही कामं माझ्याकडे आली. कामाच्या बाबतीत माझा निश्चय पक्का होता. त्यामुळे मला विरोध करणाऱ्यांचे सर्व प्रयत्न निष्फळ झाले. माझ्याबरोबरच डी. एस. सूद, एन. के. भारद्वाज अन् भगवंत अहीर यांनी मंदिर पुनर्स्थापनेच्या कामात फार मोठी व महत्त्वपूर्ण भूमिका निभावली.

खुर्दी महादेव मंदिराच्या संरक्षणाच्या बाबतीत डॉ. एस. के. जोशी, गंगाधर कोरकानकर अन् डॉ. गोपाल राव या लोकांनी फार महत्त्वाची भूमिका पार पाडली. याच पद्धतीने मंदिरात चोवीस अवतारांची पुनर्स्थापना डॉ. नारायण व्यास, सूद अन् भागवंता यांनी केली.

◆

अयोध्या : काही ऐतिहासिक तथ्ये

हा भाग या पुस्तकात जोडल्याशिवाय माझी आयुष्यरेखा अजिबात सुफल संपूर्ण होणार नाही. या भागाचा उद्देश कुणाच्याही भावना दुखविण्याचा किंवा कुणाच्या भावना चुचकारण्याचा अजिबात नाहीये अन् त्यामुळेच कुणीही त्याचा उपयोग तशा पद्धतीने करू नये.

अयोध्या कुणाच्या मालकीची, या वादाने १९९०ला राष्ट्रीय स्तरावर फार मोठा जोर पकडला होता; पण त्याही अगोदर म्हणजे १९७६-७७ ला पुरातत्त्व अध्ययन करताना अयोध्येशी संबंधित उत्खननात भाग घेण्याची संधी मला मिळाली होती. प्रोफेसर बी. बी लाल यांच्या नेतृत्वाखाली अयोध्या उत्खनन टीममध्ये मी 'दिल्ली स्कूल ऑफ ऑर्कियालॉजी' कडून त्यांचा एक सदस्य म्हणून भाग घेतला होता. त्या वेळी केल्या गेलेल्या उत्खननात मंदिराच्या खांबांच्या खाली असलेल्या भागात विटांनी बनविलेला पाया आम्ही पाहिला होता. त्या वेळी ती फार मोठी समस्या असल्याच्या दृष्टीने तिकडे पाहिलं गेलं नाही. आम्ही देखील एक पुरातत्त्ववेत्त्याच्या ऐतिहासिक दृष्टिकोनातूनच निस्संग होऊन ते पाहिलं होतं. उत्खननासाठी जेव्हा मी तिथे पोहोचलो तेव्हा बाबरी मशिदीच्या भिंतीत देवळाचे खांब बसविलेले होते. ते खांब ब्लॅक बेसॉल्ट म्हणजे 'कसोटीचे दगड' म्हणून ओळखल्या जाणाऱ्या दगडांपासून बनविलेले होते. खांबांच्या खालच्या भागात ११-१२व्या शतकात मंदिरांतून दिसून येणारे पूर्ण कळस बनविलेले दिसत होते. मंदिरकलेत पूर्ण कळस हा आठ ऐश्वर्यचिन्हांपैकी एक मानला जातो. सन १९९२ ला, म्हणजे बाबरी मशीद तोडण्याअगोदर आम्ही एक किंवा दोन नव्हे तर एकंदरीत असे १४ खांब पाहिले होते. त्या वेळी तिथे पोलीस सुरक्षा व्यवस्था होती अन् मशिदीत प्रवेश करायला मनाई होती; पण आम्ही संशोधन अन् उत्खननाशी संबंधित असल्याने आम्हाला कुणी अडवलं नाही. ते सर्व खांब मी अगदी जवळून पाहिले होते.

प्रोफेसर बी. बी लाल यांच्या नेतृत्वाखाली असलेल्या त्या टीममध्ये भारतीय पुरातत्त्व सर्वेक्षणच्या अधिकाऱ्यांव्यतिरिक्त 'दिल्ली स्कूल ऑफ ऑर्कियालॉजी'चे आम्ही १२ विद्यार्थी होतो. उत्खननासाठी आम्ही जवळजवळ दोन महिने अयोध्येत राहिलो. बाबरचा सेनापती मीर बाकी याने तोडलेल्या किंवा त्याही अगोदर उद्ध्वस्त केल्या गेलेल्या मंदिरांच्या हिश्शांचा उपयोग करून मशीद बनविली गेली आहे. अगोदर ज्या 'कसोटीच्या दगडां'पासून बनवलेल्या खांबांचा मी जो उल्लेख केला होता, तसलेच खांब अन् त्यांच्या खालच्या भागात असलेला विटांचा चौथरा आम्हाला मशिदीच्या बाजूला अन् मागच्या भागात उत्खनन करताना सापडले. या सर्व पुराव्यांच्या आधारे मी सांगून टाकलं की बाबरी मशिदीच्या खाली नक्कीच मंदिर होतं. मी माझं हे मत दि. १५ डिसेंबर, १९९० रोजी मांडलं होतं. त्या वेळी वातावरण खूप तापलेलं होतं. हिंदू अन् मुसलमान असे दोन गट तयार झाले होते. काही नरम भूमिका घेणाऱ्यांनी दोघांमध्ये सामंजस्य स्थापित करण्याचा फार प्रयत्न केला; पण राम जन्मस्थानाच्या बाबतीत विश्व हिंदू परिषदेने आपली पकड मजबूत केली होती. खरंतर बाबरी मशीद हिंदूंना देण्यासाठी नरम भूमिका घेणारे मुसलमान तयार होते; पण ही गोष्ट उघडपणे बोलायची कुणाची हिंमत नव्हती. काही मुसलमानांनी हाही विचार केला की बाबरी मशिदीवरील हक्क जर विश्व हिंदू परिषदेने सोडला तर मग पुढे करण्यासाठी त्यांच्याकडे कुठलाच मुद्दा उरणार नाही. असे वेगवेगळे विचार होते; ते समोर आले तरच त्यावर काही तोडगा निघण्याची शक्यता होती..

कट्टर विचारवादी मुस्लीम गटाला मदत करण्याच्या उद्देशाने काही वामपंथी इतिहासकारही पुढे आले अन् त्यांनी बाबरी मशीद सोडायची नाही, असा उपदेशही केला. ही फारच खेदाची बाब होती. आपण किती मोठं पाप करतोय याची त्यांना जाणीवच नव्हती. दिल्लीच्या जवाहरलाल नेहरू विश्वविद्यालयातील के. एस. गोपाल, रोमिला थापर, बिपिन चंद्रा यांसारख्या इतिहासकारांनी तर 'रामायणा'च्या ऐतिहासिक तथ्यावरच प्रश्न उभे केले अन् हेही सांगितलं की एकोणिसाव्या शतकाच्या अगोदर मंदिर तोडल्याचे काहीच पुरावे नाहीत. त्यांनी अयोध्येला 'बौद्ध-जैन केंद्र' म्हटलं. या बाबतीत त्यांच्या मताला पुष्टी देण्यासाठी प्रोफेसर आर. एस. शर्मा, अन्वर अली, डी. एन. झा, सूरजभान, प्रोफेसर इरफान हबीब यांसारखे लोकही पुढे आले. बाबरी मशिदीचे समर्थन करणाऱ्यांना या एका मोठ्या गटाचा पाठिंबा मिळाला. त्यांच्यात फक्त सूरजभानच फक्त पुरातत्त्ववेत्ता होते. प्रोफेसर आर. एस. शर्मांच्या बरोबर असणाऱ्या अनेक इतिहासकारांनी बाबरी मशीद ॲक्शन कमिटीच्या अनेक मीटिंग्जमध्ये तज्ज्ञ म्हणून भाग घेतला.

बाबरी मशीद ॲक्शन कमिटीच्या अनेक बैठका भारतीय इतिहास अनुसंधान परिषदेचे अध्यक्ष प्रोफेसर इरफान हबीब यांच्या अध्यक्षतेखाली पार पडल्या. बाबरी मशीद ॲक्शन कमिटीची बैठक भारतीय इतिहास अनुसंधान परिषदेच्या कार्यालयात करणे योग्य नाही, असा विरोध परिषदेचे तत्कालीन सदस्य सचिव प्रो. एम. जी. एस. नारायण यांनी केला होता; परंतु प्रोफेसर इरफान हबीबनी त्यांचं म्हणणं अजिबात मानलं नाही. प्रिंट मीडियाच्या सतत संपर्कात राहणाऱ्या काही वामपंथी इतिहासकारांनी अयोध्येच्या सत्यतेच्या बाबतीत अनेक प्रश्न उभे केले अन् सतत वर्तमानपत्रांतून लेख लिहून सर्वसामान्य जनतेच्या मनात अनेक शंकाकुशंका अन् भ्रम निर्माण केले. वामपंथी इतिहासकारांना समर्थन देणाऱ्या 'टाइम्स ऑफ इंडिया'सारख्या वर्तमानपत्रानेदेखील सामंजस्य हवं असणाऱ्या मुस्लीम बुद्धिवाद्यांना आपले उदार विचार सोडून देण्यासाठी प्रेरित केलं. या व अशाच गोष्टींनी बाबरी मशीद ॲक्शन कमिटीचं मनोधैर्य वाढविलं अन् ही फार खेदजनक गोष्ट होती. सर्वसामान्य मुसलमान विचार करीत होता की ही मशीद हिंदूंना देऊन टाकून या समस्येचं निराकरण करावं; पण एकंदरीत या वातावरणाने अन् लेखांनी त्यांच्या मानसिकतेत परिवर्तन करून मशीद द्यायची नाही, इथपर्यंत त्यांना आणून ठेवलं. साम्यवादी इतिहासकारांच्या हस्तक्षेपामुळे त्यांच्या विचारांत परिवर्तन झालं. दोन विचारसरणींत सामंजस्य स्थापित करण्याचा हा दरवाजा कायमचा बंद करण्यात आला. हिंदू-मुस्लीम यांच्यात जर हे सामंजस्य त्या वेळी स्थापित झालं असतं तर हिंदू-मुस्लीम संबंध ऐतिहासिक दृष्टीने एका नवीन वळणावर आले असते अन् आता देशासमोर तदनुषंगिक ज्या काही सामाजिक समस्या आ वासून उभ्या आहेत, त्यांच्यावर उपायही कदाचित मिळाला असता. यातून एक गोष्ट स्पष्ट दिसतेय की फक्त हिंदू-मुस्लीम जहाल पंथच नव्हे तर साम्यवादी जहाल पंथदेखील देशासाठी तेवढाच नव्हे तर त्याही पेक्षा जास्त हानिकारक आहे. खरंतर पंथ अन् धर्मांनी निरपेक्ष होऊन या समस्येकडे पाहण्याची गरज होती; पण वामपंथीयांच्या डाव्या डोळ्याने अयोध्येच्या त्या घटनेचं विश्लेषण करून 'टाइम्स ऑफ इंडिया' या वर्तमानपत्राने फारच मोठा अपराध केलाय अन् त्या अपराधाची फार मोठी किंमत देशाला चुकवावी लागली.

आजही प्रोफेसर इरफान हबीब यांच्या नेतृत्वाखाली भारतीय इतिहास अनुसंधान परिषदेच्या माध्यमातून अयोध्या मामल्याच्या बाबतीत उपाय शोधण्याचे सर्व रस्ते बंद करण्याचे प्रयत्न सुरूच आहेत. या समस्येवर उपाय शोधण्याचे प्रयत्न आयसीएचआरच्या काही लोकांनी केले; पण इरफान हबीब यांच्यापुढे त्यांचं काहीच चालत नाही. आपल्याकडे स्वतंत्रपणे आपले विचार मांडणाऱ्याला सांप्रदायिक म्हटलं जातं. भारताच्या संघ परिवाराच्या असहिष्णुतेची तुलना पाकिस्तानच्या

असहिष्णुतेशी अन् आय.एस.आय.एस.च्या क्रूर कर्मांशी करण्याच्या बाबतीत भारतीय इतिहास अनुसंधान परिषदेचे अनेक सदस्य सहमत नसतील; परंतु त्या विरोधात बोलायला एकही सदस्य समोर येणार नाही. फक्त अर्णब गोस्वामीने प्रोफेसर इरफान हबीब यांच्या दुटप्पी वागण्याबद्दल प्रश्न विचारण्याचं साहस केलं अन् ही एकच गोष्ट दाखवून देते की पत्रकारांचे विचारदेखील बदलायला लागले आहेत.

अयोध्येच्या बाबतीत इतिहासकार अन् पुरातत्त्ववेत्ता या दोन गटांत सरळ सरळ विभागणी झाली होती अन् त्याच काळात १५ डिसेंबर, १९९० रोजी मी हे विधान केलं होतं की बाबरी मशिदीच्या खाली मी स्वत: मंदिराचे अंश पाहिले आहेत.

मी जेव्हा उप-अधीक्षण पुरातत्त्ववेत्ता म्हणून मद्रासला काम करीत होतो तेव्हा 'इंडियन एक्स्प्रेस' या वर्तमानपत्रात अयोध्या मामल्याच्या बाबतीत ऐरावतम् महादेवन, आय.ए.एस. यांचं मत माझ्या वाचनात आलं. सिंधू नागरी लिपीच्या बाबतीत पुस्तक लिहिणारे महादेवन सगळ्यांच्याच आदरास पात्र आहेत. केंद्र सरकारमधून सचिव म्हणून निवृत्त झालेले महादेवन तमिळच्या प्रसिद्ध 'दिनमणि' वर्तमानपत्राचे संपादक म्हणून काम करीत होते. त्यांनी आपल्या लेखात खालीलप्रमाणे लिहिले होते-'बाबरी मशिदीच्या खाली मंदिराचे अंश आहेत, नाही आहेत, अशी दोन मते सध्या आहेत. अशी दोन मते असताना उत्खनन करून समस्येचे समाधान करता येईल; पण एक ऐतिहासिक चूक दुरुस्त करण्यासाठी तेच ऐतिहासिक स्मारक (बाबरी मशिदीला) तोडणं, ही चुकीची गोष्ट आहे.''

महादेवन यांच्या या संतुलित मताला माझ्या लेखी फारच महत्त्व होतं. माझा त्यांच्या बाबतीत आदर दुणावला अन् मी त्यांना त्यांचं अभिनंदन करणारं पत्र लिहिलं.

सन १९७६-७७च्या उत्खननात मी भाग घेतल्याचा उल्लेखही मी त्या पत्रात केला. मी त्यांना लिहिले, 'तुमच्या मते एक ऐतिहासिक चूक दुरुस्त करण्यासाठी ते ऐतिहासिक स्मारक तोडणे चुकीचे आहे अन् तुमचे हे मत स्पृहणीय आहे. तुमच्या या मताने तुम्ही तुमच्या वाचकांना एक अतिशय व्यापक दृष्टिकोन दिलाय.'

पत्र मिळाल्याबरोबर ते स्वत: तमिळनाडू सचिवालयाच्या क्लाइव्ह बिल्डिंगमध्ये असलेल्या माझ्या कार्यालयात आले अन् माझं पत्र प्रकाशित करण्याची त्यांनी माझ्याकडे परवानगी मागितली. सरकारी नोकर असल्याने यासारख्या संवेदनशील विषयांवर सरकारची अगोदर परवानगी घेतल्याशिवाय जाहीरपणे असं आपलं मत व्यक्त करणं योग्य नव्हतं. मला हेही माहीत होतं की माझे उच्चाधिकारी मला

ही परवानगी नक्कीच देणार नाहीत; परंतु सत्य किती काळ लपवून ठेवायचं? मला निर्णय घ्यावा लागणारच होता. मी, अधीक्षण पुरातत्त्ववेत्ता डॉ. नरसिंह अन् महादेवन अशी तिघांनी मिळून चर्चा केली. शेवटी आम्ही तिघांनी निर्णय घेतला की एवढं मोठं ऐतिहासिक सत्य लपवून ठेवणं योग्य नव्हे. प्रोफेसर बी. बी. लाल यांच्या नेतृत्वाखाली झालेल्या उत्खननाच्या वेळी मंदिराच्या भिंतींच्या खाली विटांचा मजबूत चबुतरा शोधून काढताना त्यांचे सामान्य पर्यवेक्षक म्हणून डॉ. नरसिंह काम करीत होते; पण आम्हाला हिंदू संघटनांच्या हातचे बाहुले बनायचे नव्हते. आम्हाला कुठल्याही प्रकारचा जातीयवाद नको होता. आम्हाला या सांप्रदायिकतेपासून दूरच राहायचं होतं.

माझे विचार मग 'इंडियन एक्स्प्रेस'च्या 'लेटर टू एडिटर' या कॉलमखाली सर्व आवृत्त्यांत प्रकाशित झाले. त्यानंतर त्याचा अनुवाद इतर वर्तमानपत्रांतूनही प्रकाशित झाला. काही लोकांनी माझं अभिनंदन केलं तर फोनवरून मला धमक्याही देण्यात आल्या; पण मी माझ्या मतावर ठाम होतो. सर्वांपासून समान अंतर राखून होतो. माझं हे मत प्रकाशित झाल्यानंतर काही दिवसांनी केंद्रीय संस्कृती विभागाचे संयुक्त सचिव आर. सी. त्रिपाठी अन् भारतीय पुरातत्त्व सर्वेक्षणाचे महानिर्देशक एम. सी. जोशी युनेस्कोच्या 'सिल्क रूट परिषदे'साठी मद्रासला आले होते. परिषदेचे प्रभारी डॉ. नरसिंहांना एका टीमबरोबर टीमप्रमुख म्हणून कंबोडियाला जावं लागलं. त्यामुळे या आंतरराष्ट्रीय परिषदेचा व त्यात भाग घेण्यासाठी एका विशेष जहाजाने वेगवेगळ्या देशांतून आलेल्या प्रतिनिधींची काळजी घेण्याची जबाबदारी माझ्यावर, तसेच डॉ. के. टी. नरसिंहन नामक आणखी एका अधिकाऱ्यावर सोपविण्यात आली. ही परिषद अतिशय उत्कृष्टपणे हाताळल्याबद्दल सर्व उच्चाधिकाऱ्यांनी आमची प्रशंसा केली. भारतीय पुरातत्त्व सर्वेक्षणाचे डॉ. जोशी म्हणाले, ''तुमच्या प्रगतीत नेहमीच अडथळे आणणारे अलिगढचे प्रोफेसर जर इथे आले असते तर त्यांची मान शरमेने खाली झुकली असती.'' मग डॉ. जोशींनी यामागची सगळी कहाणी आर.सी. त्रिपाठींनाही सांगितली.

काही वेळाने डॉ. जोशींनी मला बोलाविलं अन् सांगितलं, ''आम्ही दोघंही आता तुम्हाला बोलावून वर्तमानपत्रात तुम्ही दिलेल्या वक्तव्याबद्दल जाब विचारणार आहोत. एवढ्या किचकट समस्येवर तुम्ही सरकारच्या परवानगीशिवाय कसं काय आपले वक्तव्य देऊ शकता? तुमची चौकशी करण्यात येईल अन् त्यानुसार तुम्हाला निलंबित करण्यात येईल.''

''सर, मला माहीत आहे की परवानगी मागितली अन् ती मिळाली, असं कधीच होत नाही. मी देशाच्या कल्याणाच्या बाबतीत विचार करून माझं वक्तव्य

दिलं आहे अन् ते अतिशय प्रामाणिक वक्तव्य आहे.'' हे सांगताना मी त्यांच्यासाठी संस्कृतमधील एक श्लोकही उद्धृत केला, ''लोक संग्रमे वापि शंबस्यन कर्तुमर्हसी।''

''तुम्ही मला संस्कृत शिकविण्यासाठी आला आहात का? तुमची जर हीच प्रवृत्ती असेल तर मी तुम्हाला आताच निलंबित करतो.'' इलाहाबादचे ब्राह्मण त्रिपाठी आता मात्र चांगलेच भडकले होते.

मी शांतपणे उत्तर दिलं. ''स्वधर्मे निधनं श्रेय:'' अर्थात माझा धर्म निभावताना मला मृत्यू आला तर काही हरकत नाही.

माझं हे वाक्य ऐकताच त्रिपाठी अगदी शांत झाले. त्यांचं बोलणं बदललं.

''मिस्टर मुहम्मद, तुमचं हे असं वागणं, आपल्या निर्णयावर ठाम असणं, अतिशय छान व अभिनंदनपर आहे. एखाद्या पुरातत्त्ववेत्त्याने जे सांगायला हवं होतं, तेच तुम्ही बोलला आहात. तुम्ही खरंच फार चांगले पुरातत्त्ववेत्ता आहात; पण तुमच्यावर कारवाई करण्यासाठी आमच्यावर अनेक बाजूंनी दबाव आहे.''

''तुमची समस्या मला माहीत आहे, सर; पण मीही अतिशय विचार करूनच हे लिहिलंय.''

''तुम्ही तुमचा पत्ता अन् कुठे काम करता, ही गोष्ट वर्तमानपत्रात का दिली?'' जोशींनी मला विचारलं.

''सर, जर मी पत्ता दिला नसता तर मला कुणी विचारलं असतं? माझी लोकांसाठी ओळख काय? कोण मुहम्मद, कुठला मुहम्मद? पण मी जे काही सांगितलं, त्यातील प्रामाणिकता राखण्यासाठी मी माझा पूर्ण पत्ता दिला.''

माझ्यावर कारवाई होणार, ही बातमी कळल्यानंतर पत्रकार महादेवन लगेच येऊन दोन्ही अधिकाऱ्यांना भेटले. निलंबनाऐवजी माझी बदली करण्यात आली. मद्रासहून गोव्याला.

गोव्यात मी सेंट असीसीच्या कॉन्व्हेंटच्या खोलीत माझ्या कुटुंबीयांसहित राहिलो. गोव्यातील विशुद्ध संत सेंट झेवियरच्या पार्थिव शरीराला सुरक्षित ठेवणाऱ्या बॉम जीझस चर्चमध्ये त्याचे रेक्टर फादर रिगोंशी बोलताना दि. ६ डिसेंबर, १९९२ला बाबरी मशीद पाडण्यात आल्याची दु:खद बातमी ऐकली. बाबरी मशिदीचा पाडाव केल्यांनतर ६ डिसेंबर, १९९३ला एक वर्ष पूर्ण होत होतं. त्या वेळी जुन्या गोव्यातील चर्चेसवर हिंदू दहशतवाद्यांच्या आक्रमणाची भीती होती. फादर रिगो अन् मी मिळून दोन टीम्स तयार केल्या. फादर रिगोंच्या नेतृत्वाखालील एक टीम बॉम जीझसमध्ये अन् माझ्या नेतृत्वाखालील टीम सेंट असीसी अन् सेंट कॅथेड्रलमध्ये दिवस-रात्र पहारा देत होती. हिंदू, मुसलमान अन् ख्रिश्चन या तिघांनी मिळून एका राष्ट्रीय स्मारकाच्या सुरक्षेसाठी असं जागणं, यापेक्षा वेगळी धर्मनिरपेक्षता काय असते? हेच तर आपलं वैशिष्ट्य आहे.

बाबरी मशीद तोडल्यानंतर जे काही महत्त्वाचे पुरातत्त्व अवशेष मिळाले, त्यातील 'विष्णू हरिशिला पटल' फार महत्त्वाचं आहे. यात अकराव्या व बाराव्या शतकातील नागरी लिपीत संस्कृतमध्ये लिहिलं गेलं आहे, की हे मंदिर वाली व दहा हात असलेल्या रावणाला मारणाऱ्या विष्णू (श्रीराम विष्णूचे अवतार मानले जातात)ला समर्पित केलं जात आहे. डॉ. वाय. डी. शर्मा अन् डॉ. के. एन. श्रीवास्तव यांनी जेव्हा सन १९९२ला निरीक्षण केलं तेव्हा त्यांना कुशान काळातील (१००-३०० इ.पू.) वैष्णव अवतारांच्या तसेच शिव-पार्वतीच्या मातीच्या मूर्ती सापडल्या. सन २००३ला अलाहाबाद उच्च न्यायालयाच्या लखनौ पीठाने दिलेल्या आदेशानुसार जे उत्खनन करण्यात आलं, त्यात जवळजवळ ५० मंदिर स्तंभांच्या खालील भागात विटांनी बनविलेला चौथरा मिळाला. याव्यतिरिक्त मंदिराचा कळस अन् मंदिरातील अभिषेकाचे जल बाहेर जाण्यासाठी असलेली मकर प्रणालीदेखील उत्खननात मिळाली. उत्तर प्रदेश भारतीय पुरातत्त्व सर्वेक्षणाचे निर्देशक डॉ. राकेश तिवारी यांनी तयार केलेल्या रिपोर्टमध्ये याचा उल्लेख करण्यात आलाय की बाबरी मशिदीचा पुढचा भाग सपाट करताना मंदिराशी संबंधित २६३ पुरातत्त्व अवशेष मिळाले आहेत.

उत्खननात मिळालेल्या पुराव्यांच्या आधारे तसेच पौराणिक अवशेषांचं विश्लेषण केल्यानंतर भारतीय पुरातत्त्व सर्वेक्षण या निर्णयाप्रत आले की बाबरी मशिदीच्या खाली पूर्वी एक मंदिर होतं. अलाहाबाद उच्च न्यायालयाच्या लखनौ पीठही याच निर्णयावर पोचलं.

या उत्खननाला निष्पक्ष राखण्यासाठी जे १३७ कामगार कामावर ठेवले गेले होते, त्यातील ५२ कामगार मुसलमान होते. बाबरी मशीद ॲक्शन कमिटीचे प्रतिनिधी म्हणून पुरातत्त्व इतिहासतज्ज्ञ सूरजभान मंडल, सुप्रिया वर्मा, जय मेनन यांना नेमण्यात आलं होतं. त्यांच्या व्यतिरिक्त अलाहाबाद उच्च न्यायालयाचे एक मॅजिस्ट्रेटही या कमिटीत होते. एखाद्या उत्खननाला यापेक्षा जास्त नि:पक्ष कसं करता येईल?

उच्च न्यायालयाचा निर्णयही आला; पण डाव्या विचारसरणीचे लोक तो निर्णयही स्वीकारायला तयार नव्हते. याअगोदरही त्यांनी अनेक वेळा आपली मते बदलली होती. अन् याचं मुख्य कारण हे होतं की त्यांनी बाबरी मशीद ॲक्शन कमिटीचे प्रतिनिधी म्हणून उत्खननात भाग घेतला होता. ते फक्त इतिहासकार होते. त्यातील फक्त तीन-चार जणांनाच तांत्रिक दृष्टीने पुरातत्त्वाबद्दल माहिती होती; पण फील्ड पुरातत्त्वाबद्दल त्यांचं ज्ञान यथातथाच होतं. भारतीय पुरातत्त्व सर्वेक्षणाचे प्रसिद्ध पुरातत्त्व संशोधक डॉ. बी. आर. मणींच्या समोर ते अगदी नवशिके होते. फील्ड पुरातत्त्वाबद्दल आवश्यक ज्ञान नसल्याने बाबरी मशीद

ॲक्शन कमिटीसाठी जे.एन.यू. व अलिगढवरून आलेल्या प्रतिनिधींकडे भारतीय पुरातत्त्व सर्वेक्षणाच्या पुरातत्त्ववेत्यांनी फारसं लक्ष दिलं नाही. सत्य, प्रामाणिकता अन् निष्पक्षता ही भारतीय पुरातत्त्व सर्वेक्षणाची वैशिष्ट्यं आहेत.

मधल्या काळात विश्व हिंदू परिषदेशी फार जवळचे संबंध असल्याचा दावा करणाऱ्या भारतीय पुरातत्त्व सर्वेक्षणाच्या एका अधिकाऱ्याने अयोध्या उत्खननासाठी असलेल्या डॉ. मणींच्या जागी निर्देशक म्हणून स्वत:ला प्रतिस्थापित करण्याचा प्रयत्न केला. या त्यांच्या प्रयत्नांना जर यश मिळाले असतं तर मशिदीच्या खाली मंदिराचा शोध जाणूनबुजून केला गेला, हा निर्णय समोर आला असता. हा निर्णय जर समोर आला असता तर बाबरी वादाला एक नवं वळण मिळालं असतं. मोठ्या प्रमाणात दबाव असूनही त्या अधिकाऱ्याला प्रमुख पदावर नेमणूक न देऊन भारतीय पुरातत्त्व सर्वेक्षणाने आपल्या निष्पक्ष असण्यावर शिक्कामोर्तबच केलं. भारतीय पुरातत्त्व सर्वेक्षणात फारच कमी लोकांना माहीत असलेल्या या रहस्याची उकल करण्यासाठी एखाद्या शोध पत्रकाराने समोर यावं.

बिहारच्या सासाराममध्ये भारतीय पुरातत्त्व सर्वेक्षणाच्या संरक्षणाखाली असलेल्या शेरशहा सुरीच्या मकबऱ्याच्या परिसरात अतिक्रमण करून १६ वर्षांपूर्वी बांधलेल्या मंदिराचा विस्तार करण्यासाठी विश्व हिंदू परिषदेशी जवळीक असणाऱ्या भाजपाचे विधानसभा सदस्य जवाहर प्रसाद यांनी नेटाने प्रयत्न केले. कमी शिकलेल्या जवाहर प्रसादांना वाटलं की केंद्रात भाजपाचं सरकार असल्याने आपल्याला कुणी रोखणार नाही; तसेच बिहारच्या भारतीय पुरातत्त्व सर्वेक्षणाचा उच्च अधिकारी एक मुसलमान आहे, त्यामुळे भीतीपोटी तो यात फारसा हस्तक्षेप करणार नाही; पण त्यांच्या या विचारसरणीला चुकीचे ठरवीत मी कारवाई केली. अयोध्या मामल्यात भाजपात आलेल्या जवाहर प्रसादांनी शेरशहा सुरीच्या ऐतिहासिक स्मारकाचे संरक्षण अधिकारी (Conservation Officer) श्रवण कुमारांना गंभीर जखमी केलं. पोलीस अन् नियम धाब्यावर बसविणाऱ्या प्रसादच्या विरोधात तक्रार दाखल करून घेण्याचं धैर्य पोलीसवाल्यांकडेही नव्हतं; पण शेवटी मी यात पडलो अन् पोलिसांनी केस दाखल करून घेतली.

सासाराममध्ये जर श्रवण कुमार राहिले तर नक्कीच दंगा उसळेल, त्यामुळे त्यांना तिथून तत्काळ हटवायला हवं, असा जिल्हाधिकाऱ्याचा मला फोन आला. श्रवण कुमार आपल्या कर्तव्याचे योग्य पालन करीत आहेत अन् या सगळ्या समस्यांचं मूळ स्थानिक विधानसभा सदस्य आहेत, हे मी त्यांना सांगून टाकलं. जिल्हाधिकारी व इतर अधिकारीही प्रसादना मदत करीत आहेत, हे कळल्यामुळे मी सरळ उच्च न्यायालयात धाव घेतली. उच्च न्यायालयाने या बाबीतील गांभीर्य समजून घेतलं अन् प्रसादची सर्व प्रकारची बांधकामे थांबविण्याचा आदेश दिला.

जिल्हाधिकारी व प्रसादसाठी उच्च न्यायालयाचा हा निर्णय म्हणजे फार मोठा आघात होता. आम्ही एवढंच करून थांबलो नाही, तर श्रवण कुमार हा अनुसूचित जातीचा असल्याने आम्ही अनुसूचित जाती-जमाती आयोगातही तक्रार दाखल केली. पुढच्या विधानसभा निवडणुकीत प्रसाद फार वाईट तऱ्हेनं हरले. प्रसाद जेव्हा माझ्या विरोधात बोलत होते, नेमक्या त्याच वेळी माझ्या ओळखीची लोक आरएसएसचे मासिक 'पाञ्चजन्य'मध्ये मी अयोध्येच्या बाबतीत जे काही तथ्यात्मक लिहिलं होतं, त्याच्या प्रती लोकांना वाटत होते. या बाबतीत जवाहर प्रसादने जे काही सायास केले ते सगळे व्यर्थ गेले.

भाजपाच्या शासनकाळात एका केंद्रीय सरकारी अधिकाऱ्याने मंदिर विस्तार कार्य थांबविल्याची बातमी सगळीकडे पसरली अन् बाबरी मशीद ॲक्शन कमिटीचे अध्यक्ष सैयद शहाबुद्दीन यांनी तत्कालीन केंद्रीय मंत्री अनंत कुमारांना भारतीय पुरातत्त्व सर्वेक्षणाच्या कामाची प्रशंसा करणारं पत्र लिहिलं. भारतीय पुरातत्त्व सर्वेक्षणाच्या महानिर्देशक श्रीमती कोमल आनंद यांनी ते पत्र माझ्यापर्यंत पोचवलं. तेव्हा शहाबुद्दीन साहेबांचे आभार मानण्यासाठी जे पत्र मी लिहिलं, त्या पत्रात मी अयोध्या प्रकरणाचाही उल्लेख केला. मी त्यांना लिहिलं, की प्रोफेसर बी. बी. लाल यांच्या नेतृत्वाखाली केल्या गेलेल्या अयोध्या उत्खननात मीही भाग घेतला होता. मशिदीच्या खाली असलेले मंदिराचे अवशेष मी पाहिले आहेत. त्यामुळे आता सत्याला प्रमाण मानून तोडगा काढून अयोध्या प्रकरणाबाबत सामोपचाराने निर्णय घेण्यात यावा, अशी विनंती मी त्या पत्रात केली.

त्यानंतर काही दिवसांतच मला त्यांचं उत्तर मिळालं, ज्यात त्यांनी लिहिलं होतं की आगामी काळात होणाऱ्या मुस्लीम प्रमुखांच्या बैठकीत ते हा मुद्दा मांडतील अन् योग्य निर्णयही घेतील. मुसलमान प्रमुखांची बैठक पार पडली. मला शहाबुद्दीन साहेबांचं पत्रही मिळालं- हिंदूंसाठी मशीद सोडण्याची बाब कुणालाच मान्य नाहीये. एके दिवशी त्यांचा फोन आला, "मी पाटण्याला येतोय. तुमच्याशी बोलायचं आहे," मी त्यांच्या घरी गेलो. बराच वेळ आम्ही चर्चा करीत होतो. बाबरी मशीद सोडण्याच्या बाबतीत ते तयार नव्हते. निघताना, त्यांचा निरोप घेताना मी त्यांना म्हटलं, "जवाहर प्रसादचा मंदिर विस्तार थांबविण्याच्या कामात मला साथ देणारे माझे सर्व कर्मचारी हिंदू होते."

पाटण्याला आपल्या घरी परतताना मी विचार करीत होतो, 'जर भारत एक मुस्लीम बहुसंख्याक धर्मनिरपेक्ष देश असता तर (मुस्लीम बहुसंख्याक असतील तर धर्मनिरपेक्षतेचा प्रश्नच कुठे येतो.) एका हिंदू मंदिरावर अतिक्रमण करून मुसलमान लोक जर मशीद बांधतील तर त्यांच्या विरोधात कायदेशीर कारवाई करण्यासाठी हिंदू अधिकाऱ्याच्या बरोबर त्याचे किती मुसलमान सहकारी तयार

झाले असते? खरंच, हा चिंतनाचा विषय आहे. भारताच्या धर्मनिरपेक्षतेचं महत्त्व आम्हाला तेव्हाच कळेल.

काळाच्या ओघात अनेक घटना घडल्या. सांप्रदायिक दंगली, मुसलमानांची सामूहिक हत्या, जाळणे इत्यादी इत्यादी. इतिहासाच्या प्रवाहात हे सारं होत आलंय. कदाचित भविष्यातही अशा काही घटना घडतील. गुजरातमध्ये मुसलमानांची केली गेलेली सामूहिक हत्या, ही सत्य घटना असली तरीही यापेक्षाही अतिशय क्रूर घटना मध्यकालीन मुसलमान शासकांच्या काळात घडलेल्या आहेत. इथे मला एक गोष्ट नक्कीच सांगाविशी वाटते की हिंदू सांप्रदायिकता मूळ रूपात नाहीये. कधी कधी काही घटनांच्या प्रतिक्रिया म्हणून त्या घडल्या आहेत. गोध्रा इथे असंच घडलं. तिकडे 'साबरमती एक्स्प्रेस'मधून तीर्थयात्रा करणाऱ्या लोकांना जाळल्यामुळे दंगा सुरू झाला. त्यानंतर क्रौर्याचा जो काही खेळ चालला, त्याच्या विरोधात सेटलवाडसारख्या हिंदू सामाजिक कार्यकर्तीने अन् संजय भट्टसारख्या मुस्लीम पोलीस अधिकाऱ्याने आवाज उठविला. गुजरातचे डी.जी.पी. आर. बी. श्रीकुमारनी नानावटी आयोगासमक्ष सत्ताधारी भाजपा सरकारच्या विरोधात साक्ष दिली. हा मामला अजूनही कोर्टात असल्याने त्यांना अजूनही त्यांची पेन्शन मिळत नाहीये. आवाज उठविणाऱ्या हिंदू अधिकाऱ्यांची लियन रद्द करण्यात आली. संजय भट्टसारख्या लोकांच्या नोकऱ्या गेल्या. सेटलवाडला तर आजही लक्ष्य बनविलं जातंय. जर भारत एक मुसलमान राष्ट्र असतं तर हिंदूंच्या बाजूने बोलून आपली नोकरी घालविण्यासाठी किती मुसलमान अधिकारी तयार झाले असते? मुसलमानांनी या बाबींवर विचार करायला हवा.

एकदा एका आंतरराष्ट्रीय उत्खनन टीमबरोबर मला ओमानच्या सलालाला जावं लागलं. तिथे प्राचीन काळात नष्ट झालेल्या अल बलिद नामक शहराचं उत्खनन करण्याचं काम मला सोपविण्यात आलं होतं. तिथे माझी ओळख काही केरळी लोकांशी झाली. ते सर्वजण सिमीशी (Students Islamic Movement of India) संबंधित होते. त्यांनी मला एका समारंभात येऊन भाषण देण्याचं आमंत्रण दिलं. राम जन्मभूमी-बाबरीच्या बाबतीत माझ्या मतांबद्दल त्यातील काही लोकांची वेगळी धारणा होती. मी त्यांना स्पष्ट सांगितलं की येण्याबद्दल माझी काहीच हरकत नाहीये. मी येईन, प्रश्नोत्तरांबद्दलही मला काही अडचण नाहीये; पण काही त्रास होता कामा नये; कारण एका जर्मन विश्वविद्यालयाच्या आमंत्रणामुळे मी सलालात उत्खननाचे काम करायला आलोय. तुम्ही शिस्त अन् दुसऱ्यांच्या भावनांचा आदर करण्याची भावना बाळगत असाल तर मी नक्कीच येईन अन् या गोष्टीची खात्री तुम्हाला मला द्यावी लागेल. त्यांनी खात्री दिली अन् या गोष्टीचं वचनही दिलं.

मी भाषण देण्यासाठी तिथे गेलो. भाषणाचा विषय अर्थातच रामजन्मभूमी-बाबरी मशिदीचा होता. प्राचीन काळात इतर धर्मांच्या लोकांबरोबरच मुसलमानांच्या सहिष्णुतेबद्दल मी बोलायला सुरुवात केली. मी 'कुराण' उद्धृत केलं. ते मला मी रामजन्मभूमीच्या पक्षातला असल्याचे मानत होते. त्यामुळे मी कुराणाच्या आयतांचा दाखला द्यावा, हे त्यांच्यासाठी अनपेक्षित होतं. माझ्या बोलण्याचा काहीसा अनुकूल परिणाम दिसू लागला. मी त्यांना अयोध्या उत्खनन अन् मशिदीच्या खाली सापडलेल्या मंदिराच्या अवशेषांच्या शोधाबद्दल सांगितलं. सर्व जण अतिशय लक्षपूर्वक अन् शांतपणे माझं भाषण ऐकत होतं. भाषणाचा उपसंहार करताना मी म्हटलं, "एका मुसलमानासाठी मक्का-मदिनाचे जेवढं महत्त्व आहे तेवढंच महत्त्व एका हिंदूसाठी अयोध्येचं आहे. मक्का किंवा मदिना जर एखाद्या अन्य धर्माच्या हातात गेली तर... मुसलमान या गोष्टीचा विचारही करू शकणार नाहीत; पण इथे तर हिंदू बहुसंख्याक असूनही त्यांचं पुण्यतीर्थ इतरांच्या अधीन गेलं आहे. आज हिंदूंचा आत्मविलाप ऐकण्याची तयारी मुसलमानांनी ठेवायला हवी. हिंदूंना खात्री अन् विश्वास आहे की बाबरी मशीद त्यांच्या भगवान रामाचे जन्मस्थान आहे. या जागेचा अन् मुसलमानांचे प्रवाचक मुहम्मद नबींचा दूरान्वयाने काही संबंध नाही, याचा सहावीशी, खुलफाउराशीदीशीही काही संबंध नाही, ताबिउ, औलिया अन् सलफुस्सालिहिनशीही याचं काहीच नातं नाही. हां, मुघल संस्थापक बाबरशी मात्र याचा संबंध आहे; पण यासारख्या एखाद्या मशिदीसाठी मुसलमानांनी एवढा हट्ट का धरावा?"

मी त्यांना माझ्या लहानपणाचा एक अनुभव सांगितला, "जेरुसलेम येथील बैतुल मुखद्दीस हे पुण्यस्थळ जुदोंनी आपल्या कबज्यात घेतल्याची बातमी ऐकल्यावर आम्ही सर्व आमच्या कोडुवल्ली गावातील जामा मशिदीत एकत्र जमलो अन् बैतुल मुखद्दीस परत मिळावे, यासाठी आम्ही सर्वांनी रडून प्रार्थना केली. (बैतुल मुखद्दीस हे जुदो, ख्रिश्चन अन् मुसलमानांचे सारखेच महत्त्वाचे पुण्यस्थान आहे) बैतुल नष्ट झाल्याने जेवढं दुःख मुसलमानांना झालं, तेवढंच दुःख रामजन्मभूमी नष्ट झाल्याने हिंदूंना झालं असावं. ही गोष्ट मी सुशिक्षित प्रगतिवादी विचारसरणीच्या हिंदूंच्या बाबतीत बोलत नाहीये, तर ही गोष्ट मी त्या तमाम सर्वसाधारण हिंदूंच्या बाबतीत बोलतोय जे हजारोंच्या संख्येनं उत्तर भारतातील कडाक्याच्या थंडीत पुरेसे कपडे नसताना अनवाणी पायांनी चालत भगवान श्रीरामाच्या दर्शनासाठी मोठ्या भक्तिभावाने येतात. त्यांच्या हृदयाच्या हाकेचा किंवा त्यांच्या धार्मिक भावनेचा सन्मान करण्यात गैर काय?"

माझं बोलणं ऐकून सगळा श्रोतृवर्ग आत्मविश्लेषणाच्या व आत्ममंथनाच्या जाणिवेतून प्रवास करू लागला. माझं बोलणं मी तसंच सुरू ठेवलं, "स्वातंत्र्य

मिळाल्यानंतर मुसलमानांसाठी एक वेगळं राष्ट्र दिलं गेलं. त्यानंतर भारताला एक हिंदू राष्ट्र म्हणून घोषित करण्यात काहीच अडचण नव्हती; पण गांधी, नेहरू, पटेलांसारख्या उच्च विचारसरणीच्या नेत्यांनी असं होऊ दिलं नाही. मुसलमानांना एक वेगळं राष्ट्र दिल्यानंतर भारत एक 'धर्मनिरपेक्ष राष्ट्र' म्हणून घोषित करण्यात आलं. हा असा विशाल दृष्टिकोन जगाच्या इतिहासात तुम्हाला कुठेच मिळणार नाही; पण या विचारासाठी भारताला फार मोठी किंमतही चुकवावी लागली. त्या अर्धनग्न फकिराला भारताच्या धर्मनिरपेक्षतेच्या यज्ञकुंडात आपल्या प्राणांची आहुती द्यावी लागली." एवढं बोलून मी थोडा वेळ थांबलो. आत्मचिंतनाचे काही क्षण असेच गेले, नि:स्तब्ध. मग मी पुढे बोलू लागलो, "जरा विचार करा, शांतपणे विचार करा... जर भारत मुस्लीम बहुसंख्याक देश असता तर तो धर्मनिरपेक्ष देश असता का?" माझ्या प्रश्नाला काहीच उत्तर मिळालं नाही. मग मीच पुढे म्हटलं, "अजिबात नसता. भारत जर मुस्लीम बहुसंख्याक देश असता तर अल्पसंख्याक हिंदूंना वेगळं हिंदू राष्ट्र दिल्यानंतर भारताला धर्मनिरपेक्ष राष्ट्र म्हणून कधीच मान्यता मिळाली नसती. अन् हीच भावना आहे, हिंदू संस्कृतीचा गाभा! हीच आहे, हिंदू संस्कृतीची सहिष्णुता. त्यांच्या मानसिकतेचा सन्मान आपल्याला करावाच लागेल, तो आदराचा विषय आहे. भारतात हिंदूंच्या व्यतिरिक्त जर दुसरा कुठलाही धर्म बहुसंख्याक असता तर अल्पसंख्याक मुसलमानांची काय दशा झाली असती, याचा विचार करून पाहा. ऐतिहासिक तथ्यांचा विचार करताना आता आपल्यालाही प्रत्येक क्षेत्रात सामोपचाराने निर्णय घ्यायला हवा, आपली मानसिक तयारी करायला हवी अन् असं झालं तरच भारत एक धर्मनिरपेक्ष राष्ट्र बनू शकेल. माझ्या या असल्या विचारांना मी शीर्षक दिलं, 'उलटं चिंतन (Reverse Thinking). हिंदूंना आता स्वत:ला मुसलमान समजून समस्यांकडे पाहावं लागेल तर मुसलमानांना स्वत:ला हिंदू समजून समस्यांचं विश्लेषण करून त्या कशा रीतीने सोडविण्यात याव्यात, हे पाहावं लागेल. कुठल्या धर्मात आपला जन्म व्हावा, ही गोष्ट आपल्या हातात नसते." माझ्या या बोलण्यानंतर समोरून एक प्रश्नही आला, "या तीन जागा जर आम्ही सोडल्या तर विश्व हिंदू परिषद आमच्याकडे तीन हजार मशिदी आम्ही सोडाव्या, ही मागणी करणार नाही, याची खात्री कोण देणार? ही यादी तर फारच मोठी आहे."

मी म्हटलं, "मी सामोपचाराचा मार्ग स्वीकारण्याच्या बाबतीत बोलतोय. उगाचच काही मागण्या समोर आल्या तर त्यावर अडून राहण्यात काय अर्थ? विश्व हिंदू परिषद, बजरंग दल, शिवसेना यांसारख्या हिंदू संघटनांना अजूनही हिंदू समाजात हव्या तेवढ्या प्रमाणात स्वीकारण्यात आलेलं नाही. त्यामुळेच या

संघटनांनी जर अनावश्यक मागण्या केल्या तर त्यांना विरोध करण्यासाठी मुसलमानांची गरज पडणार नाही. त्याला विरोध स्वत: हिंदूच करतील. हिंदू संस्कृतीचं हेच तर वैशिष्ट्य आहे.'' भाषणानंतर मला जाणवलं की बाबरी मशीद सोडून देऊन समस्या सोडविण्याच्या बाबतीत माझ्या सूचनेशी ते सर्व सहमत आहेत; पण ती गोष्ट मोकळेपणी बोलण्याचं धाडस त्यांच्यात नव्हतं. तरुण मुलांची संख्या जरा जास्तच होती अन् त्यांची मानसिकता आपल्याला माहीत आहेच.

संमेलनानंतर त्यांच्यातीलच काही प्रमुख लोक म्हणाले, ''ही तथ्यं अशातऱ्हेने मांडून आपण ही गोष्ट सय्यद शहाबुद्दीनसारख्या लोकांसमोर का नाही ठेवली?''

''त्या वेळी त्यांच्याशी माझी तशी प्रत्यक्ष ओळख नव्हती; पण शेरशहा सुरीच्या मकबऱ्याच्या वेळी त्यांना मी प्रत्यक्ष भेटलो अन् या वातावरणाच्या बाबतीत मी त्यांना पत्रही लिहिलं होतं.''

केरळच्या कालिकतमध्ये जमात-ए-इस्लामीशी संबंधित असलेल्या वेल्फेअर पार्टीच्या काही युवा कार्यकर्त्यांनी गरिबांना घर बांधून देण्याचं पुण्यकार्यही केलं. ज्यांना घरं बांधून द्यायची होती, अशा लोकांच्या यादीत सुषमा नामक एका हिंदू स्त्रीचं नाव वाचून मी त्यांचं अभिनंदनही केले अन् त्यांना काही आर्थिक मदतही दिली. वेल्फेअर पार्टीच्या लोकांनी मला त्यांच्या सभेत भाषण देण्यासाठी आमंत्रित केलं. 'इस्लामची धार्मिक सहिष्णुता' अन् 'अयोध्येचे सत्य' हे माझ्या भाषणाचे विषय होते. मी 'कुराण'च्या आयत उद्‌धृत करतानाच भाषणाची सुरुवात केली अन् ओमानच्या सलालात जी गोष्ट मी सांगितली होती, तीच गोष्ट इथे परत सांगितली. इथे प्रश्नोत्तराचं सत्र नव्हतं; पण लोकांना विचार करायला वाव मिळाला. या सभेत काही लोक माझे नातेवाईक होते तर काही माझी मित्रमंडळीही होती. त्यामुळे या लोकांना माझे विचार जरी पटले नाहीत तरीही हे लोक आरडाओरडा किंवा तमाशा करणार नाहीत, याची मला खात्री होती.

उदार विचारधारा ही आजची, वर्तमानाची गरज आहे. मी किंवा तुम्ही हिंदू, मुस्लीम किंवा ख्रिश्चन आहोत; कारण आपले माता-पिता, हिंदू, मुस्लीम किंवा ख्रिश्चन आहेत. या अशा वारशामुळे मिळालेला धर्म आपण कितपत मानायचा? त्यामुळेच धर्माच्या नावावरून आपण चिडायची किंवा कठोर धोरण स्वीकारण्याची काहीच गरज नाही. 'जगा अन् जगू द्या' हा सिद्धान्तच असायला हवा.

धार्मिक भावनांचं पेव भारतातच फार फुटतं. युरोपमधील देशांत धार्मिकतेचा प्रभाव अन् विधी कमी कमी होत चाललेत. युरोपमध्ये धर्माचं अस्तित्व आहे; पण ते संस्कृतीचं एक अंग या तऱ्हेने मिळालेल्या वारशाच्या रूपात आहे. हिंदू बुद्धिजीवींनी हिंदू असहिष्णुता अन् दादरी घटनेच्या विरोधात फार मोठ्या प्रमाणात

आवाज उठविला होता. आपापले पुरस्कार परत देऊन त्यांनी असहिष्णुतेचा वेग रोखला. 'इन्फोसिस'चे नारायण मूर्ती अन् भारतीय रिझर्व्ह बँकेचे रघुराम राजनसारख्या लोकांनी या बाबतीत आपला विरोध बोलून नोंदविला.

संस्कृतीच्या देवाणघेवाणीची भूमी आहे, भारत. इथे वेगवेगळ्या संस्कृतींचा संगम होतो. धर्म आपल्या जीवनाला व राहणीमानाला प्रभावित करतो. प्रत्येक संस्कृतीचं स्वतःचं असं वास्तुशास्त्र अन् गृहबांधणीची स्वतःची अशी शैली असते. आपल्या विशाल संमिश्र (Composite Culture) संस्कृतीचा आधार हिंदू संस्कृती आहे. बौद्ध अन् जैन या संस्कृतीच्या शाखांच्या रूपात विकसित आहेत. बौद्ध धर्माने भारताबाहेर आपला फार मोठा ठसा उमटविला आहे. हिंदू-बौद्ध-जैन या सांस्कृतिक आधाराला आज मुस्लीम वास्तुशास्त्राने सौंदर्य प्रदान केलं आहे.

ख्रिश्चन वास्तुशास्त्राने त्याला आणखीनच सौंदर्य बहाल केलं आहे. कुतुबमिनार अन् ताजमहाल, हे सांस्कृतिक मिलनाचं फार उत्तम उदाहरण आहे. इराण, इराक अन् टर्की हे मिनार, मेहराब अन् घुमटांचे देश आहेत; पण या देशांतही कुतुबमिनारसारख्या भव्य मिनारची निर्मिती का झाली नाही? ताजमहालसारखी कलाकृती का बनविली गेली नाही? याचं कारण हेच आहे की इथे इस्लामच्या रूपकल्पना सौंदर्याशी भारतीय हस्तकलेचा संगम झाला आहे अन् त्यामुळेच एवढ्या सुंदर, मनमोहक अन् अद्वितीय वास्तुशिल्पांचा जन्म झालाय.

एका संमिश्र संस्कृतीचा स्वीकार करून आपण सारे एकत्र जगतोय. प्रत्येक मुहम्मदात एक ब्रह्मदत्त असावा अन् प्रत्येक ब्रह्मदत्तात एक मुहम्मद असावा, असा सांस्कृतिक समन्वय असणाऱ्या भारताची निर्मिती करणं, ही आपली जबाबदारीच आहे. सर्वांत आनंदाची बाब ही आहे की मुसलमान शिया कम्युनिटीचे विद्वान अन् कम्युनिटी नेता मौलाना कल्बे सादिक साहेबांनी शांतीचे नेतृत्व करताना मुसलमान समुदायाने जो पहिला हक्क सांगितला होता, त्यापेक्षा वेगळे विधान केले आहे अन् ते विधान फक्त प्रशंसनीयच नव्हे तर ते रसूलल्लाहचा खरा मार्ग दाखविणारे आहे. रसूलल्लाह, हुदैबियात मक्काच्या गौर मुसलमानांबरोबर याच पद्धतीने सामोपचाराने सामंजस्य स्थापित करण्यात आलं होतं. मौलाना कल्बे सादिक साहेबांसारख्या विशालहृदयी व विद्वान नेत्यांमुळे मुस्लीम समुदायच नव्हे तर देशही प्रगतीच्या वाटेवर पुढे जात राहील.

◆

विश्वगुरू बना

कुठल्याही समाजाच्या नवीन विचारांचा जर विकास करायचा असेल किंवा आत्मविश्वास वाढवायचा असेल तर त्यासाठी आपल्याला आपल्या समृद्ध वारशाची माहिती असणं फार गरजेचं असतं. इतिहासाचा अभ्यास करताना आपल्याला अनेक गोष्टी कळतात. आपल्याला हेही कळतं की विश्वयुद्धानंतर जर्मनी अन् जपानचा पूर्णपणे विध्वंस झाला होता; पण फिनिक्स पक्ष्याप्रमाणे हे दोन्ही देश त्या स्थितीतून बाहेर पडले होते. आपली भूतकाळातील वैभवशाली परंपरा जाणून घेतल्याने त्यांना ही प्रेरणा मिळाली होती. या संवेदनशीलतेने जन्म घेणारी नवीन पिढी राजकारणच नव्हे तर समाजालाही एक नवी दिशा देऊ शकते. भारताचा सांस्कृतिक वारसा हा वाळवंटातील पेट्रोलसारखा आहे. फरक एवढाच आहे की वाळवंटातून पेट्रोल काढल्याने कमी होतं; सांस्कृतिक वारसा हा त्याचा उपयोग केल्याने वाढतो. सांस्कृतिक वारसा ओळखणं फार गरजेचं आहे; कारण तीच ओळख आपल्याला आध्यात्मिक व भौतिक जागृती देऊ शकते. नव्या पिढीच्या विकासासाठी हे अनिवार्य आहे. संपन्न अन् समृद्ध सांस्कृतिक वारशामुळे भारत विश्वगुरूच्या पदावर विराजमान होता; पण आपल्याला आपल्या शक्तीचा जाणीव होणं फार गरजेचं आहे. आपल्या अपार शक्तीबद्दल अनभिज्ञ असल्यामुळे निष्क्रिय बनलेल्या हनुमानाला जेव्हा त्याच्या शक्तीची जाणीव करून दिली गेली तेव्हा त्याच्या हातून अतिशय असाधारण व अद्वितीय कार्य घडले. आपल्या नवीन पिढीलाही आपल्या समृद्ध सांस्कृतिक व वैभवशाली वारशाबद्धल जर सांगितले गेलं तर त्यांनाही प्रगतीच्या वाटेवर वाटचाल करणं शक्य होईल.

जर या अनुषंगाने सरकारला कार्य करायचं असेल, तर भारतीय पुरातत्त्व सर्वेक्षणाला महत्त्वाच्या विभागांपैकी एक प्रमुख विभाग बनवून सरकार फक्त आपलं उत्पन्नच वाढवू शकणार नाही तर समाजाच्या आध्यात्मिक व भौतिक

विकासाचं कार्यही चांगल्या तऱ्हेने करू शकेल. भारतीय पुरातत्त्व सर्वेक्षणाला स्वावलंबी बनविण्यासाठी फार प्रयत्नही करावे लागणार नाहीत. मी दिल्लीला अधीक्षण पुरातत्त्ववेत्ता असताना भारतीय पुरातत्त्व सर्वेक्षणाचं उत्पन्न ३० कोटी होतं, ते १०० कोटी कसं करता येईल, याची एक रूपरेखा मी तयार केली. याच पद्धतीने इतर परिमंडळांचं उत्पन्नही चार-पाच पटींनी वाढवता येणं शक्य होतं. सध्या असलेल्या स्मारकांचं योग्य संरक्षण करून व्यावसायिकदृष्ट्या काम केलं तर सरकारला कोट्यवधी रुपये मिळविता येतील. माझ्या अनुभवांच्या बळावर मी एवढंच म्हणेन की योग्य प्रकल्प बनवून जर त्यावर योग्य तऱ्हेनं कार्यवाही केली गेली तर नक्कीच उत्पन्नात वाढ होईल अन् भारतीय पुरातत्त्व सर्वेक्षण खंबीरपणे आपल्या पायावर उभं राहू शकेल. भारतीय संस्कृतीच्या माध्यमातून सर्वसाधारण जनता आपल्या स्वाभिमानाचा विकास कसा करू शकते, याचं उत्कृष्ट उदाहरण म्हणजे दिल्लीचं अक्षरधाम मंदिर. विज्ञान अन् माहिती तंत्रज्ञानाच्या क्षेत्रात भारताने आतापर्यंत काय प्रगती केलीय, हे समजून घेण्यासाठी व त्याचा आनंद घेण्यासाठी तिथे नौकाविहार व इतरही कार्यक्रम तयार केले गेले आहेत. आपल्या देशाबद्दल प्रत्येक भारतीयाला गौरव व अभिमान वाटेल, असे कार्यक्रम आपल्याला बनवावे लागतील, जेणेकरून त्यातून एक नवी पिढी तयार होईल. शासकांचा किंवा सरकारचा विजय यातच आहे.

पर्यटकांची मानसिकता बदलण्याच्या बाबतीत सरकारला जरा जास्त जागरूकता दाखवावी लागेल. ऐतिहासिक स्मारक ज्या ठिकाणी असते, त्या ठिकाणाबद्दलच ते बोलते. येणाऱ्या प्रत्येक पर्यटकाला तिथल्या स्मारकाच्या ऐतिहासिक महत्त्वाबद्दल माहिती असतेच असे नाही. मी हे प्रमुख ऐतिहासिक स्मारक पाहिलं आहे, हे फक्त सांगण्यासाठीही काही पर्यटक येतात. आपल्या सांस्कृतिक वारशाचा एक हिस्सा मानून ऐतिहासिक स्मारक पाहायला येणाऱ्या पर्यटकांची संख्या फारच कमी असते. आपल्या ऐतिहासिक स्मारकांना आपल्या सांस्कृतिक चैतन्याचे स्रोत म्हणून परिवर्तित करण्याचा प्रयत्न कुठल्याही सरकारने कधी केला नाही. आता कुठलंही ऐतिहासिक स्मारक पाहायला जाताना मार्गदर्शकाची (गाइड) गरज असते. आपल्याकडे जे गाइड आहेत, त्यापैकी बरेचसे गाइड अतिशय उत्कृष्ट मार्गदर्शन करतात, त्यांना योग्य माहितीही असते; पण काही गाइड ऐकीव कहाण्यांचा व माहितीचा उपयोग करतात अन् लोकांनाही तेच आवडतं; पण या साऱ्या प्रवासात इतिहासाची गळचेपी होते. इतिहासाचा विसर पडतो अन् त्यांना जेव्हा प्रश्न विचारले जातात, तेव्हा त्यांच्याकडे योग्य उत्तर नसल्याने ऐकीव माहितीच्या आधारे थातुरमातुर उत्तर देऊन ते वेळ मारून नेतात. म्हणून अशा मार्गदर्शकांना सरकारकडून योग्य प्रशिक्षण दिलं गेलं पाहिजे. यामुळे तरुणांना

नोकरीच्या संधीही उपलब्ध होतील. काही ऐतिहासिक स्मारकांतून रात्री 'लाइट अॅन्ड साउंड' शो ची व्यवस्था केलेली असते. प्रकाश अन् आवाजाच्या माध्यमातून भूतकाळातील वैभव अन् ऐश्वर्याच्या पुनर्सृजनाचा इथे प्रत्यय येतो. आर्थिक फायदा व उत्पन्न म्हणून सध्या अनेक ठिकाणी असे कार्यक्रम आपण सुरू करू शकतो.

ऐतिहासिक स्मारक पाहण्यासाठी प्रवेश शुल्क फक्त १५ ते ३० रुपये आहे. यातही बदल करण्याची गरज आहे. विद्यार्थ्यांना फुकट प्रवेश देण्याची काहीच गरज नाही. प्रत्येक ऐतिहासिक स्मारकाच्या वैशिष्ट्यांनुसार वेगवेगळं प्रवेश शुल्क ठरविलं गेलं पाहिजे. स्मारकांतील काही विशेष हिस्सा किंवा भाग पाहण्यासाठीही वेगळं शुल्क आकारलं जाऊ शकतं. उदाहरणार्थ, पॅरिसचा आयफेल टॉवर पाहण्यासाठी त्याच्या प्रत्येक मजल्यानुसार वेगवेगळं शुल्क आकारलं जातं. सध्या ताजमहाल पाहण्यासाठी सुट्टीच्या दिवसांत ५०,००० हून अधिक लोक प्रत्येक दिवशी येतात. ताजमहालच्या क्षमतेपेक्षा ही संख्या कितीतरी जास्त आहे. पर्यटकांची जास्त संख्या स्मारकाच्या अस्तित्वावर विपरीत परिणाम करू शकते. म्हणून आपल्याला पर्यटकांच्या संख्येवरही नियंत्रण ठेवायला हवं, जेणेकरून स्मारकाची सुरक्षितता अबाधित राहील. ऐतिहासिक स्मारकांच्या ठिकाणी चित्रपटाच्या चित्रीकरणासाठी फारच कमी शुल्क दिलं जायचं. उदाहरणार्थ, ताजमहाल अन् कुतुबमिनार या ठिकाणी चित्रपटाच्या चित्रीकरणासाठी पूर्वी फक्त पाच हजार रुपये शुल्क आकारलं जायचं. काही महिन्यांपूर्वी हे शुल्क ५०,००० केलं गेलं; पण तेही कमीच आहे; कारण चित्रपटवाले चित्रपटामधून करोडोंची कमाई करतात. सध्याच्या काळात ही फी प्रत्येक दिवसासाठी पाच लाख रुपये करू शकतो; पण माहितीपट बनविणाऱ्यांकडून पाच हजार रुपयांपेक्षा जास्त फी घेणं योग्य होणार नाही. या शुल्कातून जे उत्पन्न मिळेल, त्याचा उपयोग स्मारकाची देखभाल अन् संरक्षणासाठी केला जाऊ शकतो. याच तऱ्हेने प्रत्येक स्मारकाच्या ठिकाणी संग्रहालय उभारलं, दुकानं आणि छोटी उपाहारगृहं सुरू केली तर पर्यटकांना खरेदीची संधी देऊन त्यातून मिळणारी रक्कमही स्मारकांच्या संरक्षणासाठी वापरता येऊ शकेल.

काही हस्तकलेच्या वस्तू बनविताना भारतीय पुरातत्त्व सर्वेक्षणाचं प्रमाणपत्र लागतं की ही बनविलेली वस्तू पुरावस्तू नाहीये. सध्या या प्रमाणपत्रासाठी कुठलंही शुल्क आकारलं जात नाही; पण हे प्रमाणपत्र घेऊन, व्यापारी लोक हस्तकलेच्या वस्तू बनवून, त्या परदेशात विकून करोडो रुपये कमवितात. त्यामुळे या प्रमाणपत्रासाठी लायसन्स फी आकारली जाऊ शकते. भारतीय पुरातत्त्व सर्वेक्षणाच्या कामकाजासाठी फरच कमी रक्कम दिली जाते अन् ही

रक्कम एवढी नाममात्र असते की या रकमेत काहीही काम करणं शक्य नसतं; पण उत्पन्न मिळवून देणाऱ्या पर्यटनाचं अस्तित्व भारतीय पुरातत्त्व सर्वेक्षणाच्या कामावर अवलंबून आहे. भारतीय संस्कृतीबद्दल अभिमान असणाऱ्या भाजपा व आरएसएसला ही गोष्ट माहीत आहे; पण तेही ऐतिहासिक स्मारकांच्या विकासासाठी कोणतीही मागदर्शक तत्त्वे देण्यात असफल ठरले आहेत. पर्यटनाचा विचार करता ऐतिहसिक स्मारकांकडून मिळणारी रक्कम त्यांच्याच देखभालीसाठी व संरक्षणासाठी खर्च करता येईल. टोल वसूल करण्यासाठी जशी व्यवस्था केलेली आहे, तशी व्यवस्था इथेही करता येऊ शकेल. हे असं जर घडलं तर भारतीय पुरातत्त्व सर्वेक्षणात कर्मचाऱ्यांची कमतरता अन् भ्रष्टाचारही काही प्रमाणात कमी करता येईल. ऐतिहासिक स्मारकांची दैनंदिन स्वच्छता व सफाई ठेवणंही फार महत्त्वाचं व गरजेचं आहे. हे काम एखाद्या स्वयंसेवी संस्थेला किंवा एजन्सींना देता येईल.

भारतात अनेक ऐतिहसिक स्मारके आहेत. या स्मारकांच्या संरक्षणासाठी किंवा व्यावसायिकदृष्ट्या त्यांचा वापर करून घेण्यासाठी सरकारने म्हणावे तसे यशस्वी प्रयत्न केलेले नाहीत. सांस्कृतिक विभाग या बाबतीत फारच उदासीन आहे अन् हेच यामागचं मुख्य कारण आहे. यांचा योग्य उपयोग कसा करता येईल, या बाबतीत मंत्री महोदयांना काहीच माहिती नाहीये. पर्यटन अन् संस्कृती मंत्रालयाचं एकत्रिकरण करून एकाच मंत्र्याच्या हातात हे दोन्ही विभाग सोपविणं योग्य होईल. मंत्री अन् त्यांचे सचिव या दोघांनी या विषयावर सखोल अभ्यास करायला हवा. या बाबतीत निवृत्त झालेल्या लोकांचाही उपयोग करून घेता येईल. आरएसएसवाले या बाबतीत आपल्या उदार संस्कृतीच्या मोठमोठ्या गप्पा मारतात; पण त्या बाबतीत फारसं काही काम करत नाहीत. अटलजी व मोदीजींचं सरकार आल्यानंतर संस्कृतीप्रेमी लोक संस्कृतीच्या क्षेत्रात फार मोठमोठ्या बदलांची वाट पाहत होते; पण दुर्दैवाने तसं काही झालं नाही. संस्कृतीच्या क्षेत्रात काँग्रेस सरकारच्या तुलनेत भाजपा फारसा बदल करू शकली नाही, हीच फार दुःखाची गोष्ट आहे. भाजपा सरकारचे मंत्री जगमोहनजी हे मात्र या बाबतीत एकमेव अपवाद आहेत; पण ही त्यांची सवय जुनीच आहे. आता भाजपात मंत्री असतानाच नव्हे तर काँग्रेसमध्ये असतानाही त्यांनी आपल्या क्षेत्रात भरपूर काम केलं आहे. त्यांचं व्यक्तिमत्त्वच वेगळं आहे अन् ते खरे भारतीय आहेत. त्यांच्यासारखा सच्चा देशभक्त अन् सर्वांना एकत्र घेऊन काम करणारा मोठ्या मनाचा प्रशासक जर असेल तर देशाची प्रगती कोण थांबवू शकेल? पण त्यांना पर्यटन अन् सांस्कृतिक मंत्री म्हणून फारच कमी वेळ मिळाला. त्यांना जर आणखी एक किंवा दोन वर्षं मिळाली असती तर नक्कीच या विभागाचा चेहरामोहरा बदलून गेला असता.

सध्या भाजपा सरकारच्या विदेशी मामले, आर्थिक, रेल्वे, शहरी विकास इत्यादी मंत्रालयांनी फारच छान कामे केली आहेत. भाजपा सत्तेवर आल्यानंतर भारतीय पुरातत्त्व सर्वेक्षणाशी संबंधित लोकांना वाटलं की हे सरकार देशाच्या सांस्कृतिक वारशाला नवसंजीवनी देईल; पण हा असा विचार करणाऱ्या लोकांच्या भ्रमाचा भोपळा फुटलाय. वर्तमान व्यवस्थेच्या अधीन या विभागाची स्थिती फारच खराब झालीय अन् त्यामुळे लोक फारच निराश झालेत. सध्या आमच्यातील अनेक लोक निवृत्त झाले आहेत; पण त्या वेळी आमच्या मनाला या विचारानेही स्पर्श केला नव्हता की देशाच्या गौरवशाली भूतकाळाच्या शपथा घेणाऱ्या भाजपाच्या कारकिर्दीत या विभागाची स्थिती एवढी खराब होईल.

भाजपाचे सरकार असूनही, सध्याच्या काळात बरीच वर्षे झाली तरी अधीक्षण पुरातत्त्ववेत्त्यांची अनेक पदे रिकामीच पडलेली आहेत. त्यामुळे एकाच अधीक्षण पुरातत्त्ववेत्त्याला वेगवेगळ्या राज्यांत असलेल्या दोन किंवा कधी कधी तीनही कार्यालयांचे काम पाहावे लागायचे. याचा वाईट परिणाम त्याच्या कार्यकौशल्यावर व्हायचा. ही व्यवस्था तशी तात्पुरती किंवा एक-दोन आठवड्यांसाठी नव्हती तर बराच काळ चालली. परिणामस्वरूप, अनेक ठिकाणांची कामे बंद पडली. काही काही ठिकाणी तर अधिकाऱ्यांचं प्रमोशन होऊनही त्यांना त्यांची नेमणूक मिळण्यासाठी फारच उशीर झाला. यातून एकच गोष्ट समोर येते की मंत्रालय आपले निर्णय वेळेवर घेत नाहीये. मंत्रालयातील काही अधिकाऱ्यांच्या डोक्यात काही लोकांनी हे भरवून दिलं की या विभागात फार भ्रष्टाचार आहे अन् हा भ्रष्टाचार जर थांबवायचा असेल तर या विभागाला देण्यात येणारा निधी थांबवायचा किंवा भारतीय पुरातत्त्व सर्वेक्षण विभागाचं कुठलंही नवं काम दुसऱ्या विभागाकडून करून घ्यायचं. अशा तऱ्हेने दुसऱ्या विभागाकडून करून घेतलेल्या कामाची गुणवत्ता फारच कमी असल्याने अनेक तक्रारी आल्या अन् त्यामुळे एका ठिकाणाचे काम थांबवावेही लागले. यात सर्वांत खेदाची बाब ही आहे की भारतीय पुरातत्त्व सर्वेक्षण विभागाला आपले सारे एस्टिमेट विभागाच्या पोर्टलवर टाकावे लागतात, पण इतर विभागांना हे काम करण्यासाठी जो पैसा दिला जातो त्यावर मात्र कुठल्याही प्रकारचे निर्बंध नसतात. अधीक्षण पुरातत्त्ववेत्ता, हे कार्यालयाचे अध्यक्ष असतात; पण नवीन तयार केल्या गेलेल्या विचित्र नियमांनुसार प्रत्येक दोन वर्षांनंतर त्यांची बदली केली जाते. ही बदली त्या क्षेत्रात केली जात नाही, तर भारतातील कुठल्याही भागात केली जाते. या कारणांमुळे सर्वेक्षणाच्या अनेक कामांचा वेग मंदावला आहे. खरंतर अधीक्षण पुरातत्त्ववेत्ता हा एक फील्ड वर्कर असतो. त्यामुळे आपल्या सर्कल संबंधित अनेक जागांबद्दल माहिती करून घेण्यातच त्याचं अर्धं वर्ष निघून जातं. दोन वर्षांत जेव्हा त्यांना थोडंफार समजायला

लागतं तेवढ्यात त्यांची बदली भारतातील दुसऱ्या कुठल्यातरी राज्यात झालेली असते. आपलं सारं सामान गोळा करून त्या बिचाऱ्याला परत नवीन नेमणूक झालेल्या राज्याकडे निघावं लागतं. मुलांच्या शिक्षणाची चिंता तर त्याला सतावत असतेच; पण इलाज नसतो. विभागाच्या महानिर्देशकांना त्यांच्या विभागातील प्रत्येक कर्मचाऱ्याची क्षमता माहीत असते; पण या बदल्या पूर्वीप्रमाणे महानिर्देशकांकडून होत नाहीत. भारतीय पुरातत्त्व सर्वेक्षणाच्या ट्रान्सफर धोरणाबाबत माननीय मंत्री महेश शर्मा यांच्यासमोर तामिळनाडूत झालेल्या अतिशय वाईट निदर्शनानंतर एकच गोष्ट दिसून आली, की भारतीय पुरातत्त्व सर्वेक्षणात नेमकं काय चाललंय. या निदर्शनाचा जो व्हिडिओ आहे, त्यात मंत्री महोदय स्वत: सांगताहेत की डिपाटमेन्टचं धोरणच प्रत्येक तीन वर्षांनंतर बदली करण्याचं आहे; पण ते स्वत: मात्र दर दोन वर्षांनी बदल्या करताहेत. भारतीय पुरातत्त्व सर्वेक्षणाशी संबंधित असलेल्या आमच्यापैकी कुणीही यापूर्वी या विभागाला एवढ्या वाईट अवस्थेत पाहिलेलं नव्हतं.

काही दिवसांपूर्वीच एका नवीन महानिर्देशकाने या विभागाचा कार्यभार स्वीकारलाय अन् विभागाची बिघडलेली स्थिती सांभाळण्याचा आटोकाट प्रयत्न करीत आहे; पण गेल्या तीन वर्षांत विभागाची स्थिती एवढी बिघडली आहे की ती ठीक व्हायला बराच काळ जाईल.

प्राचीन काळात चीनचा भारताकडे बघण्याचा दृष्टिकोन सन्मानाचा होता. 'सिल्क रूट'चा विकास केल्यानंतर मात्र चीनने सर्व व्यावसायिक मार्ग आपल्याकडे खेचण्याचे प्रयत्न केले. यात भारताला काहीच करता येत नाहीये. 'सिल्क रूट' हा फक्त सांस्कृतिक मार्ग नसून तो एक फार मोठा आर्थिक मार्ग आहे. पहिल्या शतकापासून आठव्या शतकापर्यंत चीन ज्ञान अन् तत्त्वज्ञानासाठी भारताकडे आदर्श म्हणून पाहायचा. त्यांच्यासाठी भारत आदर्श होता; पण नंतर हा प्रकार अगदी उलटा झाला. या ऱ्हासाला आम्हीच जबाबदार आहोत. बालियांग राजवंशाच्या वुढी नामक सम्राटाने (सन ५०२-५४९) शासन करण्याच्या बाबतीत सम्राट अशोकाला आपला आदर्श मानले होते. त्यामुळेच त्या काळी हुएनसांग, इत्सिंग सारखे चिनी पर्यटक शिक्षण घेण्यासाठी भारतात आले. इत्सिंग जेव्हा नालंदात शिकत होते तेव्हा त्यांच्याबरोबर ५६ इतर विदेशी विद्यार्थी देखील शिकत होते अन् त्यातील सर्वांत जास्त विद्यार्थी चीनचेच होते. आपल्या आई-वडिलांच्या पारंपरिक 'कन्फ्यूशियस' धर्माचा त्याग करून हुएनसांगने बौद्ध धर्माचा स्वीकार केला होता. भारतातून आणलेल्या संस्कृत ग्रंथांचा अनुवाद करण्यासाठी, तसेच त्यांचे जतन करण्यासाठी त्याने चीनमध्ये मठ बांधला. बौद्ध धर्माचा प्रसार व प्रचार करण्याच्या कामात चीनच्या सम्राटाने हुएनसांगला फार मदत केली.

एकदा चिनी सम्राट टाईसांगने हुएनसांगला म्हटलं, "आपण व आपल्या शिष्यांनी अनेक संस्कृत ग्रंथांचा चिनी भाषेत अनुवाद केला आहे. माझी विनंती आहे की आपण चिनी तत्त्वज्ञाता लाओसच्या एकातरी ग्रंथाचा संस्कृतमध्ये अनुवाद करावा."

फक्त एका स्मितहास्याने हुएनसांगने आपल्या चिनी सम्राटाची विनंती अव्हेरली होती अन् सांस्कृतिक क्षेत्रातील भारताचं महत्त्व अधोरेखित केलं होतं; पण ही झाली त्या वेळची गोष्ट. आज आपण नेमके कुठे आहोत, याचा विचार करणं फार गरजेचं आहे. सांस्कृतिक वारशाला उजाळा देऊन हा गौरव आपण परत प्राप्त करू शकतो; पण त्यासाठी क्रांतिदर्शी मंत्री अन् उत्साही सचिव हवेत. भारताच्या अभंग संस्कृतीचं वाळवंटातील पेट्रोलसारखं मार्केटिंग करणं, आपल्याला यायलाच हवं. आपण त्यात यशस्वी होणं फार गरजेचं आहे.

चीन, जपान, कोरिया, दक्षिण-पूर्व आशिया इत्यादी देशांच्या प्रमुख धर्मांपैकी एक धर्म म्हणजे बौद्ध धर्म; पण याचा आपल्याला काहीच फायदा झालेला नाही. आपला सांस्कृतिक वारसा जगासमोर प्रस्तुत करण्यात आपण अपयशी ठरलो आहोत. श्रीलंका, ब्रह्मदेश, नेपाळ सारखे देश भारतापेक्षा चीनशी जास्त जवळीक राखण्यात धन्यता मानतात. खरंच, आपल्या सांस्कृतिक वारशाला आकर्षणाचं केंद्र बनविण्यात आपण असफल ठरलो आहोत. इंडोनेशिया, अंकोरवाट, बाली इत्यादी देशात 'रामायण' अन् 'महाभारता'चा फार मोठा प्रभाव आहे; पण या भावनात्मक आपुलकीचा भारतासाठी अनुकूल असलेल्या विदेशी धोरणासाठी उपयोग करून घेण्यातही आपण अयशस्वी ठरलो आहोत.

राज्य करणारं सरकार कुठलंही असू दे; पण त्या सरकारात सकारात्मक दृष्टीने काम करणाऱ्या अधिकाऱ्यांची कमतरता नेहमीच असते. प्रत्येक बाबतीत आपण पाश्चात्त्यांचं अनुकरण करण्यात पटाईत आहोत; मग ऐतिहासिक स्मारकांच्या संरक्षणासाठी अन् मार्केटिंगसाठी का बरं आपण त्यांचं अनुकरण करत नाही? ऐतिहासिक स्मारकांचं संरक्षण अन् मार्केटिंग करून पाश्चात्त्य राष्ट्रं करोडो रुपये कमावतात. त्यांचं उदाहरण डोळ्यांसमोर ठेवून आपण वागायला हवं. या बाबतीत जर आपण त्यांचं अनुकरण केलं तर आपण त्यांच्यापेक्षा जास्त कमावू शकतो. राष्ट्रविकासासाठी या उत्पन्नाचा आपण उपयोग करू शकतो; पण आपले राज्यकर्ते ही गोष्ट आपल्या सोयीनुसार विसरून जातात. मंत्री अन् सचिवांना एक गोष्ट कळायला हवी की आपला ऐतिहासिक वारसा हे आपलं ओझं नव्हे तर ही आपली सदाबहार संपत्ती आहे अन् तिचा योग्य उपयोग केल्यास ती आपल्या महसुलाचा स्रोतही बनू शकते. या वारसा संपत्तीचा महसूलस्रोत म्हणून उपयोग करावा आणि यातून मिळणारा महसूल स्मारकांच्या संरक्षणासाठी खर्च करावा.

भारतीय पुरातत्त्व सर्वेक्षणाची सर्वांत मोठी समस्या म्हणजे निधीची व कर्मचाऱ्यांची कमतरता. भारतीय पुरातत्त्व सर्वेक्षणाच्या अनेक प्रकल्पांची हीच अडचण आहे. याकडे संस्कृती विभागाने लक्ष देण्याची गरज आहे अन् ही समस्या सोडविण्यासाठी प्रयत्न करण्याचीही गरज आहे. आपल्या प्राचीन गौरव स्थानांच्या बाबतीत आजच्या पिढीचा दृष्टिकोन आशेवर अवलंबून आहे. आजची पिढी अतिशय आदराने व सन्मानाने या सर्व गोष्टींकडे पाहते. इतर देशांच्या तुलनेत आपला सांस्कृतिक वारसा अतिशय समृद्ध व संपन्न आहे, ही गोष्ट आपल्याला विसरून चालणार नाही; पण त्याचा योग्य असा वापर कसा करावा, ही गोष्टही आपल्याला माहीत नाहीये, हेही तेवढंच खरं आहे.

माझ्या नोकरीच्या कारकिर्दीत जे काही काम मी केलंय, त्या बाबतीत मी अगदी पूर्ण समाधानी व संतुष्ट आहे. भारतीय संस्कृतीबद्दल मला जी काही आत्मीयता आहे, त्यामुळेच या क्षेत्रात मी पुढे जाऊ शकलो अन् मी थोडं का होईना, काम करू शकलो. पुस्तक लेखनाने आणखी एका वेगळ्या व विशाल जगाशी माझा परिचय करून दिला. नोकरीच्या काळात जे काही काम मी केलं ते मला करायचंच होतं. ते माझं नेहमीचं काम होतं, त्यामुळेच नोकरी मला कधीच ओझं किंवा नकोशी वाटली नाही. माझी इमानदारी, सत्यावरील माझी निष्ठा अन् वास्तविकतेकडे पाहण्याचा माझा दृष्टिकोन, या सर्व गोष्टी बरोबर घेऊन मी माझं काम केलं अन् आयुष्य व्यतीत केलं, ज्याचा मला अभिमान आहे.

◆

नोकरीचा काळ : एक दृष्टिक्षेप

सन १९८८ला चेन्नईत पहिली नेमणूक मिळाली. चेन्नईच्या महाबलीपुरम्च्या समुद्र किनाऱ्याजवळ असलेल्या मंदिराच्या शेजारी विस्मृतीत गेलेल्या मंदिराचा शोध, तसेच केरळच्या त्रिचूरला महाशिला संस्कृतीच्या काही अंशांचा शोध लावण्यासाठी केल्या गेलेल्या उत्खननात अधीक्षण पुरातत्त्ववेत्ते नरसिंहन यांच्या हाताखाली काम केलं.

सन १९९१-९७ या काळात गोव्यात कार्य केलं. तिथे भारतीय पुरातत्त्व सर्वेक्षणाच्या अंतर्गत असलेल्या संरक्षित स्मारक 'सेंट फ्रान्सिस चर्च' तसेच 'सेंट लेडी रोजारियो चर्च' हे दोन्ही चर्च प्रार्थनेसाठी खुले करण्याच्या ख्रिश्चन धार्मिक नेत्यांच्या मागणीला ठामपणे नाकारलं. फोंड्याला सफा मशिदीच्या जमिनीवर अतिक्रमण करणाऱ्या सेंट फोंडा विकास प्राधिकरणाच्या अधिकाऱ्यांना रोखलं.

बॉम जीझस, सेंट कॅथॉड्रॉल, फ्रान्सिस असिसी, सेंट काजितान, सेंट रोजारियो इत्यादी ऐतिहासिक स्मारकांची दुरुस्ती केली. दहा वर्षांतून एकदा होणाऱ्या सेंट फ्रान्सिस झेविअरच्या आध्यात्मिक सरावासाठी चर्चचं नूतनीकरण केलं. सेंट ऑगस्टीन चर्चचं वैज्ञानिक उत्खनन केलं. नवीन पूल बनविण्यासाठी कुरुटी महादेव मंदिर त्याच्या मूळ स्थानापासून १८ किमी दूर असलेल्या स्थानावर पुनर्स्थापित केलं.

नोकरीत बढती मिळाल्यानंतर अधीक्षण पुरातत्त्ववेत्ता म्हणून बिहारला पाटण्यात बदली झाली. सारनाथमध्ये भगवान बुद्धांनी धर्मोपदेश केला. हे भारतीय पुरातत्त्व सर्वेक्षणाचं संरक्षित क्षेत्र आहे. हे स्थान श्रीलंकेतील बौद्धांच्या अधीन असलेल्या महाबोधी सोसायटीशी संलग्न करण्याचे विश्व हिंदू परिषदेचे प्रयत्न अयशस्वी करण्यात मला यश मिळालं. (या कामासाठी विश्व हिंदू परिषदेचे तत्कालीन आंतराष्ट्रीय अध्यक्ष अशोक सिंघलजींनी सरळ सरळ हस्तक्षेप केला होता; पण भारतीय पुरातत्त्व सर्वेक्षण या दबावाला बळी पडलं नाही.) या बाबीचं गांभीर्य

समजलेल्या तत्कालीन सांस्कृतिक मंत्री मुरली मनोहर जोशींनी भारतीय पुरातत्त्व सर्वेक्षणाचं समर्थन केलं.

बिहारमध्ये (सासाराम) शेरशहा मकबऱ्याच्या सीमारेषेत अतिक्रमण करून मंदिराचा विस्तार करण्याचा प्रयत्न अयशस्वी केला.

सन २००१-०३दरम्यान, आग्रा, उत्तर प्रदेशात ताज हेरिटेज कॉरिडॉरच्या विरुद्ध कारवाई सुरू करण्यात आली.

ताजमहालच्या मागच्या भागात मंदिराचा विस्तार करण्याच्या हिंदू संघटनांच्या प्रयत्नांना विरोध केला. नियमानुसार ताजच्या ५०० मीटरच्या आत असलेल्या जमिनीवर कुठल्याही प्रकारचं बांधकाम करण्याची परवानगी नाहीये. या नियमाचं उल्लंघन करून बांधण्यात आलेली इमारत बुलडोझरचा वापर करून पाडण्यात आली. यामुळे चिडलेल्या विश्व हिंदू परिषदेने माझा पुतळा जाळला. त्याअगोदर मुस्लीम मशिदींच्या बाजूने काम करतो, हा आरोप करून काही कट्टरपंथी हिंदूंनी माझ्या आग्र्यातील २२ माल रोडवरील कार्यालयावर आक्रमण केलं; पण १५ मिनिटे अगोदरच काही सरकारी कामासाठी कार्यालयाबाहेर असल्याने माझे या प्रकरणात प्राण वाचले.

वर्ष २००३-०४दरम्यान छत्तीसगढ परिमंडळातील जगदलपूरच्या दंतेवाडात नक्षलवाद्यांच्या मदतीने समलूर मंदिराच्या जीर्णोद्धाराचं काम पूर्ण करण्यात आलं.

वर्ष २००४-०८दरम्यान मध्य प्रदेशातील भोपाळमधील वटेश्वर, अमरकंटक, भोजपूर इत्यादी उद्ध्वस्त झालेल्या मंदिरांचा जीर्णोद्धार केला गेला.

वर्ष २००८-१२ या कालावधीत राष्ट्रकुल खेळांच्या पूर्वतयारीचा एक भाग म्हणून दिल्लीचा लाल किल्ला, कुतुबमिनार, पुराना किला इत्यादींची दुरुस्ती करून त्यांच्या सुशोभीकरणाचं काम केलं.

वर्ष २०१२ला भारतीय पुरातत्त्व सर्वेक्षणाचे क्षेत्रीय निर्देशक (उत्तर) या पदावरून निवृत्त. त्यानंतर सहा महिने संस्कृती विभागात सल्लागार म्हणून काम केले.

नोकरीत असताना चांगलं काम केल्यामुळे अनेक पुरस्कार व सन्मानांनी गौरविण्यात आलं.

- विश्व वारसा स्मारकात सामील केल्या गेलेल्या सांचीच्या स्तूपाला तडा गेल्याचा शोध लावून त्याची दुरुस्ती करण्यात आली. ज्यामुळे वर्ष २००६-०७ मध्ये 'राष्ट्रीय पुरस्कारा'ने गौरविण्यात आलं.

- वर्ष २००७-०८ला शारीरिकदृष्ट्या विकलांग असलेल्या लोकांना कुतुबमिनार पाहता यावा म्हणून विशेष सोय करून दिल्याबद्दल, तसेच मिनाराला योग्य तऱ्हेने संरक्षित केल्याबद्दल पुरस्कार देऊन गौरविण्यात आलं.

- वर्ष २००८-०९ला हुमायूनचा मकबरा टूरिस्ट फ्रेंडली बनविल्याबद्दल राष्ट्रीय पुरस्काराने गौरविण्यात आलं.

- वर्ष २०१०चा रीच फाउंडेशन, मद्रासचा वारसा संरक्षण पुरस्कार, श्रीलंका बौद्ध सोसायटीचा बौद्ध वारसा संरक्षण पुरस्कार, वटेश्वरला खनन माफियाच्या विरुद्ध झालेली लढाई व मंदिर संरक्षणासाठी 'सार्क पर्यावरण पुरस्कार' इत्यादी अनेक आंतरराष्ट्रीय पुरस्कारांनी सन्मानित करण्यात आलं. राष्ट्रीय पुरस्कारांमध्ये मध्य प्रदेश सरकारचा 'पर्यटन स्नेही पुरातत्त्व शोधकर्ता' हा सन्मान, रेड फोर्ट पुरस्कार, उत्खननाचं काम करणाऱ्या मजुरांच्या मुलांसाठी शाळा सुरू करण्याच्या कामासाठी सी.एन.एन., आय.बी.एन.चॅनलचा 'सिटीझन जर्नालिस्ट पुरस्कार' यांसारख्या एकंदरीत नऊ पुरस्कारांनी गौरविण्यात आलं.

- नोकरीच्या काळात अनेक राष्ट्रीय तसेच आंतराष्ट्रीय नेते तसेच अति विशिष्ट व्यक्तींच्या प्रशंसेला पात्र बनण्याची संधी मिळाली.

- वर्ष २०११-१२ला 'राष्ट्रीय सर्वश्रेष्ठ अनुरक्षित पर्यटन स्मारक पुरस्कार'

- वर्ष २०१२ला 'राजीव गांधी एक्सलन्स पुरस्कार'

- वर्ष २०१४ ला 'चिश्ती इंडियन हार्मनी पुरस्कार'

पत्नी : राबिया

मुले : जंशिद, शाहीन. सुना- सहर, आफरीन.

पत्ता : ११ ए, रॉयल एम्प्रेस, विक्री कर कार्यालयाच्या जवळ, जवाहर नगर, कोझिकोड (कालिकत), केरळ-६

◆